SỐNG VỚI CHỮ

NGUYỄN HƯNG QUỐC

SỐNG VỚI CHỮ

Tái bản với nhiều bài mới

LOTUS MEDIA

2021

SỐNG VỚI CHỮ

tái bản với nhiều bài mới

Tác giả: Nguyễn Hưng Quốc

Văn Mới xuất bản lần đầu 2002, tái bản, 2014

Lotus Media tái bản, 2021

Bìa và trình bày: Uyên Nguyên

ISBN: 978-1-716-10105-2

Cùng một tác giả:

- *Tìm hiểu nghệ thuật thơ Việt Nam* (Quê Mẹ, 1988)
- *Nghĩ về thơ* (Văn Nghệ, 1989)
- *Văn học Việt Nam dưới chế độ Cộng sản* (Văn Nghệ, 1991, in lại 1996; Người Việt tái bản 2014)
- *Võ Phiến* (Văn Nghệ, 1996; Người Việt tái bản dưới nhan đề *Võ Phiến, một đời trăn trở*, 2015)
- *Thơ, v.v... và v.v...* (Văn Nghệ, 1996)
- *Văn học Việt Nam từ điểm nhìn h(ậu h)iện đại* (Văn Nghệ, 2000)
- *Văn hoá văn chương Việt Nam* (Văn Mới, 2002)
- *Sống với chữ* (Văn Mới 2004; tái bản có bổ sung, 2014)
- *Thơ Con cóc và những vấn đề khác* (ấn bản mới của *Thơ, v.v... và v.v...* với một số sửa chữa và phần phụ lục trích từ hai cuốn *Tìm hiểu nghệ thuật thơ Việt Nam* và *nghĩ về thơ*; Văn Mới, 2006)
- *Mấy vấn đề về phê bình và lý luận văn học* (Văn Mới, 2007; Người Việt tái bản 2014)
- *Socialist Realism in Vietnamese Literature: An Analysis of the Relationship Between Literature and Politics* (VDM Verlag, 2008)
- *Văn học Việt Nam thời toàn cầu hoá* (Văn Mới, 2010)
- *Phản tỉnh và phản biện* (Văn Mới, 2011; Người Việt tái bản 2014)
- *Phương pháp dạy tiếng Việt như một ngôn ngữ thứ hai* (Tiền Vệ, 2012; Người Việt tái bản 2014)
- *Thơ Lê Văn Tài* (biên tập và giới thiệu) (Văn Mới & Tiền Vệ, 2013; Người Việt tái bản 2014)

- *Văn học Việt Nam tại Úc: Chính trị và thi pháp của lưu vong* (Văn Mới & Tiền Vệ 2013; Người Việt tái bản 2014)
- *Viết vu vơ* (Người Việt, 2014)
- *Những ý nghĩ rời* (Người Việt, 2014)
- *Poems of Lê Văn Tài, Nguyễn Tôn Hiệt & Phan Quỳnh Trâm* (cùng biên tập với Nhã Thuyên; Vagabond Press, 2015)
- *Thư Võ Phiến* (biên tập và giới thiệu) (Người Việt, 2015)

Mục Lục

Lời nói đầu

1.

Tôi ao ước, một lúc nào đó, có thể viết nguyên cả cuốn sách vài ba trăm trang về một chữ. Bất cứ là chữ gì, nhưng chỉ một, xin nhấn mạnh: chỉ một chữ mà thôi.[1] Tôi tin là điều ấy có thể làm được: bất cứ chữ nào cũng có vô số các mối quan hệ với các chữ khác; một số khá nhiều còn có quan hệ với văn hoá giao tiếp, văn hoá chính trị và trình độ trí thức của xã hội. Và cần làm: những thay đổi trong ý nghĩa cũng như sắc thái tu từ của một chữ có khi tiết lộ nhiều bí ẩn trong nếp nghĩ và nếp cảm của một dân tộc hơn là cả những biến cố chính trị hay xã hội ồn ào và ngỡ như lớn lao. Tuy nhiên, để làm được điều ấy, cần có nhiều thì giờ. Trong khi chưa có thì giờ, tôi hay nghĩ ngợi bâng quơ về chữ. Cuốn sách này là kết quả bước đầu của những nghĩ ngợi bâng quơ ấy. Nghĩ ngợi bâng quơ về chữ có nghĩa là nghĩ ngợi không như một nhà ngôn ngữ học mà chủ yếu như một nhà phê bình văn học: điều tôi quan tâm nhất không phải là các khía cạnh ngữ âm, ngữ

---

[1] *Chữ*, tôi dùng ở đây, chính là *từ*, *word*; không phải là mẫu tự, *letter*.

nghĩa hay ngữ pháp của chữ mà là màu sắc thẩm mỹ của chúng. Nhiều lúc tôi có cảm tưởng như tôi có thể phân biệt được chữ này nóng, chữ kia lạnh, còn chữ nọ thì yếu ớt, đứng liêu xiêu như sắp ngã trên trang giấy. Chữ, với tôi, giống như những sinh vật: chúng biết thở, biết làm duyên, biết phục kích, biết cào cấu và để lại trong tâm hồn người đọc những vết xước có khi cả hàng chục năm mới tan hết.

Ngoài các bài về ngôn ngữ, trong cuốn sách này còn có một số bài về văn học. Hầu hết các bài này đều được viết từ góc độ một người yêu chữ hơn là từ góc độ một nhà phê bình văn học: những vấn đề và những văn nghệ sĩ được đề cập đến với tôi một cách tình cờ, phần lớn từ lời mời gọi của các chủ bút cho một số báo đặc biệt nào đó, chứ không hẳn là một chọn lựa thuần tuý trên căn bản văn học hay mỹ học. Do đó, không nên đặt ra vấn đề: tại sao viết về người này mà không viết về người khác; tại sao quan tâm đến vấn đề này mà không quan tâm đến vấn đề nọ. Tất cả đều tình cờ. Và tất cả đều dừng lại ở những cảm nghĩ bâng quơ.

Cảm bâng quơ.

Nghĩ bâng quơ.

Sống với chữ, ai mà chẳng chìm đắm, có lúc triền miên, trong những nỗi niềm bâng quơ như thế nhỉ?

2.

So với bản in lần thứ nhất năm 2004, ấn bản này được sửa chữa và bổ sung khá nhiều. Những bài viết mới ấy cũng tập trung vào hai đề tài chính: ngôn ngữ và văn học. Và cũng có một văn phong: nhẹ nhàng. Như một thoáng bâng quơ.

Phần Một:
CHỮ

Tôi học tiếng Việt

Năm 1977, qua Mỹ mới được hai năm, nhà thơ Cao Tần, trong bài "Chốn tạm dung", đã lo: "Tiếng Việt trong ta ngày mỗi héo". Tôi xa Việt Nam đã gần 20 năm, gấp mười thời gian của ông lúc ấy, có lo kể cũng phải. Bởi vậy, để ngăn chặn sự "tàn héo" và rơi rụng của tiếng Việt, lâu lâu tôi lại lẩm nhẩm, một mình, ôn lại số lượng từ vựng đã biết. Mỗi lần tập trung vào một đề tài khác nhau. Gần đây nhất, đề tài tôi chọn, một cách khá tình cờ, là bảng từ vựng liên quan đến các bộ phận trên cơ thể. Đầu... tóc... ót... gáy... trán... màng tang... lông mày... mắt... Đến đó, bỗng dưng tôi khựng lại. Tôi đâm hoang mang không biết khoảng giữa hai con mắt, ngay phía trên sống mũi, có tên gọi là gì? Hai chữ "nhân trung" thoáng qua đầu nhưng ngay tức khắc tôi biết là không phải: "nhân trung" nằm dưới mũi, ngay chính giữa môi trên. Loay hoay mãi vẫn không nhớ ra. Bí. Từ vị trí ấy, tôi nhìn nhích ra hai bên, ngờ ngợ thấy cách gọi lông mày và lông mi quen thuộc hình như có vấn đề gì đó không ổn. Ai cũng biết lông mày nằm trên, còn lông mi thì nằm dưới, ngay ở hai mí mắt. Chúng khác nhau. Nhưng nguyên thuỷ, "mi" trong chữ Hán chỉ có nghĩa là "mày" trong tiếng Việt: "tu mi" có nghĩa là râu mày. Về phương diện ngữ nghĩa, "mi" và "mày" là một, tuy nhiên, trên thực tế, lông mi lại đồng nghĩa với lông nheo chứ không phải với lông mày. Lạ.

Nằm giữa con mắt, ngay chính giữa lòng đen là con ngươi. "Ngươi" là gì? Là người. Con ngươi thật ra là con người. Ý nghĩa ấy bây giờ vẫn còn thấy rõ trong các từ: *để ngươi, hỗ ngươi*... và trong các cách nói: *các ngươi* hay *nhà ngươi*. Chợt nhớ trong chữ Hán, người ta gọi con ngươi là *đồng tử*, mà *đồng tử* lại còn có nghĩa là đứa bé.[1] Lại nhớ trong tiếng Anh, con ngươi là *pupil* mà *pupil* lại có nghĩa là học trò. Rồi trong tiếng Pháp: con ngươi là *pupille* mà *pupille* lại có nghĩa là đứa trẻ mồ côi hay là con nuôi. Nghe nói ở vô số ngôn ngữ khác trên thế giới cũng có hiện tượng tương tự. Danh từ chỉ con ngươi cũng đồng thời mang ý nghĩa khác là học trò, là đứa bé hay là con người nói chung. Tại sao có sự trùng hợp lạ lùng như thế?[2]

Sự trùng hợp không dừng lại ở đó. Nó đi xa hơn, trong quan niệm về thân thể. Trong rất nhiều ngôn ngữ, người ta xem thân thể như một cái bình chứa đựng những cảm xúc và tư tưởng. Tả một người phụ nữ đang yêu hay đang giận, trong tiếng Anh người ta thường nói: *She is filled with love/anger*. Đối với người Trung Hoa,

---

[1] Hai chữ "đồng tử" này có thể được viết giống nhau; tuy nhiên khi dùng theo nghĩa con ngươi, chữ "đồng" thường được thêm bộ "mục" phía trước.

[2] Các nhà ngôn ngữ học thường giải thích sở dĩ người ta gọi "con ngươi" như thế là căn cứ vào cái hình ảnh được phản ánh trong mắt. Tuy nhiên, dù vậy, cũng không ai giải thích được là: tại sao ở rất nhiều ngôn ngữ khác nhau, người ta đều đồng loạt dùng cái hình ảnh được phản ánh trong mắt để đặt tên cho "con ngươi"?

thân thể con người được xem như một cái bình chứa khí. Giận thì là nộ khí; vui là hỉ khí. Bình thường khí nằm phục trong người. Ai làm chủ được khí thì nét mặt và dáng người lúc nào cũng tươi tỉnh, thanh nhàn, bình yên. Người không nén được khí để cơn giận bốc lên thì mặt đỏ gấc, tóc dựng đứng cả lên, còn mắt thì long lên sòng sọc; cả thân thể trông giống như một bình ga sắp nổ bùng.

Trong tiếng Việt, chúng ta cũng có thể nhận ra những quan niệm tương tự. Yêu, thương, hay hờn, giận, chúng ta đều để bụng, tức là, nói cách khác, xem cái bụng như một kho chứa. Khi sự giận dữ lên đến cực điểm, nó có thể làm cho cái kho chứa ấy căng lên, nứt ra, do đó, chúng ta hay có những cách nói như: "giận tràn hông", "giận cành hông", "giận ứ gan", "giận tím mật", "giận bể bụng". Có khi cảm giác giận dữ trào lên trên, tạo ra những cách nói như: "tức lòi họng", "tức hộc gạch", "tức hộc máu", "tức ói máu", "tức trào máu" hay "tức trào máu họng".

Nhưng hay nhất là chữ "tức mình". Các cuốn từ điển tiếng Việt đều giải thích chữ "tức" là ở trạng thái có vật chứa đựng bên trong bị dồn nén quá chặt đến mức gần như không thể chịu đựng nổi. Chẳng hạn, chúng ta hay nói: "tức nước vỡ bờ"; "ăn no quá bụng tức anh ách"; "tức lòng súng, súng nổ/đau lòng gỗ, gỗ kêu vang"... Chữ "tức mình" cũng tương tự. Mình là thân thể. Tức mình là cảm giác giận dữ, giống như một luồng khí bị nén chặt, làm cho cả cơ thể như căng ra, tưởng như có thể nổ bùng, tạo cảm giác rất khó chịu. Cảm giác khó chịu ấy cụ thể đến độ người ta có thể ví von, "tức như bị bò đá" hay "tức muốn lòi con ngươi".

Bên cạnh những điểm trùng hợp như thế, ngôn ngữ nào cũng có vô số những đặc thù riêng. Chỉ lẩm nhẩm những từ chỉ các bộ phận trên khuôn mặt, tôi đã nhận ra ngay một số điều thú vị:

Thứ nhất, như một số người đã để cập,[3] số lượng từ bắt đầu bằng phụ âm M khá nhiều: mặt, mắt, mày, mi, mí, mũi, miệng, mồm, môi, mép, má, màng (tang)... Hình như trên khuôn mặt, trong các bộ phận chính và nổi bên ngoài, chỉ có chữ trán, cằm và râu là không bắt đầu bằng phụ âm M.[4] Tại sao có hiện tượng lạ lùng như thế? Nó có quan hệ gì đến hiện tượng hầu hết các từ chỉ mẹ đều bắt đầu bằng phụ âm M: mẹ, má, me, mợ, mẫu, mère, maman, mother, mom, momma, mommy, mum, mummy, mutter, majka, madre, moder, máthair, mataji, v.v...? Có lẽ có. Lý do được nhiều người nêu ra: Trong các phụ âm, phụ âm M là dễ nói nhất. Chỉ cần mở miệng khi luồng hơi từ trong cổ bật ra là chúng ta có ngay phụ âm M. Nó khác với việc phát âm các phụ âm khác, như B, C (K), D, Đ, G, K, KH, L, N, NG..., những phụ âm đòi hỏi chúng ta phải dùng môi hoặc răng hoặc lưỡi để chận luồng hơi lại, đâu đó. Có lẽ chính vì dễ phát âm như thế cho nên loài người đã có khuynh hướng gọi ngay cái người sinh đẻ ra mình, chăm sóc và âu yếm mình bằng một chữ bắt đầu bằng M. Và, có thể đoán, chính người mẹ ấy, khi dạy chúng ta nói năng, cũng đã dạy ta cách gọi tên những từ ngữ dễ nhất và những sự vật gần gũi và quen thuộc nhất. Chúng ta hãy nhớ lại xem, thuở còn nhỏ, những bài học đầu tiên về ngôn ngữ của chúng ta là gì? Hầu như ở mọi người, những bài học ấy khá

---

[3] Ví dụ, trong cuốn *Tiếng Việt tuyệt vời: âm M trong tiếng Việt* của Nguyễn Cung Thông do tác giả tự xuất bản tại Melbourne vào năm 1998.

[4] Trong khi đó, các bộ phận phía trên và bên ngoài mặt lại bắt đầu bằng chữ T: tóc, trán và tai. Hai bộ phận nằm ngay phía dưới khuôn mặt lại bắt đầu bằng chữ C: cằm và cổ.

giống nhau. Đầu tiên là mẹ hay là ba/cha. Sau đó là các bộ phận trên khuôn mặt. Mẹ sẽ chỉ cho ta con mắt và dạy: mắt; chỉ lỗ mũi và dạy: mũi. Cứ thế, chúng ta mở rộng dần kho từ vựng của mình bắt đầu từ những từ chỉ các bộ phận trên khuôn mặt. Có phải các bà mẹ Việt Nam, bằng trực giác nhạy bén của mình, đã khám phá ra sự dễ dàng trong việc phát âm của phụ âm M, do đó, ngay từ thuở xa xưa, đã bắt đầu các tên gọi chỉ các bộ phận trên khuôn mặt bằng cái phụ âm dễ nhất đó? Nhờ thế, ngày nay chúng ta có những mặt, những mắt, mày, mi, mí, mũi, miệng, mồm, mép, môi, má và màng tang. Tất cả đều bắt đầu bằng phụ âm M. Có lẽ thế.[5]

Thứ hai, chúng ta cũng cần lưu ý là số lượng động từ liên quan đến con mắt khá nhiều: nhìn, ngó, ngắm, nhắm, trông, thấy, rình, xem, coi. Chưa hết. Còn nom, dòm, nhòm. Rồi lườm, gườm. Cũng chưa hết. Với con mắt, chúng ta còn trợn, còn lừ,[6] trừng, còn háy, còn nháy, còn nheo, còn nguýt, còn quắc, còn liếc xéo, liếc dọc, liếc ngang, rồi đưa mắt, ghé mắt, híp mắt, quáng mắt, hoa mắt, loá mắt, v.v... Chúng ta thử so sánh với những động từ liên quan đến lỗ tai, lỗ mũi hay ngay cả cái miệng, chúng ta có thể thấy ngay sự giàu có bất thường trong các động tác liên quan đến con mắt. Ngẫu nhiên chăng? Chắc không phải. Không chừng nó lại liên quan đến nền văn hoá "liếc mắt" của chúng ta.

Năm 1979, sau gần bốn năm định cư tại Mỹ, quan sát cách thức giao thiệp giữa thanh niên nam nữ người Mỹ, nhà văn Võ Phiến

---

[5] Xin lưu ý: Đây chỉ là một giả thuyết.

[6] "Lừ" giống như lườm, nhìn một cách giận dữ.

chợt nhận ra tầm quan trọng đặc biệt của đôi mắt trong đời sống tình cảm của người Việt: phương thức bộc lộ tình cảm chủ yếu của chúng ta là qua đôi mắt. Trong thơ văn, hình ảnh đôi mắt xuất hiện khá nhiều. Gã thanh niên mới lớn trong thơ Huy Cận ngày xưa bắt đầu bước vào thế giới tình yêu bằng... đôi mắt: "Đứng ngẩn trông vời áo tiểu thư". Mấy chục năm sau, đứa học trò trong thơ Nguyên Sa cũng không khác mấy: "Chân díu bước và mắt nhìn vương vướng/Nàng đến gần, tôi chỉ dám quay đi." Thuộc thế hệ cố, tổ của gã thanh niên và đứa học trò ấy, Thuý Kiều và Kim Trọng cũng từng "đầu mày cuối mắt càng nồng tấm yêu"; Thuý Kiều và Từ Hải cũng từng "hai bên cùng liếc hai lòng cùng ưa"; hai người tình già trong thơ Phan Khôi cũng từng "liếc đưa nhau đi rồi, con mắt còn có đuôi." Những cái liếc mắt như thế rõ ràng đã có một lịch sử lâu đời trong nền văn học và văn hoá của chúng ta. Võ Phiến đẩy nhận xét của ông đi sâu hơn, cho liếc là "vuốt và hôn bằng thị giác." Nó không phải là biểu thị của tình yêu mà là chính tình yêu.[7]

Vượt ra ngoài quan hệ nam nữ, chúng ta cũng có thể xem đôi mắt và cả nụ cười nữa - cái nụ cười từng bị Nguyễn Văn Vĩnh lên án gắt gao trong mấy thập niên đầu tiên của thế kỷ 20, là những thứ ngôn ngữ quen thuộc của người Việt Nam. Có thể nói trong văn hoá Việt Nam, nghệ thuật ngôn ngữ đóng một vai trò chính yếu; nhưng trong nghệ thuật ngôn ngữ của người Việt Nam, phần quan trọng nhất lại nằm ở ngoài... lời, trong đó, một phần đáng kể thuộc về thứ chúng ta gọi là ngôn ngữ thân thể (body language).

---

[7] Võ Phiến (1979), *Lại Thư Gửi Bạn*, California: Người Việt, tr. 37-44.

Thật ra, ở đâu cũng có ngôn ngữ thân thể, tuy nhiên, ở phần lớn các quốc gia khác, ngôn ngữ thân thể chỉ là phần bổ sung, điểm xuyết vào ngôn ngữ bằng lời (verbal language): người ta vừa nheo mắt vừa nói; vừa cười vừa cám ơn. Còn với người Việt Nam cũng như một số nước Á châu khác, ngôn ngữ thân thể có khi tồn tại một cách độc lập: Chúng ta thường dùng nụ cười hay cái liếc mắt để thay cho một lời chào, một tiếng cám ơn hay một câu xin lỗi. Từ cách nhìn của người Tây phương, chúng ta có thể xem cách ứng xử như thế là bất lịch sự. Tuy nhiên, dù sao, đó cũng là một nét văn hoá. Gốc rễ sâu xa không chừng là từ kinh nghiệm bị lệ thuộc cả hàng ngàn năm của người Việt: để giảm thiểu nguy cơ bị tai hoạ, người ta phải giảm thiểu tối đa việc sử dụng ngôn ngữ: "lời nói đọi máu".

Thứ ba, liên quan đến các từ chỉ các bộ phận trên cơ thể, từ lâu, nhiều nhà nghiên cứu đã nhận ra đặc điểm này: nhìn chung, các bộ phận bên ngoài phần lớn đều là từ thuần Việt:[8] tóc, tai, trán, miệng, cằm, vai, ngực, ức, bụng, v.v...; trong khi đó, các bộ phận bên trong lại thường là các từ Hán Việt: tuỷ, não, tâm, can, mật, tiểu trường, đại trường, v.v...[9]

Nói chung là thế. Tuy nhiên, ở từng vùng cụ thể, sự phân bố cũng như tỉ lệ và chức năng giữa hai lớp từ vựng ấy khác hẳn nhau.

---

[8] Không có ý định đi sâu vào khía cạnh từ nguyên học, trong bài viết này, tôi tạm xem là từ thuần Việt cả những từ gốc Nam Á.

[9] Trong cuốn sách, chữ viết tắt của "vân vân" chỉ được viết với một dấu chấm: v.v.; chỉ khi nó đứng cuối câu mới có hai chấm: v.v... (chấm sau là dấu chấm câu).

Ví dụ ở vùng mặt, không khó để nhận ra, thứ nhất, số lượng từ Hán Việt tương đối ít; thứ hai, phần lớn gắn liền với khoa tướng số: thái dương, lưỡng quyền và nhân trung. Tả khuôn mặt một cô gái đang yêu, chúng ta dùng chữ "gò má": "gò má đỏ au..."; nhưng khi muốn nhấn mạnh đến tính khí hay số mệnh của cô gái ấy, chúng ta lại dùng chữ "lưỡng quyền", chủ yếu tập trung vào một đặc điểm chính: cao hay thấp.

Ở tứ chi cũng thế. Từ Hán Việt chỉ xuất hiện với khoa tướng số: gò Mộc Tinh, gò Thổ Tinh, gò Thái Dương... rồi Tâm đạo, Sinh đạo, Trí đạo, v.v... Còn lại, toàn bộ đều là các từ thuần Việt. Này nhé: vai, nách, cánh tay, bắp tay, khuỷu tay, cùi chỏ, cẳng tay, cổ tay, cườm tay, nắm tay, bàn tay, mu bàn tay, lòng bàn tay, chỉ tay, ngón tay, đốt ngón tay, lóng tay, móng tay, phao tay, dấu tay, v.v... Dưới chân thì: cẳng, giò, đùi, vế, đầu gối, khoèo,[10] ống quyển, bụng chân, cổ chân, bàn chân, gót chân, lòng bàn chân, gan bàn chân, ngón chân, v.v... Không có từ Hán Việt nào cả.[11]

Ở phần ngực, ngược lại, hầu hết các từ bên trong lại là từ Hán Việt: tim (tâm), phổi (phế), mạch, động mạch, tĩnh mạch, tâm thất, tâm bì, v.v... Tất cả các thuật ngữ gốc Hán Việt này đều gắn liền với khoa giải phẫu học. Điều này chứng tỏ có lẽ khi tiếp xúc với người Trung Hoa, ngành giải phẫu học và cùng với nó, trình độ khoa học của người Việt Nam tương đối thấp. Vì thấp hơn nên chúng ta chưa có tên gọi các bộ phận bên trong lồng ngực của con người. Và vì chưa

---

[10] Vùng phía sau đầu gối.

[11] Thật ra cũng có một số từ Hán Việt nhưng hầu như chỉ xuất hiện trong các truyện kiếm hiệp: "hổ khẩu" (nằm giữa ngón cái và ngón tay trỏ).

có cho nên chúng ta mới phải vay mượn từ chữ Hán. Điều này không những đúng đối với phần ngực mà còn đúng cả với hầu hết các bộ phận khác trong cơ thể. Sọ là từ thuần Việt nhưng cái phía bên trong sọ là tuỷ thì lại là từ Hán Việt. Da là từ thuần Việt nhưng gân, do chữ cân mà ra, lại là từ Hán Việt. Thịt là từ thuần Việt nhưng bộ phận nhỏ của thịt là cơ, cơ bắp thì lại là từ Hán Việt.

Ở vùng hạ bộ hay âm bộ, tức bộ phận sinh dục, ngược lại, vừa có tên gọi bằng chữ thuần Việt vừa có tên gọi bằng chữ Hán Việt.[12] Trong phần lớn các trường hợp, đặc biệt hai từ chính chỉ bộ phận sinh dục của nam và nữ, người ta có khuynh hướng dùng từ Hán Việt: những chữ như dương vật, ngọc hành, và âm hộ đều có âm hưởng thanh tao hơn chữ cu, cặc, buổi, lồn,[13] đồ[14] và đách.[15] Nguyên tắc lựa chọn ở đây chủ yếu là nguyên tắc "đạo đức" hoặc ít nhất, lịch sự: tránh cảm giác sỗ sàng, thô tục, thậm chí, thô bỉ. Tuy nhiên, nguyên tắc này chỉ giới hạn trong vài từ chính mà thôi. Trên thực tế, chữ "cửa mình" hay "dạ con" không hề gợi cảm giác tục tĩu

---

[12] Hình như các từ "tinh dịch" hay "tinh trùng"... đều không có từ thuần Việt tương đương.

[13] Bài viết này bàn chuyện ngôn ngữ, do đó, tôi tự cho phép mình, như những người làm từ điển, viết thẳng một số chữ bị xem là tục, thay vì chỉ viết tắt chữ đầu, ví dụ: c., b. hay l. (Tôi đoán, không ít người, nhất là những người miền Nam, chưa chắc đã biết chữ "b." là dạng viết tắt của chữ gì; chưa chắc đã nhớ câu ca dao: "Chồng người đi ngược về xuôi/Chồng em ngồi bếp để buổi ăn tro".)

[14] "Đồ" nghĩa là âm hộ, sau này ít dùng. Câu đối: "Miệng nhà quan có gan có thép/Đồ kẻ khó vừa nhọ vừa thâm". Tục ngữ: "Mẹ để đồ thì mát/Con để đồ vừa phát vừa đánh".

[15] "Đách" hay còn gọi là "đếch" vốn là từ chỉ âm hộ của phụ nữ, sau, biến nghĩa thành từ phủ định: "Đếch sợ" hay "sợ cái đách".

hơn chữ "âm đạo"¹⁶ hay "tử cung". ¹⁷ Trong cả văn viết lẫn văn nói, trừ một số trường hợp thật tế nhị, người ta thường dùng "hòn dái" thay cho "tinh hoàn" hay "âm hành", "đì" hay "bìu dái" thay cho "âm nang" hay "hạ nang", "hột le", "mồng đóc" hay "ghe"¹⁸ thay cho "âm hạch" hay "âm vật", v.v... Hơn nữa, hình như người Việt Nam thường ở trong trạng thái phân vân: họ vừa muốn tránh cảm giác thô tục trong từ thuần Việt lại vừa muốn tránh cảm giác quá nghiêm túc trong từ Hán Việt bằng cách sử dụng các tiếng lóng: lô,¹⁹ bòi, chim, bướm, hĩm, húm, lá đa, cái "tỉnh tình tinh",²⁰ củ từ, thằng nhỏ, của quý, đồ nghề, v.v... Có điều, những sự phân vân như thế thường chỉ xuất hiện trong giới có học. Riêng giới lao động thì thường sử dụng các từ thuần Việt một cách thoải mái hơn, do đó, chúng ta có các từ ghép để chỉ một số vật thể hoặc vật dụng quen thuộc như: cặc bần (rễ cây bần, thường đâm ngược lên khỏi mặt đất), cặc khỉ (cốm thèo lèo làm bằng bột chiên trong dầu), cặc vịt (vật dùng khui rượu, "corkscrew"), cặc bò (thứ roi làm bằng dương vật bò phơi khô), lồn mèo (cái đầu hồi, nơi hai mái nhà giáp

---

¹⁶ Thật ra, tương đương với chữ "cửa mình" là "âm hộ"; còn từ thuần Việt tương đương với từ "âm đạo" là gì, thú thực, tôi cũng không biết.

¹⁷ Tiếng Việt gọi là "dạ con", ngày xưa, còn có chữ "bọc chửa" để chỉ tử cung.

¹⁸ Trong *Từ Điển Từ vàngữ Việt Nam* (nxb Thành phố HCM, 2000), Nguyễn Lân giải thích: "Ghe có tên chữ là âm hạch". Tôi hỏi một số bạn bè gốc miền Nam và miền Trung, không ai biết từ "ghe" này; ngược lại, từ "mồng đóc" lại không thấy xuất hiện trong các cuốn từ điển miền Bắc.

¹⁹ Từ điển Lê Văn Đức và Lê Ngọc Trụ giải thích chữ "lô" là " bòi, dương vật: Con lô". Chữ này cũng đã có trong từ điển Alexandre de Rhodes.

²⁰ Như trong câu ca dao "Người xinh cái bóng cũng xinh/Người giòn cái tỉnh tình tinh cũng giòn".

nhau), lồn trâu (cổ áo bà ba rộng mà thon), lồn xa (miếng gỗ xẻ một đầu dùng làm nơi gác con quay kéo vải), lồn lá tre (thứ lồn xa hẹp bề ngang), lồn lá vông (thứ lồn xa hình bầu), v.v...[21]

Nếu ở vùng ngực, hầu hết các bộ phận bên trong đều là từ Hán Việt và nếu ở vùng hạ bộ và âm bộ, hầu hết các bộ phận đều có tên gọi vừa bằng chữ thuần Việt vừa bằng chữ Hán Việt thì trong vùng bụng, số lượng các bộ phận có tên gọi thuần Việt và các bộ phận có tên gọi Hán Việt xem như ngang bằng nhau. Thuần Việt thì có ruột, cật, bầu dục, ruột già, ruột non, lá lách, lá mía, bong bóng, dạ con, bọng đái, v.v... Hán Việt thì có thận, mật, gan, trường (hay tràng), tì, tuỵ, bàng quang, v.v... Giữa hai lớp từ thuần Việt và từ Hán Việt trong vùng bụng, lớp từ thuần Việt rõ ràng là có mức độ phổ biến cao hơn hẳn. Trừ các từ *mật* và *gan* không có từ tiếng Việt tương đương để thay thế, hầu hết các từ khác đều có từ tiếng Việt tương đương và trong những trường hợp ấy, từ thuần Việt bao giờ cũng thông dụng hơn.[22] Chẳng hạn giữa chữ *ruột* và chữ *trường*. Trong ngôn ngữ hằng ngày, người Việt vẫn thường dùng và thích dùng chữ *ruột* hơn là chữ *trường*. Ngay chữ *đoạn trường*,

---

[21] Các chữ này đều có trong *Việt Nam Tự Điển* của Lê Văn Đức và Lê Ngọc Trụ, nhưng phần lớn lại không có trong *Từ Điển Tiếng Việt* xuất bản ở Hà Nội trước cũng như sau năm 1975, như của Văn Tân, Hoàng Phê hay Nguyễn Lân. Thử tưởng tượng cảnh Thúy Kiều ơi ới gọi Kim Trọng: "Anh ơi, cái lồn lá tre của em đâu rồi hả, anh?" Và Kim Trọng đáp: "Anh để dưới cái áo lồn trâu của em đó!"

[22] Dù chưa chắc đã chính xác hơn. Ví dụ, liên quan đến ruột, trong tiếng Việt chỉ có hai chữ chính: ruột non và ruột già (có thể kể thêm chữ ruột thừa, nếu muốn), trong khi trong từ Hán Việt, sự phân chia chi li hơn: tiểu trường, đại trường, trực tràng và tá tràng.

vốn gắn liền với *Đoạn trường tân thanh* của Nguyễn Du, gần đây cũng có khuynh hướng bị chữ *đứt ruột* thay thế. Khi nói một nỗi đau đứt ruột hay một tiếng kêu đứt ruột, chúng ta có cảm giác là đỡ sáo cũ hơn là nói một nỗi đau đoạn trường hoặc một tiếng kêu đoạn trường. Chữ *trường*, khi đứng một mình, chỉ xuất hiện trong các món ăn, chủ yếu là món nhậu, như dồi trường, chẳng hạn. Riêng chữ *thận*, gốc chữ Hán, chỉ phổ biến khi nói về thân thể con người từ khía cạnh y học; vượt ra ngoài khía cạnh y học, người ta hay dùng chữ *quả cật* thuần Việt: "no cơm ấm cật" hay "chung lưng đấu cật". Khi nói về loài vật, chữ *thận* ấy hầu như hoàn toàn bị lép vế trước chữ *quả cật* và một chữ thuần Việt khác: *quả bầu dục*.

Nếu ưu thế áp đảo của lớp từ Hán Việt ở vùng ngực tiết lộ về trình độ giải phẫu học và khoa học của người Việt và nếu việc thịnh hành của lớp từ Hán Việt ở vùng hạ bộ cho thấy ý thức luân lý của người Việt thì mức độ phổ biến của lớp từ thuần Việt ở vùng bụng lại mang nhiều ý nghĩa về văn hoá. Nói một cách tóm tắt, trong văn hoá Việt Nam, vùng bụng có một tầm quan trọng rất đặc biệt.

Tầm quan trọng ấy có thể được nhìn thấy rõ nhất ở cách dùng các ẩn dụ. Nếu trong tiếng Anh hay trong chữ Hán, chữ trái tim, chữ *heart* hay chữ *tâm* 心 được mở rộng thành một cái gì chính, nằm giữa, như chữ *heartland* là khu vực chính, nằm giữa và quan trọng nhất trong một vùng nào đó, được dịch ra chữ Hán là khu trung tâm, thì trong tiếng Việt, để biểu thị một ý niệm tương tự, người ta lại dùng chữ *lòng* hay *lỗ rốn*, một bộ phận của bụng. Phần giữa bàn tay: lòng bàn tay; phần giữa căn nhà: lòng căn; phần giữa cái chảo: lòng chảo; phần giữa dòng sông: lòng sông, v.v... Ngoài ra, chúng ta hay có những cách nói như cái rốn của thành phố, cái rốn của một nước, và rộng hơn nữa, cái rốn của vũ trụ.

Cũng liên quan đến khía cạnh ẩn dụ, chúng ta biết trong phần lớn các ngôn ngữ khác, từ tiếng Hoa đến tiếng Anh, tiếng Pháp, tiếng Nga, v.v..., người ta đều dùng hình ảnh trái tim để làm biểu tượng cho tâm hồn, cho tư tưởng và cho tình cảm. Tình yêu ở trong trái tim; niềm vui và nỗi buồn cũng ở cả trong trái tim. Sự chung thuỷ người ta để trong tim, tất cả những bí mật cũng đều được chôn kín trong trái tim. Trong tiếng Việt thì ngược lại. Với chúng ta, trung tâm của tư tưởng và tình cảm là phần bụng, bao gồm bụng và bộ phận chính trong bụng là lòng. Lòng, nguyên là từ gốc Mường, có nghĩa là ruột. Dạ cũng là ruột. Do đó, bốn chữ *bụng, lòng, dạ* và *ruột* xem như đồng nghĩa với nhau. Người khác nghĩ thầm trong đầu, chúng ta thì nghĩ thầm trong bụng. Trong các ngôn ngữ khác, một người thông minh là một kẻ có đầu óc nhạy bén, còn trong tiếng Việt, đó là một kẻ *sáng dạ*. Tình yêu cũng như vui buồn hờn giận người khác giấu trong trái tim, còn chúng ta thì để bụng. Yêu nhau, chúng ta nói là "phải lòng nhau". Giận nhau, chúng ta nói là "mất lòng nhau". Một người tốt, trong tiếng Anh là kẻ có trái tim tốt, *a kindhearted person*, trong tiếng Việt, là kẻ *tốt bụng*. Nhớ cái gì, đối với người nói tiếng Anh, là ấn sâu cái đó vào trong tim, là *learn by heart*, đối với người Trung Hoa, là làm cho nhập tâm, nhập vào trái tim, còn đối với người Việt Nam, là nhồi vào trong bụng, là *nhớ thuộc lòng*. Chính vì thế, khi đi thi, để kiểm tra lại kiến thức của mình, Tú Xương đã không sờ vào trong đầu hay sờ vào trái tim mà là sờ vào bụng: "Tiền chân cô mất ba đồng lẻ/Sờ bụng thấy không một chữ gì." Cuối cùng, thi hỏng; thay vì than như người nói tiếng Anh là "tan nát cả trái tim", là *heart-broken*, Tú Xương lại thấy đau trong bụng: "Bụng buồn còn biết nói năng chi/Đệ nhất buồn là cái hỏng thi."

Ưu thế của chữ *bụng* và chữ *lòng* so với chữ *tâm* hay trái tim thể hiện rõ nhất có lẽ trong cuốn *Truyện Kiều* của Nguyễn Du. Một chủ đề quan trọng của cuốn truyện thơ lỗi lạc ấy là nhằm đề cao cái tâm, đề cao tấm lòng của con người. Thế nhưng trong 3254 câu thơ của *Truyện Kiều*, chữ *tâm* lại xuất hiện một cách hoạ hoằn. Chỉ có hai lần, trong hai câu thơ khác nhau. Một lần là "chữ tâm càng dập càng nồng" và một lần khác là "chữ tâm kia mới bằng ba chữ tài". Là hết. Trong khi đó thì Nguyễn Du dùng chữ *dạ* đến sáu lần, từ "Tình càng thấm thía, dạ càng ngẩn ngơ" đến "Mấy lời ký chú đinh ninh/Ghi lòng để dạ, cất mình ra đi." Ngay câu nói phân bua về việc ghen tuông của Hoạn Thư, "Rằng tôi chút phận đàn bà" cũng có một số bản ghi là "Rằng tôi chút dạ đàn bà". Ngoài chữ *dạ*, trong *Truyện Kiều* còn có mười hai chữ *ruột* được dùng để chỉ tính tình và cảm xúc, chẳng hạn, "Tai nghe ruột rối bời bời" hay "Tơ tình đứt ruột, lửa phiền cháy gan". Nhưng trong *Truyện Kiều*, xuất hiện nhiều nhất là chữ *lòng*. Nó xuất hiện đến 165 lần khác nhau. Nào là "Những điều trông thấy mà đau đớn lòng", nào là "lòng đâu sẵn mối thương tâm", nào là "Đã lòng hiển hiện cho xem/Tạ lòng, nàng lại nối thêm vài lời", v.v...[23]

*

[23] Các con số thống kê này lấy từ cuốn *Từ điển Truyện Kiều* do Đào Duy Anh biên soạn, Phan Ngọc hiệu đính (1987), Hà Nội: nhà xuất bản Khoa học Xã hội.

Số lượng các từ chỉ các bộ phận trên cơ thể đã nhiều, người Việt Nam lại ghép các từ ấy lại để thành các từ mới: đã có *bụng, ruột, lòng, dạ* và *gan*, chúng ta lại có các từ ghép: *bụng dạ, lòng dạ, ruột gan*; đã có *mặt, mũi* và *mày*, chúng ta lại có các từ ghép: *mặt mày* và *mặt mũi*; đã có *tay* và *chân*, chúng ta lại có *chân tay* và *tay chân*, v.v... Lượng từ vựng chỉ các bộ phận trên cơ thể, do đó, tăng vọt. Và cấu trúc ý nghĩa của chúng cũng khá đa dạng. Có khi từ ghép được hình thành chỉ cốt cho thuận miệng. Nói *tóc tai*, nhưng thật ra, chỉ có "tóc" là quan trọng; còn "tai" chỉ là từ đệm. Có khi chúng hình thành như một sự tổng hợp: *râu ria* là râu và ria nói chung. Nhưng trong phần lớn các trường hợp, ý nghĩa của các từ ghép đều vượt ra ngoài và vượt lên trên ý nghĩa của hai từ tố gốc. *Chân tay* là chân và tay nói chung, nhưng *chân tay* và *tay chân* thì không phải chỉ có tay và chân mà còn có... người: những kẻ thuộc hạ để sai khiến. Cũng vậy, *tai mắt* là thuộc hạ, nhưng chỉ giới hạn trong công tác rình rập, theo dõi, góp nhặt tin tức. *Vai vế* thành ra địa vị; *máu mặt* thành ra thế lực: có thể có những người tuy không có *vai vế* gì trong chính quyền nhưng lại là người có *máu mặt* trong địa phương. Ngoài mối quan hệ gần xa với nghĩa gốc (bụng/ruột/gan), cả ba chữ *bụng dạ, lòng dạ* và *ruột gan* đều có những hướng phát triển riêng: trong khi chữ *lòng dạ* thiên về tính tình, thường mang chút màu sắc tiêu cực ("lòng dạ con người" hay "lòng dạ đàn bà"); chữ *bụng dạ* thiên về nhận thức ("Bận làm việc túi bụi, còn bụng dạ nào mà nói chuyện thơ văn!"); còn *ruột gan* thì lại thiên hẳn về khía cạnh tình cảm. Tâm tình tương đắc với nhau, người ta không phơi bày *lòng dạ* hay *bụng dạ* mà là phơi bày *ruột gan* cho nhau xem. Nói đến *ruột gan* là nói đến những gì sâu kín nhất, tha thiết nhất, chân thành nhất.

Mặt mày và *mặt mũi* đều có nghĩa là diện mạo; nhưng khác với *mặt mày*, chữ *mặt mũi* còn có nghĩa là thể diện, đặc biệt thường được dùng khi thể diện đã bị sứt mẻ khá nhiều và người ta không muốn nó bị tiêu huỷ hoàn toàn: "Sau khi bị án tù bị tội ăn trộm gà, ông ấy không còn mặt mũi nào mà về làng nữa."

Cũng có yếu tố "máu" nhưng *máu thịt* lại khác với *máu mủ* hay *ruột thịt*. *Máu thịt* có ý nghĩa vừa hẹp hơn lại vừa rộng hơn các chữ kia. Hẹp hơn bởi vì nếu chỉ quan hệ thân tộc thì *máu mủ* và *ruột thịt* có thể chỉ cả quan hệ hàng ngang, giữa anh em, và rộng hơn, giữa họ hàng với nhau. Còn *máu thịt* thì chỉ giới hạn trong phạm vi hàng dọc, chỉ quan hệ giữa cha mẹ và con cái, với ý nghĩa xem con cái như là chính máu thịt của cha mẹ. Chữ *máu thịt* không mở rộng tới quan hệ họ hàng. Tuy nhiên, ở khía cạnh khác, chữ *máu thịt* lại có ý nghĩa rất rộng, không chỉ giới hạn trong quan hệ giữa người với người. Quan hệ *máu thịt* là thứ quan hệ gắn bó đến mức cực kỳ sâu sắc, không dễ gì phai nhạt được. Chúng ta có thể nói đến quan hệ *máu thịt* giữa mình với quê hương, với tiếng mẹ đẻ, hay với các tác phẩm do mình nắn nót viết ra.

Cả ba chữ *miệng lưỡi*, *mồm miệng* và *mồm mép* đều chỉ khả năng ăn nói, nhưng có lẽ chỉ có chữ *miệng lưỡi* là có ý nghĩa hoàn toàn tích cực: người *miệng lưỡi* là người vừa có tài diễn đạt vừa có khiếu biện luận. Đó là kẻ không dễ gì bị lấn áp. Trong khi đó, hai chữ *mồm miệng* hay *mồm mép* hầu như chỉ tập trung vào khả năng ăn nói chứ không liên hệ gì đến khả năng biện luận. Người *mồm miệng* hay *mồm mép* có thể chỉ là người đa ngôn, người lém lỉnh chứ chưa chắc đã là người lý sự, thông minh hay uyên bác. Bởi vậy, chúng thường gắn liền với ý chê bai.

Gốc rễ của phần lớn các khác biệt giữa các chữ ngỡ như đồng nghĩa vừa nêu chủ yếu nằm ngay trong sắc thái ngữ nghĩa của các từ tố gốc. Đã đành *mồm* cũng là *miệng*, nhưng người Việt Nam nào lại chả biết sắc thái biểu cảm của chữ *mồm* thường nghiêng về khía cạnh tiêu cực. Khen người yêu, người ta chỉ có thể nói: "Miệng em đẹp" chứ không ai lại nói: "Mồm em đẹp". Không chừng vì *mồm* gần với *mõm* nên âm hao có phần kém thanh tao. Chửi nhau, để cho nặng lời, người ta không dùng chữ *miệng* mà dùng chữ *mồm*: cách nói "Vả vào mồm" bao giờ cũng dữ dằn hơn cách nói "Vả vào miệng". Muốn cho dữ dằn hơn nữa, người ta thế chữ *mồm* bằng chữ *mõm* hay chữ *mỏ*: "Đánh cho dập mõm", "đánh cho phù mỏ" hay "đánh cho bể mồm..." là những cách nói rất thường nghe trong các cuộc đấu khẩu ở Việt Nam.

Như vậy, trước và trong quá trình chuyển nghĩa của các từ ghép, từng từ tố chỉ các bộ phận trên cơ thể cũng được chuyển nghĩa. Nhờ sự chuyển nghĩa này, các từ chỉ các bộ phận trên cơ thể trở thành những từ có sức "sinh sản" rất cao: từ thân thể con người, chúng được dùng để chỉ nhiều sự vật, hiện tượng hay đặc điểm khác nhau trong xã hội. Trong sự chuyển nghĩa ấy, thân thể con người tự nhiên trở thành trung tâm, thành trục quy chiếu để từ đó người ta định danh những sự vật khác hay những mối quan hệ giữa người và người, giữa người và vật. Mũi con người có hình thù khá nhọn và là phần nhô ra phía trước ư? Vậy thì, những gì có đầu nhọn và nhô ra sẽ được gọi là "mũi", từ đó, chúng ta không những có mũi dao, mũi kéo... mà còn có mũi thuyền, thậm chí, mũi Cà

Mau và mũi tiến quân, v.v... Đầu con người có hình khối cầu, ở trên cùng, có chức năng suy nghĩ và điều khiển toàn thân thể ư? Vậy thì, chúng ta có, từ sự tương đồng về hình dạng: đầu gối, đầu đạn, đầu đập...; từ sự tương đồng về vị trí: đầu núi, đầu hồi, đầu xứ, đầu danh sách...; từ sự tương đồng về chức năng: đầu mục, đầu nậu, đầu sỏ, đầu têu, đầu trò, rồi đứng đầu, cầm đầu, dẫn đầu, đương đầu, đối đầu, v.v... Cổ cũng thế. Nó thon, nhỏ, nối liền đầu và thân ư? Vậy thì, chúng ta có: cổ chai, cổ lọ, cổ chày... Nó có chức năng giữ cái đầu mà cái đầu được xem là biểu tượng của trí tuệ ư? Vậy thì nó sẽ trở thành biểu tượng của ý chí và quyền lực, từ đó, chúng ta có: cứng cổ, cười cổ, lôi cổ, siết cổ hay một cổ hai tròng, v.v... Tay người có chức năng nắm giữ ư? Vậy thì tay trở thành từ chỉ sở hữu: tay trắng và tay không. Tay có chức năng hành động ư? Vậy thì nó trở thành từ chỉ sự thực hiện: ra tay, xuống tay, khéo tay, hoa tay, mát tay, non tay, nặng tay, nhẹ tay, nhúng tay, tay nghề, tay ngang... Tay là bộ phận phục thuộc ư? Vậy thì chúng ta có: tay chân, tay sai, tay trong hay tay ngoài, v.v...

Ở chữ *mặt*, chúng ta cũng có thể nhận thấy quá trình chuyển nghĩa ở đó con người là một cái trục như thế. Trên thân thể con người, mặt là bộ phận phía trước và bên ngoài, từ đó, nảy sinh ra các chữ: mặt bàn, mặt nước, mặt đất, rồi xa hơn nữa, mặt trăng, mặt trời. Khái niệm "phía trước" và "bên ngoài" gắn liền với không gian, từ đó, dẫn đến khái niệm mặt trước, mặt sau, cuối cùng, được trừu tượng hoá thành một khía cạnh hay một phương diện của vấn đề: mặt tích cực và mặt tiêu cực; mặt tình cảm và mặt pháp lý, v.v... Nhưng *mặt* còn một hướng chuyển nghĩa khác, quan trọng hơn, chỉ tình cảm, tư tưởng, thái độ cũng như danh dự của con người, từ đó, chúng ta có: đẹp mặt và xấu mặt, ê mặt và nể mặt, trở mặt và chừa mặt, nóng mặt và mát mặt, v.v...

Rất gần với chữ *mặt* là chữ *mắt*. Chữ *mặt* và chữ *mắt* có nhiều kết hợp giống nhau nhưng ý nghĩa thì khác hẳn nhau. *Ra mắt* khác với *ra mặt*: cả hai đều hàm ý một sự xuất hiện hay bộc lộ công khai, nhưng trong *ra mặt* có cái gì liên quan đến thái độ: khinh ra mặt, ghét ra mặt, chống đối ra mặt, v.v... *Đẹp mắt* khác với *đẹp mặt*: trong khi *đẹp mắt* giới hạn trong phạm trù thẩm mỹ; *đẹp mặt* gắn liền với phạm trù danh dự. *Nóng mặt* là cảm giác bất bình khi cá nhân bị xúc phạm, trong khi *nóng mắt* là cảm giác bất bình khi chứng kiến một điều gì không vừa ý, dù điều đó không dính líu gì đến quyền lợi cá nhân mình cả.

Ở trên, chúng ta bắt gặp một số từ ghép có cấu trúc ngược, theo kiểu chữ Hán, ở đó từ tố mang ý nghĩa chính đứng sau: *đẹp mắt* thay vì *mắt đẹp*; *nóng mặt* thay vì *mặt nóng*, v.v... Có điều, như nhiều nhà ngôn ngữ học đã nhắc: trong cấu trúc thuận, danh từ có ý nghĩa cụ thể; trong cấu trúc ngược, danh từ trở thành trừu tượng, chỉ một phẩm chất hay một đặc điểm thay vì một vật nào đó. *Mát tay* khác với *tay mát*. *Tay mát* bao giờ cũng có nghĩa cụ thể, chỉ một bàn tay nào đó mát dịu; còn *mát tay* lại chỉ những thầy thuốc giỏi, chữa bệnh mau lành. Tương tự như vậy, chúng ta có các cặp: mặt đẹp/đẹp mặt; bụng xấu/xấu bụng; bụng tốt/tốt bụng; miệng thối/thối miệng; đầu to/to đầu; gan to/to gan; v.v...

Và v.v...

Nhưng... mà thôi. Chuyện ngôn ngữ học biết bao giờ cho xong.

11.2003

Sở và Rờ

Mấy ngày vừa qua, nhân lục lọi tài liệu để tìm hiểu về vai trò của các giác quan trong việc nhận thức cũng như về tính đẳng cấp trong các giác quan dưới nhiều quan điểm triết học và văn hoá khác nhau (ví dụ sự thiên vị rõ rệt đối với thị giác và thính giác, đặc biệt là thị giác, và sự rẻ rúng đối với các giác quan khác, từ vị giác đến khứu giác và xúc giác), tôi tò mò đọc lại các cuốn từ điển tiếng Việt. Và chú ý đến hai chữ quen thuộc: Sờ và rờ.

Dường như hầu hết các cuốn từ điển đều xem "sờ" và "rờ" là một, là hai từ hoàn toàn đồng nghĩa, hơn nữa, còn xem "rờ" chỉ là biến âm mang tính địa phương của "sờ". Cả Nguyễn Văn Ái trong *Từ điển phương ngữ miền Nam*[1] lẫn Nguyễn Như Ý trong *Từ điển đối chiếu từ địa phương*[2] đều nghĩ như vậy. Ở nhiều cuốn từ điển khác, sau chữ "rờ", người ta ghi chú: "phương ngữ" rồi bảo xem chữ "sờ". Chỉ có Lê Văn Đức và Lê Ngọc Trụ là làm ngược lại, sau chữ "sờ", họ ghi: "xem rờ". Có vẻ như với họ, "rờ" là từ chính, còn "sờ"

---

[1] Nhà xuất bản Thành phố Hồ Chí Minh, 1994.

[2] Nhà xuất bản Giáo Dục, 1999.

chỉ là biến âm của chữ "rờ". Không chừng cả Alexandre de Rhodes, trong cuốn *Từ điển Việt-Bồ-La* (1651) và Huỳnh Tịnh Của, trong cuốn *Đại Nam Quốc Âm tự vị* (1895), cũng đồng ý như thế: Trong hai cuốn ấy, chỉ có "rờ" chứ không có "sờ".

Có điều, không phải lúc nào "rờ" và "sờ" cũng thay thế cho nhau được. Chúng ta nói sờ sẫm hay rờ rẫm, nhưng chỉ nói sờ soạng chứ không nói rờ roạng; và cũng chỉ nói rờ rệt chứ không nói sờ sệt. Người miền Trung và miền Nam vừa nói "sờ" vừa nói "rờ"; có cả chữ "rờ rờ" (đưa tay thoa nhè nhẹ đâu đó) vừa có chữ sờ sờ (hiển nhiên, ngay trước mặt).

Theo tôi, hai chữ "rờ" và "sờ" là hai từ tương tự, gần gũi về ngữ âm và ý nghĩa, chứ không phải là hai từ hoàn toàn đồng nghĩa. Trong cảm nhận của tôi, "sờ" là đưa tay chạm vào một vật gì đó trong khi "rờ" không phải chỉ chạm mà còn xoa nhẹ. Bởi vậy, tôi nghĩ là Huỳnh Tịnh Của đúng hơn các nhà từ điển học khác khi định nghĩa "rờ" là "lấy tay mà thăm mà lần". Tức là có sự chuyển động.

Cũng xin lưu ý là phần lớn các cuốn từ điển sau Huỳnh Tịnh Của đều định nghĩa chữ "rờ" hay "sờ" một cách rất ư buồn cười.

Ví dụ Văn Tân và Hoàng Phê đều định nghĩa sờ là "đưa bàn tay lên trên một vật gì để xem vật ấy thế nào". Đưa bàn tay lên trên một vật gì? Ừ, thì được. Nhưng tại sao lại phải thêm "để xem vật ấy thế nào"? Chẳng lẽ sờ hay rờ chỉ có một mục đích duy nhất là để tìm hiểu một cách nghiêm trang và nghiêm chỉnh như thế ư? Một người ngồi buồn, không biết làm gì, lấy tay rờ/sờ râu, chẳng lẽ chỉ để biết râu mình như thế nào ư? Một cặp tình nhân, trong lúc âu yếm, rờ/sờ nhau, cũng chỉ để "nghiên cứu" xem cái vật mình rờ hay sờ ấy như thế nào ư? Trời, nói thế, ai cũng là những nhà nghiên cứu sinh học hết ráo! Theo cách hiểu ấy, chúng ta có thể khẳng định dứt khoát: Lục Vân Tiên, ít nhất là qua câu ca dao quen thuộc ở Nam Bộ, "Vân Tiên ngồi dưới gốc môn/Chờ cho trăng lặn sờ l... Nguyệt Nga/Nguyệt Nga biết ý chẳng la/Vân Tiên thấy vậy sờ ba bốn lần" là một kẻ rất kém thông minh. Người khôn, sờ một lần là biết ngay "nó" thế nào rồi, cần gì phải sờ đến "ba bốn lần" nhỉ?

Chưa hết. Văn Tân còn định nghĩa chữ "sờ mó" như sau: "Đụng không có mục đích vào một vật". Dựa vào định nghĩa ấy, những kẻ bị buộc tội sờ/rờ mó bậy bạ ai đó (ví dụ Lục Vân Tiên ở câu ca dao nêu trên) có thể cãi lại các công tố viên: Họ không làm điều gì sai trái hay đáng bị coi là sách nhiễu tình dục cả. Đó chỉ là một hành vi "không có mục đích". Không có mục đích là không có chủ tâm. Không có chủ tâm là không có tội. Ối giời!

Nhưng định nghĩa của Lê Văn Đức và Lê Ngọc Trụ mới hài hước. Theo hai ông, "rờ" có hai nghĩa. Thứ nhất, là sờ, là dùng tay mó. Ví dụ: "Đêm nằm tơ tưởng tưởng tơ/Chiêm bao thấy bậu, dậy rờ chiếu không". Thứ hai, là "lén nặng, bóp vật kín của đàn bà khi người ta ngủ."

Đọc định nghĩa thứ hai, thú thực, có ba điều tôi không thể nào hiểu được: Một, tại sao chỉ nặng (hay nựng) và bóp vật kín của đàn bà mới được gọi là rờ? Còn ngược lại, khi đối tượng là đàn ông và người thực hiện động tác "nựng" và "bóp" ấy là phụ nữ thì gọi là gì nhỉ? Hai, tại sao lại phải nhất thiết là "vật kín"? Với những vật không kín lắm, như mặt mũi, tay chân hay... nhũ hoa, chẳng hạn, thì không phải là rờ/sờ à? Và ba, tại sao phải đợi đến lúc "người ta ngủ"? Thức, người ta không rờ/sờ nhau sao? Gớm, từ điển với từ điếc!

Tôi không nghi ngờ sự cẩn thận và uyên bác của hai ông Lê Văn Đức và Lê Ngọc Trụ, đặc biệt của ông Lê Ngọc Trụ, về phương diện ngôn ngữ học. Nhưng đọc xong định nghĩa về chữ "rờ" của hai ông, tự nhiên tôi đâm ra phân vân vànghĩ ngợi: chả lẽ cả đời hai ông ấy chưa từng biết sờ hay rờ là gì cả?

Nếu đúng, thật tội nghiệp cho hai ông.

Nhưng nếu sai, lại nảy ra một vấn đề khác: Chả lẽ cái việc ai cũng làm ấy lại khó định nghĩa đến vậy sao?

23.3.2010

Giữa cọp và chó

Viết bài "Tôi học tiếng Việt" xong, tôi mới nhận ra một điều: trong cơ thể con người, bộ phận có nhiều tên gọi nhất chính là bộ phận sinh dục. Các bộ phận khác có nhiều lắm là hai hay ba tên gọi khác nhau, thường là một từ Hán Việt và một từ thuần Việt tương ứng. Riêng bộ phận sinh dục thì không những có cả Hán lẫn Nôm mà trong phần tiếng Nôm cũng có bao nhiêu tên gọi khác nhau. Tổng cộng, không dưới một chục.

Một chục, thật ra, là ít. Trong tiếng Anh, số lượng từ vựng dùng để chỉ bộ phận sinh dục của nam vànữ có lẽ phải lên đến năm, bảy chục. Trong tiếng Nhật, số lượng từ vựng loại này nhiều đến độ, theo Nicholas Bornoff, có người phải biên soạn và xuất bản hẳn một cuốn từ điển riêng: *Genital Glossary*.[1]

Vấn đề là: Tại sao người ta, trong đó có người Việt mình, phải đặt cho bộ phận sinh dục nhiều tên gọi như vậy? Vì muốn tránh những chữ quá tục tĩu ư? Ừ, thì đành vậy. Nhưng muốn tránh thì

---

[1] Nicholas Bornoff (1992), *Pink Samurai: The Pursuit and Politics of Sex in Japan*, London: Grafton, tr. 128.

dễ quá: quên chúng đi; đừng nói đến chúng nữa. Ở đây, rõ ràng là có một nghịch lý: một mặt, người ta ngại; nhưng mặt khác, người ta lại thích. Nên người ta cứ loanh quanh mãi: vừa muốn nói lại vừa muốn che giấu cái điều mình nói. Chữ mới ra đời liên tục là vì vậy. Các biện pháp uyển ngữ được vận dụng liên tục cũng là vì vậy. Cho thanh tao. Có chữ mới rồi, người ta lại không đành bỏ các chữ cũ: mỗi chữ có một sắc độ riêng, một lúc nào đó, sẽ trở thành đắc dụng. Chẳng hạn, lúc chửi nhau, chẳng lẽ lại dùng các tiếng lóng hay các từ Hán Việt ư? Chửi như thế, chẳng bõ hơi. Chửi thành diễu. Lại là diễu dở.

Có thể nói, trong các cuộc đối thoại, người ta nhắc đến bộ phận sinh dục không cùng thái độ với các bộ phận khác. Chữ "đầu" hay chữ "bụng", chữ "tay", chữ "chân", v.v... có thể được sử dụng khi vui cũng như buồn. Chúng không có khả năng làm cho nỗi buồn hay niềm vui ấy tăng lên hay giảm đi. Chúng không đóng góp được gì cho bầu khí quyển cảm xúc bao quanh câu chuyện. Nhưng tên gọi các bộ phận sinh dục thì khác. Trước khi nhắc đến chúng, bất cứ người nào cũng cân nhắc ngay tính tình thế của câu chuyện: nói với ai, trong hoàn cảnh nào và nhắm đến mục đích gì? Cũng nói về một bộ phận trong cơ thể, nhưng khi nói trước đám đông, trong một không khí nghiêm túc, người ta dùng chữ này; trong một không khí nhả nhớt, người ta dùng chữ nọ; khi âu yếm nhau, người ta nói khác và khi chửi bới nhau, người ta lại nói khác. Đặt lên bàn cân, mỗi chữ có độ nặng khác nhau. Thật khác nhau.

Ngoài bộ phận sinh dục, có một giống vật cũng rất được người Việt Nam ưu ái đặt cho nhiều tên gọi khác nhau. Đó là con cọp. Nhớ, trong bài tuỳ bút "Mùa xuân, con én", nhà văn Võ Phiến nêu lên một nhận xét hết sức tinh tế: "Người ta vẫn có một cách chăm sóc các giống vật bằng... từ ngữ." Ông giải thích: "Có chú ý đến mới có nhiều phân biệt, có phân biệt mới cần đặt ra nhiều tiếng gọi." Và ông dẫn chứng: "Được chăm chút thì con heo là con lợn, trong loài có heo nái, heo nọc, heo lứa v.v...; con bò sinh ra con bê, con nghé v.v... Xa cách cuộc sống con người, như công như nai... đâu có được hưởng nhiều từ ngữ đến thế."[2]

Quả là loài heo, bò, gà và chó có phần chiếm ưu thế hơn hẳn các giống vật xa xôi trong rừng sâu và núi hiểm. Thế nhưng, trừ một ngoại lệ: cọp. Heo, đã đành là được phân biệt thành nhiều loại, nhưng từ gốc vẫn chỉ có hai: heo và lợn. Bò cũng chỉ có hai từ tuỳ theo độ tuổi: bò và bê. Trâu cũng thế: trâu và nghé. Riêng cọp, ôi(!), bao nhiêu... cọp: ngoài *cọp*, còn có *hổ, hạm,*[3] *hùm, hầm, khái, kềnh.* Bảy từ đơn. Chưa hết, còn: *chúa sơn lâm, ông Ba Mươi, ông Dần,* hay *ông thầy.* Chỉ nói "ông thầy" thôi, người ta hiểu ngay là cọp.[4]

Tại sao người ta phải gọi cọp bằng nhiều tên khác nhau như vậy? Vì muốn "chăm chút" chúng ư? Chắc là không phải. Đúng hơn, vì sợ. Sợ nên kiêng. Cọp không những hung dữ mà còn khoẻ mạnh và nhanh nhẹn vô cùng, cứ thoắt hiện thoắt biến, rất khó đối phó. Bởi vậy người Việt Nam mới ví cọp như thần, như ma: "thần hổ, ma cọp". Nghe đồn, ngày xưa, lỡ ai giết cọp, phải mang đến trình

[2] Võ Phiến (1986), *Tuỳ bút 1*, California: Văn Nghệ, tr. 73.

[3] Thành ngữ: "Ăn như hạm", "Khỏi hùm phải hạm". "Hạm" là cọp lớn.

[4] Chữ "ông thầy" này có ghi trong *Việt Nam Tự Điển* của Lê Văn Đức và Lê Ngọc Trụ khi giải thích chữ "cọp".

quan huyện; quan huyện sẽ thưởng cho ba mươi quan tiền nhưng lại bắt nằm xuống đất để lính đánh đòn ba mươi roi gọi là phạt "tội giết cọp".[5] Đánh, chỉ là đánh vờ. Để hồn ma của con cọp chết không về báo oán dân làng. Nói cách khác, người ta sợ cọp ngay cả khi nó đã chết rồi.[6] Chính vì thế, không ai dám xúc phạm đến cọp, dù chỉ bằng từ ngữ. Lúc nào cũng gọi cọp bằng "ông" một cách kính cẩn. Ông hổ, ông cọp, ông hùm... Chưa hết. Người ta còn xem những cái tên ấy như là tên huý. Như tên huý của vua của chúa ngày xưa. Gọi là cọp hay hổ, không an tâm; người ta gọi là "hùm". Cũng không an tâm, "hùm" biến thành "hầm".[7] Cũng không an tâm hẳn: bao nhiêu là biệt danh và uyển ngữ tiếp nhau ra đời. Chỉ để gọi một giống vật: cọp.

Nhưng không phải chỉ với cọp. Với chó, người Việt Nam cũng... kiêng.

Nên lưu ý là về chó, vốn từ vựng tiếng Việt rất dồi dào: ngoài chó, còn có khuyển, cẩu, cún và vằn.[8] Không những dồi dào mà còn chi li: chó có nhiều loại khác nhau. Người ta phân biệt chó theo lông: chó mực, chó cò, chó phèn, chó luốc, chó mốc, chó đốm, chó vện, chó vá, chó xù, chó bông, chó mắm trê, chó lài, v.v... Người ta cũng phân biệt chó theo giống: chó tây, chó xi, chó ta, chó cỏ, chó sói,

---

[5] Chính vì thế, cọp cũng được gọi là Ông Ba Mươi. Có thể tìm đọc câu chuyện về "Ông Ba Mươi" này trong các tập truyện cổ tích của Việt Nam.

[6] Người xưa thường gọi ma cọp là "ma trành".

[7] Chữ "hầm" với nghĩa là hùm, cọp được ghi trong phần lớn các cuốn từ điển Tiếng Việt chứ không phải chỉ là một hình thức biến âm nhất thời.

[8] Thơ Nguyễn Trãi: "nhà quen thú thứa ngại nuôi vằn."

chó ngao, v.v... Phân biệt theo chức năng: chó cảnh, chó săn, chó
nghiệp vụ... Sự phân biệt chi li đến độ người ta để ý và đặt tên chó
trong một số thời kỳ nhất định. Ví dụ thời kỳ chúng rượn, chó đực
được gọi là chó tháng bảy;[9] chó cái được gọi là chó hoa vông.[10] Chó
điên có ba tên gọi khác nhau: chó điên, chó dại và chó ngộ (nhớ
thơ Hoàng Cầm, trong bài "Bên kia sông Đuống": "Chó ngộ một
đàn/Lưỡi dài lê sắc máu...)

Dồi dào và chi li như vậy kể cũng chưa hẳn là đặc biệt. Ở Việt
Nam, có một số loài vật khác cũng thu hút một lượng từ vựng dồi
dào và chi li như vậy. Ví dụ: lợn. Đã có lợn lại còn có heo.[11] Lợn thì
có lợn bột, lợn cà, lợn cấn, lợn ỷ, lợn sề, lợn lòi, lợn tháu,... Heo thì
có heo bông, heo cỏ, heo cúi, heo dái (còn gọi là heo hạch), heo
đèo, heo gạo, heo gió, heo lang, heo nái, heo nọc, heo rừng, heo
sữa, heo vá chàm, heo voi, v.v... Gà cũng thế, thật dồi dào và chi li:
gà ác (còn gọi là gà ri), gà ấp, gà cỏ, gà cổ, gà chọi, gà chuối, gà dao,
gà độ, gà gô (còn gọi là đa đa), gà giò, gà hoa, gà hoa mơ, gà kiến,
gà lôi (còn gọi là gà tây), gà mái ghẹ (hay gà mái tơ), gà nòi, gà nổ,
gà ô, gà pha, gà phèn, gà sao, gà tàu, gà tre,[12] gà xước, gà mã lửa, gà
kim tiền, gà quế, gà sống, gà tổ, gà xiêm, v.v... Bò cũng thế, tuy

<hr>

[9] Gọi thế là vì chó hay rượn cái vào tháng bảy.

[10] Gọi thế vì lúc ấy bộ phận sinh dục của chúng đỏ mọng lên như là cái hoa
vông!

[11] Trong tiếng Việt cổ, heo/lợn còn được gọi là "cúi", con cúi.

[12] Theo Vương Hồng Sển, tên gọi đúng của nó là "gà che", do chữ Miên "monn
che", nghĩa là "gà rừng xứ Thổ" (*Phong lưu cũ mới*, nxb Thành phố HCM, 1998,
tr. 115.)

không nhiều bằng: bê, bò dái (còn gọi là bò mộng), bò tơ, bò sữa, bò rừng (còn gọi là bò tót), bò u, bò vá, bò vang, v.v...[13]

Chó, như vậy, chỉ là một trong năm bảy giống vật được gọi tên nhiều nhất. Nhiều hơn trâu, bò, vịt... nhưng chưa chắc đã nhiều hơn gà và heo. Tuy nhiên, đó là chó sống. Còn chó chết thì khác. Heo, bò, trâu, gà, vịt, dê, chim, cá, hay ngay cả cọp, v.v... lúc sống thế nào thì lúc chết thế ấy. Có lẽ chỉ có vài bộ phận của chúng là được đổi tên: máu hay huyết sẽ biến thành tiết; cái đầu sẽ được gọi bằng một từ Nôm khác: cái sỏ hoặc một từ Hán Việt thanh nhã hơn: cái thủ. Thế thôi. Còn chó chết thì biến thành một... thứ con khác. Thành cầy, chẳng hạn. Nguyên thuỷ, chúng ta biết, cầy là tên của một giống chồn vừa ngọt thịt vừa thơm tho. Ở đây rõ ràng là một sự mạo danh. Nhưng mạo danh như vậy chưa đủ. Người ta còn nói lái chữ "cầy tơ" lại thành "cờ tây". Cũng chưa đủ. Người ta lại nói lái chữ con cầy thành "cây còn" và dịch ra chữ Hán để có một từ Hán Việt giả cầy là... mộc tồn! Cũng vẫn chưa đủ. Người ta còn gọi thịt cầy là thịt nai. Đó là chưa kể có lúc người ta còn dùng cả tiếng Tàu nữa: hương nhục.

Như vậy, tổng cộng, lúc sống, chó có năm tên: chó, khuyển, cẩu, cún và vằn; chết đi, chó lại có thêm sáu cái tên khác: cầy, cờ tây, mộc tồn, nai tơ, nai đồng quê và hương nhục. Mười một tên: Bằng cọp!

Tại sao chó, nhất là chó chết, phải có nhiều tên như thế?

---

[13] Hầu hết các từ này đều có trong từ điển, nhất là từ điển của Lê Văn Đức và Lê Ngọc Trụ.

Vì tởm. Người ta gọi cọp bằng nhiều tên vì sợ cọp dữ và linh; còn gọi chó chết bằng nhiều tên gọi khác nhau chủ yếu là vì tởm cái thói ăn dơ của chúng. Nói cách khác, trong trường hợp trên, người ta muốn đánh lừa cọp; trong trường hợp dưới, người ta muốn đánh lừa... chính mình: ăn thịt cầy là ăn một thứ thịt khác. Chứ không phải là ăn thịt chó. Lại càng không phải ăn cái giống vật mình thường dùng để chửi người khác.

Bởi vậy, đành là tôi đồng ý với Võ Phiến: "có chú ý đến mới có nhiều phân biệt, có phân biệt mới cần đặt ra nhiều tiếng gọi", tuy nhiên, tôi muốn nhấn mạnh: sự chú ý có rất nhiều nguyên nhân. Chú ý vì sợ. Chú ý vì thương. Chú ý vì cần. Và chú ý cũng vì khinh bỉ và ghê tởm nữa.

Đâu phải sự chú ý nào cũng giống sự chú ý nào.

... Và những thứ con khác

Về phương diện ngôn ngữ, hình như trên cơ thể con người chỗ nào cũng thoang thoảng mùi... các loài vật: thú vật, súc vật, côn trùng, chim cá, và cả các giống vật chỉ có trong huyền thoại. Này nhé, đầu thì có đầu hổ, đầu trâu, đầu chó, đầu rồng, đầu hươu, đầu rái cá, đầu voi, đầu rắn...; mặt thì có mặt chuột, mặt dơi, mặt khỉ, mặt ngựa, mặt gà mái; mắt thì có mắt lươn, mắt cú vọ, mắt phượng, mắt bồ câu, mắt nai, mắt ếch, mắt ốc bươu; mũi thì có mũi kéc, mũi trâu, mũi kỳ lân; râu thì có râu hùm, râu dê hay râu cá trê; miệng thì có miệng hùm, miệng cá ngao, miệng lằn (lưỡi mối); lưng thì có lưng ong, lưng tôm; chân thì có chân voi, chân le, chân vịt; còn trong nội tạng thì nào là phổi bò, gan sứa, gan thỏ hay gan cóc tía, nào là máu dê, ruột ngựa, dạ sói, lòng lang, v.v...

Sự xuất hiện của tên gọi các loài động vật trong các từ ghép kể trên không cho thấy quan niệm của người Việt Nam về con người nói chung mà chủ yếu cho thấy cách nhìn của họ về các loài động vật ấy: trong quá trình ẩn dụ hoá, động vật không còn là những con thú, những con vật cụ thể nữa mà đã trở thành những biểu tượng, những đặc điểm chung nhất có thể chia sẻ được với loài người. Từ chức năng định danh, chúng biến thành định tính. Sự chuyển hướng ấy không những làm mở rộng ý nghĩa của các danh từ chỉ động vật mà còn làm chuyển cả từ loại của chúng: từ danh từ biến thành tính từ, trạng từ hay động từ. Điều thú vị là mức độ chuyển nghĩa và chuyển từ loại ở mỗi loài vật rất khác nhau. Không phải con thú nào được đặt nhiều tên cũng đều có khả năng chuyển nghĩa và chuyển từ loại rộng rãi. Như cọp, chẳng hạn. Trong rất nhiều tên gọi khác nhau của giống cọp, chỉ có hai tên *hổ* và *hùm* là được sử dụng như một hình dung từ, chỉ sự dữ và độc, trong các từ ghép: rắn hổ, nhện hắc hổ hay nhện hùm, v.v... Riêng chữ cọp, từ lâu, đã biến thành một ẩn dụ: cọp cái, chỉ những người đàn bà hung hãn. Cọp, khi được dùng như một trạng từ, chỉ hành động xài bòn, lợi dụng, thiếu sòng phẳng. Trong *Việt Nam Tự Điển* của Lê Văn Đức và Lê Ngọc Trụ, các ví dụ của chữ "cọp" này được nêu lên là: đi xe cọp, chơi cọp, hút cọp, đọc báo cọp, coi hát cọp. Theo sự hiểu biết của tôi, hình như chỉ có nhóm từ "đọc báo cọp" và "coi hát cọp" là phổ biến. Trong các trường hợp khác, hình như người Việt Nam thường dùng chữ "chùa" hơn là "cọp": ăn chùa, ở chùa, đi chơi chùa, hút thuốc lá chùa, v.v... Hơn nữa, chữ "cọp" này hình như ra đời khá muộn và chỉ thông dụng ở miền Nam: hầu hết các từ điển xuất bản ở miền Bắc đều không có từ này. Trong *Đại Nam quốc âm tự vị* của Huỳnh Tịnh Của cũng chưa thấy có.[1]

---

[1] Theo một tư liệu do nhà thơ Nguyễn Đăng Thường cung cấp trên diễn đàn http://talawas.org thì, trong truyện ngắn "Hát bội giữa rừng" trong tập *Hương rừng Cà Mau*, nhà văn Sơn Nam kể: vùng đất Cà Mau thời khai hoang có nhiều cọp và cá sấu, ban đêm cọp thường vào làng quấy nhiễu. Một hôm có một gánh hát bội về dựng rạp giữa rừng "hát cho bà con xem chơi". Có người tò mò (trích

SÓNG VỚI CHỮ | 47

Kể ra, quá trình chuyển nghĩa từ một cái gì độc dữ hay hung hãn (rắn hổ/cọp cái) đến hình ảnh những kẻ xài bòn, chỉ thích đọc ké, đọc chùa, chứ không chịu mua và trả tiền đàng hoàng rõ ràng là một chuyển biến thú vị, ở đó, uy thế và hào quang của loài chúa tể sơn lâm dường như không còn nữa. Cọp bị truất ngôi.

Tương tự là trường hợp của con cò. Trong ca dao Việt Nam, con cò là một trong những con vật xuất hiện nhiều nhất, và nói chung, với nhiều ưu ái nhất. Cò được xem là hình ảnh của những người dân quê thật thà, chất phác, hay lam hay làm và chịu thương chịu khó, thỉnh thoảng, còn bị oan khuất nữa. Trong lãnh vực ngôn ngữ, cò là một trong những chữ có khả năng chuyển nghĩa rộng rãi và đa dạng nhất trong các từ chỉ động vật. Trước hết, cò có nhiều loại: cò bợ, cò dang, cò đen, cò đĩa, cò độc, cò hương, cò lửa, cò ma, cò ngà, cò trâu,

---

dẫn), hỏi: *"Hát ban ngày hay ban đêm?"*

Ông kỳ lão nói:
"Hát ban đêm mới vui chớ, ban ngày để làm công việc đồng áng."

Có người cật vấn về vụ cọp ăn thịt người, ông kỳ lão nói:
"Bà con đừng lo. Cứ đốn tràm về đây, nhiều chừng nào tốt chừng nấy. Phen nầy, mình mời cọp và sấu tới coi hát với mình cho vui luôn thể."

[...].

"Câu chuyện hát bội hồi xưa tới đây cũng khá dài rồi. Nhưng chưa hết, vì còn mấy ông cọp nọ. Có lẽ mấy ổng mê hát bội hơn loài người. Chừng một hai tháng sau, cái sân khấu nọ tốc nóc, bao nhiêu nọc tràm làm hàng rào đã lung lay ngả nghiêng trên dòng nước, chừng đó người ta thấy một đôi ông cọp thường tới lui ngồi ủ rũ dựa gốc cây bên bờ rạch. Nhứt là đêm có trăng, mấy ổng le lưỡi dài thòn, như nhớ tiếc bao nhiêu con mồi ngon, bao nhiêu tiếng kèn tiếng trống. Biết đâu sau nầy mấy tiếng "coi hát cọp" là do sự tích của mấy ổng hồi xưa không chừng!"

cò quăm, v.v... Không phải cò nào cũng trắng nhưng dù sao màu trắng cũng là màu chủ đạo của giống cò; do đó, cò trở thành từ đồng nghĩa với trắng. Ở Nam Bộ, người ta gọi vịt trắng là vịt cò, chó trắng là chó cò, và trâu trắng cũng là trâu cò... Hình ảnh mảnh mai và gầy guộc của cò thâm nhập vào hình ảnh của con người với cổ cò và thân cò (nhớ hình ảnh bà vợ của Tú Xương: "Lặn lội thân cò khi quãng vắng"). Hình ảnh có "cái cổ cong cong" và "cái cẳng cao cao" ấy cũng trở thành tên gọi của một số vật dụng: chiếc bẫy cò ke và cái cò trong các khẩu súng hiện đại. Đi lóm thóm, chúng ta nói: cò rò. Tính cần cù, hiền lành và từ tốn của cò làm nảy ra các tính từ "cò con" và "cò rỉa" chỉ những việc làm có quy mô nho nhỏ, lợi lộc nho nhỏ, với những tính toán và những ước mơ nho nhỏ. Cò kè thì mang âm hưởng xấu hơn, không chừng do ảnh hưởng của *Truyện Kiều* với hình ảnh của Mã Giám Sinh, nhất là lúc mua Thuý Kiều "Cò kè bớt một thêm hai..." Dù sao, điều thấy rõ nhất là càng ngày chữ cò càng nghiêng về những hình ảnh tiêu cực. Ở Việt Nam hiện nay, chữ cò được sử dụng rất rộng rãi: cò đĩ điếm, cò bến xe, cò bệnh viện, cò nhà đất, cò thi cử, cò lao động xuất khẩu,[2] v.v... Ở đâu cò cũng ám chỉ những người mối lái, mánh mung, chụp giật, chuyên làm những điều bất chính và bất hảo.[3] Từ hình ảnh những người

---

[2] Chữ "cò" này có khả năng xuất phát từ chữ "cò mồi" nhưng cũng có thể được vay mượn từ chữ *commission* trong tiếng Pháp. Liên quan đến chữ "cò", có ít nhất hai chữ trong tiếng Pháp được du nhập vào Việt Nam: *commissaire* = ông cò (cảnh sát), và *correcteur* = thầy cò, người sửa bản vỗ trong các nhà in.

[3] Ví dụ, trên báo *Công An thành phố Hồ Chí Minh* số ra ngày 1.12.1998, có một bài viết nhan đề là "Một loại cò... cao cấp" viết về những người tổ chức mua bán hàng lậu với các tàu hàng nước ngoài. Mở đầu bài viết, tác giả định nghĩa chữ cò mới này như sau:

lam lũ trong "cái cò đi đón cơn mưa" và những người chịu oan khuất trong "không, không, tôi đứng trên bờ/mẹ con cái vạc đổ ngờ cho tôi", cò hiện đại lại là những kẻ đi lừa gạt người khác. Cũng là một thoái bộ. Y như cọp.

Hình như trong tiếng Việt, và từ đó, trong tâm thức người Việt, con heo chưa bao giờ là biểu tượng của cái gì tốt đẹp cả. Nghĩ đến heo, người ta thường nghĩ đến thói tham ăn, lười biếng, dơ dáy và ngu ngốc: lười như heo, dơ như heo, ngu như heo, v.v... Sau này, có lẽ do ảnh hưởng của phương Tây, heo còn tồi tệ hơn nữa: nó trở thành biểu tượng của nhục dục, thậm chí, dâm dục: "con lợn lòng" hay "phim con heo", v.v...

Các con vật khác ít thay đổi hơn. Voi và trâu được xem là biểu tượng của sự to lớn, dềnh dàng, do đó, chúng ta có sâu voi, châu chấu voi, cá voi, chân voi... ruồi trâu, đỉa trâu, hổ trâu... Có thai quá ngày mà không sinh được, người ta gọi là chửa trâu hay nghén trâu... Để tả tính cách của con người, nói đến rùa là nói đến sự chậm chạp; nói đến gấu là nói đến sự dữ dằn; nói đến cáo hay rắn là nói đến những mưu mô thâm độc; nói đến ruột ngựa là nói đến sự ngay thẳng nhưng nói đến tính ngựa thì lại nói đến sự dâm đãng ở phụ nữ, tương tự như chữ dê xồm dành cho nam giới. Ngoài ra, một số tên động vật cũng trở thành hình dung từ miêu tả một trạng thái nào đó của con người hay liên hệ đến con người: bơi bướm, tin vịt,

---

"Trong nền kinh tế thị trường luôn xuất hiện một lớp người vô công rỗi nghề làm ăn không chính đáng, chuyên đi rủ rê, thậm chí chụp giật mà chúng ta quen gọi là cò. Cò có đủ loại, đủ mọi thành phần tuổi tác, nghề nghiệp: cò bệnh viện, cò bến tàu, bến xe, cò ăn chơi mại dâm, cò nhà đất, v.v..."

học vẹt, nảy đom đóm, ngủ gà (ngủ gật), chim chuột, nhảy (lò) cò, v.v...

Liên quan đến việc chuyển nghĩa và chuyển từ loại, có vài chữ thật thú vị. Như chữ khỉ, chẳng hạn.

Trong tiếng Việt có nhiều từ để chỉ khỉ: mai, hầu, khỉ, khởi, khẹc, khọn,[4] tườu, nõm, bú dù, đười ươi, vượn và nghê.[5] Mười hai từ. Như vậy, số lượng từ vựng chỉ khỉ bằng, thậm chí, còn nhiều hơn cọp và chó. Mà kể cũng có lý. Ngày xưa, ruộng đồng còn gần rừng núi, khỉ hay xuất hiện phá hoa màu, do đó, người dân hay bị khỉ ám ảnh. Nghe kể, người ta tin là khỉ có thể hiểu được tiếng người cho nên mỗi lần nhắc đến chúng, nhất là để than thở hay oán trách, người ta thường gọi chệch tên chúng đi. Danh sách tên gọi của khỉ, do đó, cứ dài ra mãi. Nhưng có điều lạ là, dù bị phá hoại mùa màng, hình như người Việt Nam không sợ và cũng không ghét khỉ lắm. Trong tiếng Việt, chữ khỉ chỉ gợi lên ấn tượng về thói láu táu, phét lác, nghịch ngợm và phá phách. Những lời mắng liên quan đến khỉ khá nhiều nhưng hầu hết đều có ý nghĩa khá nhẹ, có khi chỉ là mắng yêu, và thường thì thoáng chút bỡn cợt: "Đồ con tườu!", "Đồ con khẹc!", "Đồ nõm!", "Đồ bú dù!" hay "Đồ khỉ gió!", "Đồ khỉ đột, thấy mà ghét!", "Khỉ mốc, đừng tưởng bở!", "Chẳng ra cái khỉ khô gì cả!",

---

[4] *Đại Nam quốc âm tự vị* của Huỳnh Tịnh Của nêu ví dụ: "Làm con khọn: làm chẳng nên sự gì (tiếng mắng)."

[5] Trong *Việt Nam Tự Điển*, Lê Văn Đức và Lê Ngọc Trụ định nghĩa "nghê" là: "Con khỉ: Bộ dạng như con nghê." (tr. 1056). Ngoài ra, Lê Văn Đức và Lê Ngọc Trụ cũng ghi thêm một chữ nữa, chữ "may" với lời giải thích là: "Tiếng gọi khỉ: May! May!" (tr. 879). Tôi phân vân không biết có thể xem "may" là một tên gọi khác của khỉ hay chỉ là một biến âm của chữ "mai" vốn thông dụng hơn.

v.v... Những chữ như khỉ cùi, khỉ độc, khỉ đột, khỉ gió, khỉ khô, khỉ mốc... nghe, thoạt tưởng nặng, ngẫm lại, thấy cứ nhẹ thênh thênh.

Những con vật khác thì không có âm hưởng nhẹ nhàng như thế. *Đồ cáo già, đồ rắn độc, đồ trâu bò, đồ đĩ ngựa, đồ dê xồm, đồ sâu mọt, đồ mèo mả gà đồng*, v.v... đều nặng nề. Nhưng nặng nhất là những lời mắng có từ tố chó. Lời mắng với những con vật khác nhằm lên án một khía cạnh nào đó trong tính cách của người bị mắng: hoặc quỷ quyệt, hoặc độc ác, hoặc ngu xuẩn, hoặc dâm đãng, v.v... Còn lời mắng có từ tố chó, từ "chó" đến "chó má", "chó chết", 'chó ghẻ"... đều nhằm phủ nhận toàn bộ tư cách làm người của người đó. Một sự phủ định toàn diện và tuyệt đối.

Chữ "cóc" cũng là một từ phủ định, nhưng ý hướng phủ định thì khác hẳn. Đó là sự phủ định kèm theo hàm ý thách thức. Phủ định và thách thức. "Cóc cần" là không cần, hơn nữa, dù thế nào đi nữa cũng không cần. "Cóc ngán" là không ngán, hơn nữa, dù thế nào đi nữa thì cũng vẫn không ngán. Kết hợp phủ định với chữ "cóc", do đó, mạnh mẽ và dứt khoát hơn hẳn kết hợp phủ định với từ "không" hay "chẳng" hay "chả" quen thuộc.

Trong hầu hết các trường hợp, những chữ "cóc" mang ý nghĩa phủ định ấy đều có thể được thay thế bằng một trong ba chữ khác: *nõ, đách* và *đếch*: cóc cần, nõ cần,[6] đách cần, đếch cần; cóc thèm, nõ

---

[6] Cách dùng chữ "nõ" như thế này hình như không còn thông dụng lắm thì phải. Tuy nhiên, nó cũng đã được ghi nhận trong từ điển. Các kết hợp với "nõ" được Lê Văn Đức và Lê Ngọc Trụ nêu ra: nõ cần = đâu cần; nõ là = chẳng cứ là; nõ lo = không lo, chẳng cần lo. Huỳnh Tịnh Của cũng ghi nhận một số kết hợp tương tự trong phần chữ "nõ": nõ lo = chả lo, chẳng thèm lo; nõ sợ = chẳng sợ; nõ thèm = chả thèm.

thèm, đách thèm, đếch thèm; cóc sợ, nõ sợ, đách sợ, đếch sợ; cóc ngán, nõ ngán, đách ngán, đếch ngán, v.v...

Nhưng *nõ, đách* hay *đếch* nghĩa là gì?

Theo *Từ điển Tiếng Việt* của Văn Tân: "Nõ: Bộ phận sinh dục ngoài của đàn ông";[7] "Đách: Cơ quan sinh dục của đàn bà". Trong *Việt Nam Tự Điển*, Lê Văn Đức và Lê Ngọc Trụ giải thích chữ "đếch" ("đách") hơi khác: "Đếch: Đách, chất nhờn, dơ trong âm hộ." Định nghĩa này có vẻ gần với cách hiểu của Alexandre de Rhodes trong *Từ điển Việt Bồ La*: "Đếch: tinh khí con người". Khác, hơi khác, nhưng dù sao nó cũng liên quan đến bộ phận sinh dục của phụ nữ. Và như vậy, thực chất của những cách nói quen thuộc như "nõ sợ", "đếch sợ" hay "đách sợ" là gì? Là, xin lỗi, nói một cách nôm na, "Sợ cái con cặc" hay "sợ cái lồn".

Tục tĩu quá chăng? Trước khi đánh giá, xin lưu ý bạn đọc một điều: Trong tiếng Anh hiện nay, chữ *Testament* sang trọng biết chừng nào. Nó là tên của thánh kinh đấy: *Old Testament* = Cựu Ước; *New Testament* = Tân Ước. Chữ *Testament* có động từ là *testify* có nghĩa là khai, tuyên thệ hay làm chứng. Nhưng từ nguyên của *testify* là gì? Có nhiều giả thuyết khác nhau, nhưng một trong các giả thuyết ấy là: chữ *testify* bắt nguồn từ *testis* nghĩa là... hòn dái. Theo giả thuyết này, ngày xưa, dĩ nhiên là xưa lắm lắm, ở La Mã, mỗi lần ra trước toà án, người ta thường đặt tay lên bộ phận sinh dục của

---

[7] Cả Huỳnh Tịnh Của lẫn Lê Văn Đức và Lê Ngọc Trụ đều không ghi nghĩa nõ là dương vật. Tuy nhiên, ý nghĩa ấy khá hiển nhiên, không có gì phải hoài nghi cả: trong lễ hội "nõ nường" ở Vĩnh Phú, nường là cái mo cau, tượng trưng cho âm hộ vànõ là cái chày bằng gỗ vông tượng trưng cho dương vật.

mình mà... thế.[8] Thì, có gì đáng ngạc nhiên đâu? Thời ấy, lâu rồi, với tín ngưỡng phồn thực,[9] người ta từng xem các bộ phận sinh dục là những vật linh thiêng. Người ta phong thần cho chúng. Người ta tạc tượng chúng. Người ta bày chúng ở những nơi trang trọng nhất để thờ. Thờ được thì dùng để thề cũng được, sao lại không?

Theo chỗ tôi biết, trong khi có vô số bằng chứng về sự hiện hữu của tín ngưỡng phồn thực tại Việt Nam,[10] chưa có bất cứ chứng cớ gì, dù xa dù gần, cho thấy người Việt Nam từng đặt tay lên bộ phận sinh dục để thề thốt cả. Thề, chúng ta chỉ tay lên trời hoặc xuống đất mà thề. Bộ phận sinh dục, chúng ta chỉ gọi tên hay vỗ vào đó khi cần chửi nhau mà thôi. Hồi nhỏ, ở Việt Nam, tôi đã từng thấy rất nhiều lần trong làng xóm hoặc những nơi tôi tình cờ đi qua, hình ảnh những phụ nữ đứng dạng chân, trước hằng trăm cặp mắt chăm chú ngó, vỗ tay đốm độp vào giữa háng của mình, đòi đối thủ phải bú, phải liếm hay nhét đầu vào đó. Tôi cứ nghĩ đó là cách hành xử của những người ít học. Mà hình như không hẳn thế. Cách đây mấy năm, đọc cuốn *Ghi* của Trần Dần, tôi bắt gặp một câu văn mà tôi rất thích. Trong một đoạn nhật ký viết rải rác từ ngày 20 tháng 9 đến ngày 1 tháng 10 năm 1954, nhân nhắc đến các chủ trương bắt mọi người phải học tập chính trị liên tục của chính quyền miền Bắc ngay

---

[8] Xem, ví dụ, trong *The American Heritage, Dictionary of the English Language*, ấn bản lần thứ tư, 2000, mục từ "Testis", hay bài "Chín nẻo thuyền quyên" của Nguyễn Hoàng Văn trên tạp chí *Việt* số 4 (đầu năm 2000) (http://tienve.org)

[9] Hình thức tín ngưỡng dân gian, thờ sinh thực khí (bộ phận sinh dục) và hành vi tính giao.

[10] Xem Đỗ Lai Thuý (1999), *Hồ Xuân Hương, hoài niệm phồn thực*, Hà Nội: nxb Văn hoá Thông tin, tr. 55-104.

sau hiệp định Geneva, Trần Dần viết:

"Tôi muốn tả được những chiến sĩ cố nông lấy thân mình lấp lỗ châu mai. Và cũng người chiến sĩ cố nông chỉ muốn lấy thân mình làm túi cơm giá áo. Những người chiến sĩ xô vào lửa quên mình và những chiến sĩ sĩ chùn về sau xó bếp, cháy quần vì rang ngô. Người anh hùng và người dút dát. Người đang dút dát thành anh hùng. Người đang anh hùng tụt xuống dút dát. Người lấy súng bắn địch và người lại lấy súng tự thương. Những người chiến sĩ lầm lì và những người chiến sĩ ba hoa. Người thuần, người ngỗ ngáo. Người chỉ biết phục tùng, người hay cãi bướng. Và đa số là ngại học tập, ngại nghe đả thông. Ngại nghe cán bộ nói nhiều. Ngại bị 'nắm tư tưởng'. Nắm, nắm con cặc."[11]

Tôi thích cái câu cuối cùng ấy. Nó hiên ngang. Nó hùng dũng. Nó đầy khí lực và khí thế. Và tôi tin là tôi hiểu được tại sao Trần Dần lại hạ bút viết như vậy. Cũng như tôi hiểu tại sao ngày xưa Nguyễn Công Trứ từng hạ bút làm thơ "Đéo mẹ nhân tình đã biết rồi".

Sống trong một xã hội như xã hội Việt Nam, chỉ có thánh may ra mới không biết chửi tục.

20.11.2003

---

[11] Trần Dần (2001), *Ghi* (Phạm Thị Hoài biên tập và hiệu đính), Paris: td mémoire, tr. 47-8.

Tiếng Việt, dễ mà khó

Tiếng Việt vừa dễ vừa khó, đúng hơn, dễ mà lại khó. Dễ đến độ rất hiếm người Việt Nam nào cảm thấy có nhu cầu phải sắm một cuốn từ điển Tiếng Việt trong nhà. Dễ đến độ bất cứ người nào trưởng thành ở Việt Nam cũng đều có thể tưởng là mình... thông thái, và nếu muốn, đều có thể trở thành... nhà văn được. Thế nhưng, chỉ cần, một lúc thảnh thơi nào đó, ngẫm nghĩ một chút về tiếng Việt, chúng ta bỗng thấy hình như không phải cái gì chúng ta cũng hiểu và có thể giải thích được.

Trước đây, có lần, đọc cuốn *Trong Cõi* của Trần Quốc Vượng, một nhà nghiên cứu sử học, khảo cổ học và văn hoá dân gian nổi tiếng ở trong nước, tới đoạn ông bàn về hai chữ "làm thinh", tôi ngỡ đã tìm thấy một phát hiện quan trọng. Theo Trần Quốc Vượng, "thinh" là thanh, âm thanh, hay là tiếng ồn. "Nín thinh" là kiềm giữ tiếng động lại, là im lặng. Thế nhưng "làm thinh" lại không có nghĩa là gây nên tiếng động mà lại có nghĩa là... im lặng. Cũng giống như chữ "nín thinh". Trần Quốc Vượng xem đó như là một trong những biểu hiện của Phật tính trong ngôn ngữ và văn hoá Việt Nam: "nín" và "làm" y như nhau; có và không y như nhau; ấm và lạnh cũng y như nhau (áo ấm và áo lạnh là một!); "đánh bại" và "đánh thắng" y như nhau. Quả là một thứ tiếng "sắc sắc không không", nói theo ngôn ngữ Phật giáo, hay "huyền đồng", nói theo ngôn ngữ của Trang Tử.[1]

Thú thực, đọc những đoạn phân tích như thế, tôi cảm thấy mừng rỡ và thích thú vô hạn.

Thế nhưng, chẳng bao lâu sau, đọc bài viết "Tìm nguồn gốc một số từ ngữ tiếng Việt qua các hiện tượng biến đổi ngữ âm" của Lê Trung Hoa, tôi lại bàng hoàng khám phá ra là chữ "làm thinh" thực chất chỉ là biến âm của chữ "hàm thinh" trong chữ Hán. "Hàm" có nghĩa là ngậm (như trong các từ: hàm ân, hàm oan, hàm tiếu, hàm huyết phún nhân...). "Hàm thinh" là ngậm âm thanh lại, không cho chúng phát ra, tức là không nói, tức là... im lặng.[2] Y như chữ "nín thinh". Nhưng sự giống nhau ở đây chỉ là sự giống nhau của hai từ đồng nghĩa, chứ chả có chút Phật tính hay Trang Tử tính gì trong đó cả.

Tôi mới biết là mình mừng hụt.

Một ví dụ khác: về hai chữ "vợ chồng".

Trước đây, đã lâu lắm, đọc cuốn *Ngôn Ngữ và Thân Xác* của Nguyễn Văn Trung, tôi thấy tác giả giải thích hai chữ "vợ chồng"

---

[1] Trần Quốc Vượng (1993), *Trong Cõi*, Garden Grove: Trăm Hoa, tr. 169.

[2] Lê Trung Hoa, "Tìm nguồn gốc một số từ ngữ tiếng Việt qua các hiện tượng biến đổi ngữ âm", in trong cuốn *Những vấn đề văn hoá, văn học vàngôn ngữ học* (nhiều tác giả), nxb Khoa Học Xã Hội, Hà Nội, 1999: 211-225.

đại khái như sau: "Chồng" là chồng lên nhau, nằm lên nhau. Còn chữ "vợ"? Nguyễn Văn Trung chỉ viết bâng quơ, trong câu chú thích in cuối trang: "chữ vợ phải chăng là vơ, vớ, đọc trại đi, theo giọng nặng; nếu thế, chữ vợ chỉ thị việc quơ lấy quàng lên, vơ vào, phù hợp với việc chồng lên trong hành động luyến ái?"[3]

Đọc đoạn ấy, tôi hơi ngờ ngờ, nhưng rồi cũng bỏ qua, không chú ý mấy. Gần đây, tôi sực nhớ lại vấn đề ấy khi đọc cuốn *Phương Ngữ Bình Trị Thiên* của Võ Xuân Trang. Tôi được biết là ở Bình Trị Thiên, thay vì nói cái "vai", người ta lại nói cái "bai"; thay vì nói đôi "vú", người ta lại nói đôi "bụ"; thay vì nói "vải", người ta lại nói "bải"; thay vì nói "vá" áo, người ta nói "bá" áo; thay vì nói "vả" (vào miệng), người ta lại nói "bả" (vào miệng), v.v... Qua những sự hoán chuyển giữa hai phụ âm V và B như thế, tự dưng tôi nảy ra ý nghĩ: phải chăng nguyên uỷ của chữ "vợ" là... bợ? "Vợ chồng" thực ra là "bợ chồng"?

Tôi càng tin vào giả thuyết trên khi nhớ lại, trong tiếng Việt hiện nay, có cả hàng trăm từ nguyên thuỷ khởi đầu bằng phụ âm B đã biến thành V như thế. Nhiều nhất là từ âm Hán Việt chuyển sang âm Việt. Ví dụ: trong chữ Hán, chữ "bái" sang tiếng Việt thành "vái"; chữ "bản" sang tiếng Việt thành "vốn" và "ván"; chữ "bích" sang tiếng Việt thành "vách"; chữ "biên" sang tiếng Việt thành "viền"; chữ "bố" sang tiếng Việt thành "vải"; chữ "bút" sang tiếng Việt thành "viết"; chữ "bà phạn" sang tiếng Việt thành "và cơm", v.v...

---

[3] Nguyễn Văn Trung (1989), *Ngôn ngữ và thân xác*, California: Xuân Thu, tr. 40. (In lần đầu tiên tại Sài Gòn năm 1968.)

Theo Nguyễn Tài Cẩn, trong cuốn *Giáo Trình Lịch Sử Ngữ Âm Tiếng Việt (sơ thảo),*[4] quá trình hoán chuyển từ B đến V kéo dài khá lâu cho nên hiện nay thỉnh thoảng cả hai biến thể B/V vẫn còn tồn tại song song với nhau, như: băm và vằm (thịt); be và ve (rượu hay thuốc); béo và véo; bíu và víu, v.v...

Chúng ta biết là hiện tượng tồn tại song song của hai biến thể như thế không phải chỉ giới hạn trong hai phụ âm B và V. Theo nhiều nhà ngôn ngữ học, ngày xưa, từ khoảng thế kỷ 17 trở về trước, trong tiếng Việt có một số phụ âm đôi như BL (blăng, blời...), ML (mlầm) hay TL (tlánh). Đến khoảng thế kỷ 18, các phụ âm đôi ấy dần dần rụng mất. Điều đáng chú ý là khi những phụ âm đôi ấy rụng đi thì chúng lại tái sinh thành một số phụ âm khác nhau. Ví dụ phụ âm đôi TL sẽ biến thành TR hoặc L, do đó, hiện nay, chúng ta có một số chữ có hai cách phát âm và hai cách viết khác hẳn nhau, cùng tồn tại song song bên nhau, đó là các chữ *tránh* và *lánh; trộ* và *lộ, trồi* và *lồi, trêu* và *lêu, trũng* và *lũng, trộn* và *lộn, trọn* và *lọn, trệch* và *lệch, trèo* và *leo, tràn* và *lan,* v.v... Trong khi đó phụ âm đôi ML sẽ biến thành L hoặc NH, bởi vậy, chúng ta cũng có một số từ tương tự, như *lầm* và *nhầm, lời* và *nhời, lẽ* và *nhẽ, lát* và *nhát, lạt* và *nhạt, lớn* và *nhớn.*[5] Trong những cặp từ tương tự vừa kể, có một số chữ dần dần bị xem là phương ngữ hoặc là cách nói cổ, càng ngày càng ít nghe, như các chữ *nhớn, nhời,* và *nhẽ.*

---

[4] Nhà xuất bản Giáo Dục in ở Hà Nội vào năm 1997.

[5] Xem bài "Vài chuyển biến trong phụ âm đầu tiếng Việt và các hiện tượng láy từ liên hệ" của Nguyễn Phú Phong trên *Tập san Khoa Học Xã Hội* (Paris) số 3 năm 1977, tr. 73-80.

Tuy nhiên, những chữ khác thì cho đến nay cũng vẫn còn tồn tại khá phổ biến, ví dụ chúng ta có thể nói là rượu *lạt* hoặc rượu *nhạt*; nói *lầm lẫn* hoặc *nhầm lẫn*; nói một *lát* dao hay một *nhát* dao đều được cả.

Đặt trong toàn cảnh mối quan hệ giữa hai phụ âm B và V cũng như quá trình biến đổi phụ âm đầu như thế, chúng ta sẽ thấy ngay giả thuyết cho nguồn gốc của chữ "vợ" trong "vợ chồng" là "bợ" rất có khả năng gần với sự thật. "Vợ chồng" như thế, thực chất là "bợ chồng". "Bợ": từ dưới nâng lên; "chồng": từ trên úp xuống. Danh từ "bợ chồng" diễn tả tư thế thân mật giữa hai người nam nữ khi ăn ở với nhau. Cách gọi tên khá thật thà như thế kể cũng thú vị đấy chứ?

Qua các trường hợp biến đổi từ "hàm thinh" thành "làm thinh" và từ "bợ chồng" thành "vợ chồng", chúng ta tiếp cận được một hiện tượng rất phổ biến trong tiếng Việt: hiện tượng biến âm. Biến âm không phải chỉ vì nói ngọng, kiểu "long lanh" thành "nong nanh" hay "nôn nao" thành "lôn lao" như một số người ở một số địa phương nào đó. Biến âm cũng không phải chỉ vì phương ngữ, kiểu "về" thành "dề" như ở miền Nam, hay "nhà" thành "dà" như ở một số làng huyện ở miền Trung, "trung trinh" thành "chung chinh" như ở miền Bắc. Điều đáng nói hơn là những hiện tượng biến âm xuất phát từ những quy luật nội tại của ngôn ngữ, những sự biến âm có mặt ở mọi vùng đất nước và nếu không tự giác và tốn công truy lục, chúng ta sẽ không thể nào tái hiện được nguyên dạng của nó. Chúng ta dễ ngỡ biến âm là chính âm. Dễ ngỡ nó tự nhiên là thế. Ví dụ, để diễn tả tâm sự buồn nào đó dần dần giảm nhẹ đi, chúng ta hay dùng chữ "nguôi ngoai". Đúng ra là "nguôi *hoai*". Trong các từ điển cổ, "hoai" có nghĩa là phai nhạt. Nghĩa ấy, cho đến bây giờ chúng ta vẫn dùng trong chữ "phân đã hoai". "Nguôi *hoai*" là từ ghép chỉ sự phai dần của một nỗi buồn, một niềm đau. Tương tự như vậy, chữ "yếu ớt" chúng ta hay dùng ngày nay là do chữ "yếu *nớt*". "Ớt" thì không có nghĩa gì cả. [6] Trong khi "nớt", có nghĩa là sinh thiếu tháng, vẫn còn dùng trong từ "non nớt". "Yếu *nớt*", do đó, có nghĩa là yếu đuối, là non nớt. Chữ "nói mớ" thật ra là biến âm của chữ "nói mơ", nói trong giấc mơ. "Nước miếng" thật ra là biến âm của "nước miệng", nước chảy ra từ miệng, cùng cách kết cấu với các chữ nước mắt hay nước mũi. Chữ "to tát" hiện nay tất cả các từ điển đều viết với chữ T ở cuối, TÁT; nhưng trong *Đại Nam quốc âm tự vị* của Huỳnh Tịnh Của thì lại viết chữ TÁC kết thúc bằng C: "to tác", kèm theo lời định nghĩa là: thô kệch, lớn tác. Mà chúng ta đều biết chữ TÁC có nghĩa là tuổi hay vóc dáng, như trong các từ tuổi tác, tuổi cao tác lớn, hay ngày xưa người ta nói bạn tác, tức bạn hữu; trang tác, tức cùng lứa, cùng tuổi với nhau. [7]

Các con số đếm, nơi rất cần sự chính xác, cũng không thoát khỏi luật biến âm. Như số 1, chẳng hạn. Đứng một mình là một. Đứng trước các con số khác cũng là một. Nhưng khi đứng sau các con số khác, trừ số 10, nó lại biến thành "mốt": hai mươi mốt; ba mươi mốt, bốn mươi mốt. Những chữ "mốt" ấy chính là biến âm của

---

[6] Dĩ nhiên không kể trái/quả ớt, một từ khác, không có quan hệ gì với từ tố "ớt" trong yếu ớt chúng ta đang bàn.

[7] Một số ví dụ trong đoạn này lấy từ bài viết của Lê Trung Hoa theo sách dẫn trên.

"một". Nhưng không phải lúc nào "mốt" cũng có nghĩa là một: "Mốt" trong một trăm mốt hay trong một ngàn mốt, một triệu mốt... không phải là một. Con số 5 cũng vậy. Đứng một mình là năm. Đứng trước các số khác cũng là năm. Nhưng khi đứng sau các số, từ 1 đến 9, nó lại biến thành "lăm": mười lăm, hai mươi lăm... Con số hai mươi lăm ấy lại được biến âm thêm một lần nữa, thành "hăm nhăm". Số ba mươi lăm cũng thường được biến âm thành "băm nhăm". Từ số bốn mươi lăm trở lên thì chỉ có một cách rút gọn là bốn lăm; năm lăm, sáu lăm, bảy lăm, tám lăm, và chín lăm chứ không có kiểu biến âm như "hăm nhăm" và "băm nhăm". Con số 10, cũng vậy. 10 là mười. Nhưng từ 20 trở lên thì "mười" biến thành "mươi": hai mươi, ba mươi, bốn mươi... Dấu huyền bị biến mất. Có điều, "mươi" không phải lúc nào cũng có nghĩa là mười. Trong nhóm từ "mươi cái áo", chẳng hạn, "mươi" lớn hơn hoặc nhỏ hơn mười: một con số phỏng định, ước chừng, bâng quơ.

Con số còn thay đổi được, huống gì những từ khác. Như từ "không", chẳng hạn. Phủ định điều gì, người ta có thể nói "không", mà cũng có thể nói "hông", nói "khổng", nói "hổng". Xuất hiện trong câu nghi vấn, chữ "không" ấy có thể có thêm một biến âm khác là "hôn": "nghe hôn?" Chưa hết. Một số âm vị trong cụm "nghe hôn" ấy bị nuốt đi; "nghe hôn" biến thành "nghen", rồi đến lượt nó, "nghen" lại biến thành "nghén" hay bị rút gọn lần nữa, thành "nhen", rồi "hen", rồi "hén", rồi "nhe", v.v...

Như vậy, biện pháp biến âm trở thành một biện pháp tạo từ. Đã có từ "vậy", chỉ cần thay dấu nặng bằng dấu huyền, chúng ta có từ mới: "vầy" (như vầy nè!). Đã có từ "lui hui", người ta tạo thêm các chữ "lúi húi" rồi "lụi hụi". Đã có từ "chừ bự", người ta tạo thêm các từ mới: chư bư, chừ bư, chừ bử, chử bử, chứ bứ, chự bự. Đã có "trật lất", người ta tạo thêm: trết lết, trét lét, trớt lớt, trớt huớt... [8] Đã có từ "ngoại" vay mượn từ chữ Hán, chúng ta tạo thêm hay từ khác: "ngoài" để các quan hệ không gian cũng như thời gian và "ngoái" để chỉ quan hệ về thời gian: "năm ngoái".

Biện pháp biến âm như vậy đã dẫn đến một hiện tượng khá thú vị trong tiếng Việt: hiện tượng từ tương tự, tức những từ hao hao gần nhau về cả ngữ âm lẫn ngữ nghĩa, chẳng hạn: các chữ *bớt* và *ngớt*; *đớp, tợp, hớp* và *đợp*; *bẹp, xẹp, lép, khép, nép* và *nẹp*; *khan, khàn* và *khản*; *xẻ, chẻ, bẻ* và *xé*; *xoăn, xoắn, quăn* và *quắn*; *tụt, rụt* và *thụt*; *véo, nhéo,* và *béo*; v.v...

Các từ tương tự ấy có khi khác nhau về từ loại nhưng lại tương thông tương ứng với nhau về ý nghĩa, chẳng hạn: chúng ta có cái nẹp để kẹp, cái nêm để chêm, cái nan để đan, cái mõ để gõ, cái nệm để đệm, cái vú để bú; hoặc chúng ta cưa thì thành khứa, rung thì rụng, phân thì có từng phần, dựng thì đứng, thắt thì chặt, đập thì giập, dìm thì chìm, ép thì ẹp, dứt thì đứt, chia thì lìa, gạn thì cạn, v.v...

Mới đây, đọc báo, không hiểu tại sao, tình cờ tôi lại chú ý đến chữ "đút" trong một câu văn không có gì đặc biệt: "Chị ấy đút vội lá thư vào túi quần..." Từ chữ "đút" ấy, tôi chợt liên tưởng đến chữ "rút": cả hai từ làm thành một cặp phản nghĩa: đút (vào)/rút (ra).

---

[8]Biện pháp biến âm này đặc biệt thông dụng trong phương ngữ miền Nam. Có thể xem thêm cuốn *Từ Điển Phương Ngữ Nam Bộ* của Nguyễn Văn Ái, Lê Văn Đức vànguyễn Công Khai, nxb Thành Phố HCM, 1994.

Điều làm tôi ngạc nhiên là cả hai từ đều có phần vần giống nhau: "-ÚT". Chúng chỉ khác nhau ở phụ âm đầu mà thôi: một chữ bắt đầu bằng phụ âm "đ-" (đút) và một chữ bằng phụ âm "r-" (rút). Hơn nữa, cả từ "đút" lẫn từ "rút", tuy phản nghĩa, nhưng lại có một điểm giống nhau: cả hai đều ám chỉ sự di chuyển từ không gian này sang không gian khác. "Đút" cái gì vào túi hay "rút" cái gì từ túi ra cũng đều là sự chuyển động từ không gian trong túi đến không gian ngoài túi hoặc ngược lại.

Tôi nghĩ ngay đến những động từ có vần "-ÚT" khác trong tiếng Việt và thấy có khá nhiều từ cũng có nghĩa tương tự. "Sút" là rơi tuột xuống hoặc, hiện đại hơn, động tác đưa bóng vào lưới.[9] "Hút" là động tác đưa nước hoặc không khí vào miệng. "Mút" cũng là động tác đưa cái gì vào miệng, nhưng khác "hút" ở chỗ vật thể được "mút" thường là cái gì đặc. "Trút" là đổ cái gì xuống. "Vút" là bay từ dưới lên trên. "Ngút" là bốc lên cao.[10] "Cút" là đi từ nơi này đến nơi khác do bị xua đuổi. "Nút" hay "gút" là cái gì chặn lại, phân làm hai không gian khác nhau.

Thay dấu sắc (ÚT) bằng dấu nặng (ỤT), ý nghĩa chung ở trên vẫn không thay đổi. "Dụt" là kéo củi từ trong bếp ra để làm cho lửa tắt.[11] "Trụt" hay "tụt" là di chuyển từ trên xuống dưới. "Vụt" là di chuyển thật nhanh, thường là theo chiều ngang. "Lụt" là nước dâng

---

[9] Nghĩa thứ hai này, thật ra, đến từ tiếng Anh: shoot. Sự trùng hợp ở đây có lẽ là tình cờ.

[10] Như trong các chữ "ngút mây", "ngút khói" hay "ngút ngàn" và "nghi ngút".

[11] Như trong "dụt củi", "dụt lửa". Chữ này có ghi trong từ điển của Huỳnh Tịnh Của.

lên quá một giới hạn không gian nào đó. "Cụt" là bị cắt ngang, không cho phát triển trong không gian. "Đụt" (mưa) là núp ở một không gian nào đó, nhỏ hơn, để tránh mưa ngoài trời. Vân vân.

Nếu những động từ có vần "-ÚT" thường ám chỉ việc di chuyển (hoặc việc ngăn chặn quá trình di chuyển ấy) giữa hai không gian thì những động từ có vần "-UN" lại ám chỉ việc dồn ứ lại thành cục trong một không gian nhất định nào đó, thường là có giới hạn. "Ùn", "chùn", "dùn", hay "đùn" đều có nghĩa như thế. "Thun" hay "chun" cũng như thế, đều chỉ cái gì bị rút, bị co. "Cùn" là bẹt ra. "Hùn" là góp lại. "Vun" là gom vào. "Lún" hay "lụn" là bẹp xuống. Cả những chữ như "lùn" hay (cụt) "lủn", (ngắn) "ngủn", "lũn cũn"... cũng đều ám chỉ cái gì bị dồn nhỏ hay thu ngắn lại.

Với cách phân tích như vậy, nếu đọc thật kỹ và thật chậm các cuốn từ điển tiếng Việt, chúng ta sẽ dễ thấy có khá nhiều khuôn vần hình như có một ý nghĩa chung. Chẳng hạn, phần lớn các động từ hay tính từ kết thúc bằng âm ÉT hay ẸT đều chỉ những động tác hay những vật thể hẹp, thấp, phẳng. "Kẹt" là mắc vào giữa hai vật gì; "chẹt" là bị cái gì ép lại. "Dẹt" là mỏng và phẳng; "tẹt" là dẹp xuống (kiểu mũi tẹt); "bét" là nát, dí sát xuống đất; "đét" là gầy, mỏng và lép. Những động từ kết thúc bằng âm EN thường chỉ các động tác đi qua một chỗ hẹp, một cách khó khăn, như: "chen", "chẹn", "chèn", "len", "men", "nghẽn", "nghẹn", "nén". Những từ láy có khuôn vần ỨC – ÔI thì chỉ những trạng thái khó chịu, như "tức tối", "bức bối", "bực bội", "nực nội", "nhức nhối", v.v...

Những ví dụ vừa nêu cho thấy hai điều quan trọng:

Thứ nhất, nếu chịu khó quan sát, chúng ta sẽ phát hiện trong những chữ quen thuộc chúng ta thường sử dụng hàng ngày ẩn giấu những quy luật bí ẩn lạ lùng. Tính chất bí ẩn ấy nhiều đến độ tìm kiếm cả đời cũng không thể hết được. Điều này khiến cho không ai có thể an tâm là mình am tường tiếng Việt. Ngay cả những nhà văn hay nhà thơ thuộc loại lừng lẫy nhất vẫn luôn luôn có cảm tưởng ngôn ngữ là một cái gì lạ lùng vô hạn.

Thứ hai, vì có những quy luật, những điểm chung tiềm tàng giữa các chữ như vậy cho nên việc học tiếng Việt không quá khó khăn. Nói chung, người Việt Nam đều có khả năng đoán được ý nghĩa của phần lớn các chữ mới lạ họ gặp lần đầu. Lần đầu gặp chữ "thun lủn", chúng ta cũng hiểu ngay nó ám chỉ cái gì rất ngắn. Lý do là vì chúng ta liên tưởng ngay đến những chữ có vần "UN" vừa kể ở trên: cụt ngủn, ngắn ngủn, v.v... Lần đầu gặp chữ "dập dềnh", chúng ta cũng có thể đoán là nó ám chỉ một cái gì trồi lên trụt xuống do sự liên tưởng đến những chữ có khuôn vần tương tự: bấp bênh, gập ghềnh, khấp khểnh, tập tễnh, v.v...

Nói tiếng Việt vừa dễ vừa khó là vì thế.

21.10.2000

Cuộc đảo chánh trong một chữ

Đọc bài ca dao "Con cò mà đi ăn đêm", tôi cứ hay bị khựng lại ở chữ "con" trong "con cò". Ừ, thì con cò. Cũng giống như con bò, con trâu, con mèo, con chó. Ngỡ như không có gì đặc biệt. Thế nhưng tôi lại không thể không nhớ đến những bài ca dao khác trong đó, cò lại được gọi là "cái", "cái cò". Tại sao lúc thì "con", lúc thì "cái"? Mà số lượng "cái cò" không phải ít. Có người làm thống kê được, trong kho tàng ca dao còn lại đến nay, có đến 19 bài bắt đầu bằng "cái cò" trong khi chỉ có 14 bài bắt đầu bằng "con cò". Tần số xuất hiện của từ "cái cò" cao hơn hẳn.[1] Tại sao?

Hiện nay, hầu như tất cả các nhà ngữ pháp đều cho "con" và "cái" là danh từ chỉ loại, do đó, thỉnh thoảng còn được gọi là loại từ (classifier), với hai chức năng chính là nhằm chỉ đơn vị tự nhiên của sự vật và nhằm cá thể hoá sự vật ấy. Với chức năng thứ nhất, "cái" đứng trước những danh từ chỉ vật vô sinh như cái bàn, cái ghế, cái nhà, cái xe, v.v...; trong khi chữ "con" lại đứng trước những

---

[1] Xem Nguyễn Xuân Kính (1992), *Thi pháp ca dao*, nxb Khoa Học Xã Hội, Hà Nội, tr. 204.

danh từ chỉ vật hữu sinh như con mèo, con chó, con gà, con vịt, v.v... Với chức năng thứ hai, "cái" hay "con" có tác dụng làm cho ý nghĩa của sự vật phía sau trở thành cụ thể.[2]

Ở chức năng thứ nhất, có hai ngoại lệ: một, thỉnh thoảng trước một số danh từ chỉ vật vô sinh nhưng chứa đựng ý niệm vận động, người ta cũng dùng chữ "con" như con mắt, con tim, con đường, con sông, con dao, v.v...; hai, thỉnh thoảng trước một số động vật như cò, vạc, nông, bống, tôm, trai và kiến, người ta cũng có thể dùng chữ "cái", như trong các câu ca dao:

Cái cò, cái vạc, cái nông
Sao mày ăn lúa nhà ông, hỡi cò?
- Không, không, tôi đứng trên bờ
Mẹ con cái vạc đổ ngờ cho tôi!

hay:

Cái bống đi chợ Cầu Canh
Cái tôm đi trước củ hành đi sau.

Có thể nói ngoại lệ thứ nhất, từ vô sinh biến thành hữu sinh, là những trường hợp thăng cấp; ngược lại, ngoại lệ thứ hai, từ hữu sinh mà biến thành vô sinh, rõ ràng là một sự giáng cấp. Thế nhưng tại sao lại có sự giáng cấp như thế? Tại sao chỉ có một số

---

[2] Ví dụ, nói "nhà tôi", người ta có thể hiểu theo hai nghĩa khác nhau, một là vợ hay chồng của tôi; hai là căn nhà do tôi sở hữu; nhưng nếu nói "cái nhà tôi" thì không thể có khả năng gây hiểu lầm, bởi vì, khi thêm chữ "cái" phía trước, cái nhà ấy phải là một căn nhà hay một ngôi nhà cụ thể. Cũng vậy, nói "ông ấy có mèo", người ta có thể hiểu lầm ý này ý nọ, nhưng nói "ông ấy có con mèo" thì con mèo ấy nhất định phải là con mèo.

loài vật bị giáng cấp, còn những loài vật khác thì không? Con cò, con vạc, con nông, con bống, con tôm, con trai, con ve và con kiến... có tội tình mà bị truất phế ra khỏi thế giới hữu sinh?[3]

Theo tôi, những giống vật ấy là những nạn nhân ngẫu nhiên của một cuộc đảo chánh âm thầm trong lãnh vực ngôn ngữ.

Hình như chưa ai nói đến một cuộc đảo chánh như thế thì phải.

*

Chúng ta biết ngôn ngữ là một sinh thể biến động liên tục.

Về phương diện từ vựng, có ba hình thức biến động chính: thứ nhất, một số từ "chết" đi; thứ hai, một số từ mới được ra đời; và thứ ba, một số từ vẫn tiếp tục sống nhưng bị thay hình đổi dạng, hoặc ở ngữ âm hoặc ở ngữ nghĩa, hoặc ở cả ngữ âm lẫn ngữ nghĩa.

Trong tiếng Việt, hình thức thay đổi trong ngữ âm khá phổ biến. Ví dụ, chữ "nhỏ nhẹ" có lúc biến thành "nhỏ nhẻ" (ăn uống nhỏ nhẻ); "nền nếp" biến thành "nề nếp"; "dại dốt" (dại và dốt) thành "dại dột"; "phanh khui" thành "phanh phui"; "phong thanh" thành "phong phanh"; "nịnh hót" (nịnh và hót) thành "nịnh nọt", "yếu nớt" (nớt là sinh đẻ thiếu tháng) thành "yếu ớt"; "chốc mào" (loại chim có mào ở chốc, hay trốc, có nghĩa là đầu) thành "chào mào",

---

[3] Trường hợp con hạc bị gọi là "cái" trong câu thơ của Tản Đà "Cái hạc bay lên vút tận trời/Trời đất từ đây xa cách mãi" (bài "Tống biệt") chỉ là một sự "giáng cấp" tạm thời: con hạc không được tả như một loài chim, hơn nữa, một loài chim quý, mà chỉ như một phương tiện chuyên chở đưa Lưu Thần vànguyễn Triệu từ cõi tiên về lại cõi trần. Trong trường hợp này, thay "cái hạc" thành "con hạc", người ta dễ ngỡ nó chỉ là một con hạc nào đó tình cờ bay ngang qua mà thôi.

"chấp nệ" thành "chấp nê", "ngọt" có khi biến thành "ngót" (canh nấu ngót), "mặn" có khi biến thành "mẳn" (cá kho mẳn), "bắc" có khi biến thành "bấc" (gió bấc), "nam" biến thành "nồm" (gió nồm) hay "nôm" (chữ Nôm); "đã" có khi biến thành "đà" (Trong *Truyện Kiều* có 265 chữ "đã" và 35 chữ "đà" như: "Nàng đà biết đến ta chăng?" hay "Thuyền tình vừa ghé tới nơi/Thì đà trâm gãy bình rơi bao giờ.) Chữ "chẳng", trong câu phủ định là "chẳng" (chẳng có), nhưng trong câu nghi vấn lại biến thành "chăng" (có chăng?). Chữ "chưa", dùng trong cả câu phủ định (chưa có) lẫn câu nghi vấn (có chưa?), nhưng trong trường hợp phủ định, "chưa" có thể biến thành "chửa" (Ca dao: "Ngày đi lúa chửa đơm bông/Ngày về em đã con bồng con mang"), v.v...[4]

Cần lưu ý là việc biến âm ít nhiều dẫn đến việc biến nghĩa. Chẳng hạn, chữ "thật" và chữ "thực" là một; "sự thực" hay "sự thật" đều giống nhau, "thực ra" hay "thật ra" cũng giống nhau, nhưng phân tích chi li ra, ý nghĩa hai từ có khi lại khác nhau, như đâu đó, có người đã phân tích: "thực" là cái gì không phải hư ảo, trong khi "thật" lại là cái gì không phải là giả. Cảnh thực khác với cảnh thật. Nói cảnh thực là nhằm khẳng định nó không phải là trong mơ; nói cảnh thật là khẳng định nó không phải là cảnh nhân tạo.

Có khi hình thức ngữ âm vẫn y nguyên mà ý nghĩa lại thay đổi. Ngày trước, chữ "ân ái" có nghĩa là tình yêu, được lặp đi lặp lại rất nhiều lần trong cuốn *Tố Tâm* của Hoàng Ngọc Phách, với âm

---

[4] Xem thêm Lê Trung Hoa, "Tìm nguồn gốc một số từ ngữ tiếng Việt qua các hiện tượng biến đổi ngữ âm", in trong cuốn *Những vấn đề văn hoá, văn học và ngôn ngữ học* (nhiều tác giả), nxb Khoa Học Xã Hội, Hà Nội, 1999: 211-225.

hưởng thanh tao và dịu dàng. Sau này, nó lại nghiêng nặng về ý nghĩa chỉ những hoạt động sinh lý hơn là những ràng buộc về tình cảm. Chữ "khốn nạn" trước đây chỉ có nghĩa là cùng khổ, khốn quẫn, sau này, có nghĩa là vô đạo đức. Vân vân.

Điều đáng chú ý là có khi sự thay đổi diễn ra không đồng đều giữa các địa phương, từ đó, có thể dẫn đến sự hiểu lầm giữa người miền này và người miền nọ. Ví dụ, chữ "quay quắt". Trong khi ở miền Nam trước đây cũng như ở hải ngoại hiện nay, chúng ta đều hiểu "quay quắt" theo cái nghĩa đã được ghi trong *Đại Nam quốc âm tự vị* của Huỳnh Tịnh Của là "xây tròn, nhào lộn, rối rắm không yên, sự thể khốn đốn"; ở miền Bắc, trong *Từ điển Tiếng Việt* của Văn Tân (biên soạn năm 1974; in lần thứ ba năm 1994), "quay quắt" được định nghĩa là "xảo trá, hay lừa gạt". Thử tưởng tượng một tình huống cực kỳ nguy hiểm: một thanh niên ở miền Nam (hay ở hải ngoại) viết thư cho một cô gái miền Bắc, trong đó, có câu: "Anh nhớ em quay quắt"; cô gái liền nghĩ đến hai khả năng: hoặc anh thanh niên đang tự nhận là đang giả vờ nhớ (chữ "quay quắt" bổ nghĩa cho chữ "nhớ"), hoặc anh đang mắng cô ấy là một kẻ xảo trá (chữ "quay quắt" bổ nghĩa cho "em")! Khả năng nào cũng có thể làm tình yêu tan nát như chơi![5]

Những sự thay đổi vừa nêu, dù sao, cũng chỉ là những sự thay đổi. Chúng không phải là đảo chánh. Như trong hai chữ "cái" và "con".

---

[5] May mà gần đây, trong *Từ điển Tiếng Việt* của Hoàng Phê (1997), chữ "quay quắt", ngoài ý nghĩa chính là "xảo trá, tráo trở, hay lừa lọc", còn có một ý nghĩa phụ, được xem là ý nghĩa địa phương, là "ở mức độ đứng ngồi không yên".

*

Trước hết là "đảo chánh" về từ loại. Nên nhớ là chữ "cái" và "con" với tư cách là một loại từ chỉ là một hiện tượng khá mới mẻ trong lịch sử tiếng Việt. Ngay trong *Truyện Kiều*, được Nguyễn Du sáng tác vào đầu thế kỷ 19, tần số xuất hiện của chữ "con" với tư cách là loại từ rất hiếm, chỉ có khoảng hơn 20 lần trong tổng số 3254 câu thơ. Chữ "cái" lại càng hiếm, chỉ có mỗi một lần trong câu "Con ong cái kiến kêu gì được oan".[6]

Nếu đi ngược thời gian, đọc lại thơ Nôm của Nguyễn Trãi vào đầu thế kỷ 15, chúng ta sẽ thấy cách dùng chữ "cái" và chữ "con" còn rất lộn xộn và tuỳ tiện. Nhà thơ Xuân Diệu có lần khen ngợi nức nở cách dùng chữ "cái" trong hai câu thơ của Nguyễn Trãi:

Tuổi cao, tóc bạc, cái râu bạc

Nhà ngặt, đèn xanh, con mắt xanh.

Theo ông, cách nói "cái râu bạc" của Nguyễn Trãi rất lạ. Nó thể hiện hết cái tinh thần cứng cỏi, ngang ngạnh, uy vũ bất năng khuất của Nguyễn Trãi.[7] Tuy nhiên, theo tôi, hình như Xuân Diệu tán hơi quá. Sự thực, vào thế kỷ 15, Nguyễn Trãi chưa hề có sự phân biệt rõ ràng giữa "con" và "cái" như chúng ta hiện nay. Lúc ấy, ông gọi

---

[6] Xem *Từ điển Truyện Kiều* của Đào Duy Anh, do Phan Ngọc hiệu đính, nxb Khoa Học Xã Hội, Hà Nội, 1989.

[7] Xuân Diệu (1987), *Các nhà thơ cổ điển Việt Nam*, tập 1, nxb Văn Học, Hà Nội, tr. 61-2.

Gỡ ra, rồi lại buộc vào như chơi.

Để ý đến tính chất cảm thán ấy của chữ "cái", chúng ta dễ nắm bắt tâm trạng uất hận, đau đớn, day dứt, dằn vặt của Hồ Xuân Hương trong hai câu thơ nổi tiếng này:

Canh khuya văng vẳng trống canh dồn
Trơ cái hồng nhan với nước non.

"Hồng nhan" là một từ đẹp, nhưng khi đi liền sau chữ "cái", nó lại biến thành một sự bẽ bàng. Nhất là khi "cái hồng nhan" ấy lại cứ trơ ra giữa trời đất.

May mắn là chữ "cái" không bị đẩy đến tận cùng sự trầm luân. Có lẽ, vào khoảng cuối thế kỷ 19 hay đầu thế kỷ 20, khi tiếp xúc nhiều với văn hoá Tây phương, một phần do nhu cầu dịch thuật, một phần do nhu cầu tự diễn đạt, người Việt Nam đã phải tìm cách tạo ra những từ mới để chỉ những khái niệm trừu tượng. Biện pháp tạo từ chủ yếu là dùng từ tố "cái" cộng với một tính từ hay danh từ nào đó, ví dụ: cái tài, cái tình, cái thiện, cái ác, cái đẹp, cái xấu, cái cao cả, v.v... Nhưng tại sao người ta lại nghĩ đến việc dùng chữ "cái"? Trước, dành là chữ "cái" đã được dùng rồi, kiểu "Chém cha cái khó/Chém cha cái khó" trong "Hàn nho phong vị phú" của Nguyễn Công Trứ, tuy nhiên, phổ biến hơn vẫn là chữ "chữ", kiểu như Nguyễn Du viết, trong *Truyện Kiều*: "Chữ tài, chữ mệnh khéo là ghét nhau", hay Nguyễn Công Trứ viết, trong một bài hát nói, "Chữ tình là chữ chi chi". Khi quyết định dành ưu tiên hẳn cho chữ "cái", hình như người ta chỉ giữ lại mấy từ cũ, chủ yếu là những từ liên quan đến các phạm trù đạo đức ngày xưa: "chữ trinh", chữ "trung", "chữ hiếu" và thỉnh thoảng, "chữ hoà".

Khó, nếu không muốn nói là không thể biết được tại sao người ta quyết định bỏ chữ "chữ" đã khá quen thuộc thời bấy giờ để thế vào đó bằng chữ "cái" và ai là người đầu tiên đi đến quyết định ấy. Dù vậy, bất kể vì lý do gì, sáng kiến dùng chữ "cái" thay cho chữ "chữ" trong những kiểu tạo từ vừa nêu trên cũng đã cứu vớt được chữ "cái". Trong kết hợp mới mẻ để biểu đạt những khái niệm trừu tượng, chữ "cái" xem chừng có vẻ sang trọng hẳn, chứ không còn cái vẻ yếu ớt, lam lũ, nhếch nhác và buồn thảm như trước.

*

Như vậy, đứng trước một chữ đơn giản như chữ "cái", cách cảm thụ của người Việt Nam thuộc những thời đại khác nhau sẽ khác hẳn nhau. Ở trên, tôi có viết là Xuân Diệu tán hơi quá khi bình chữ "cái" trong câu thơ "Tuổi cao, tóc bạc, cái râu bạc" của Nguyễn Trãi. Viết thế, tôi không hề có ý chê trách Xuân Diệu. Lỗi đâu phải ở ông. Nếu ông sinh sớm hơn, khi chữ "cái" chưa có cái vẻ ít nhiều sang trọng như hiện nay, nếu ông sinh vào cái thời người Việt Nam ưa dùng chữ "cái" để cực tả những gì nhỏ nhoi và tội nghiệp như lúc cha ông chúng ta dùng chữ "cái" để chỉ con cò, con bống, con tôm, con kiến... biết đâu ông lại thấy trong câu thơ của Nguyễn Trãi có cái gì ngùi ngùi, xót xa, thương cho thân phận già nua và cô thế của mình.

Biết đâu được.

1999

Tiếng Việt: Mày, tao, mi, tớ...

Kinh nghiệm rút ra từ nhiều năm dạy tiếng Việt ở hải ngoại cho tôi thấy, đối với những người mới học, trong tiếng Việt, có hai điều khó nhất: thanh điệu và cách xưng hô. Đối với những ngoại quốc học tiếng Việt, hai cái khó ấy cơ hồ ngang nhau, dù cái khó thứ nhất, về thanh điệu, cần phải được ưu tiên khắc phục trước, để từ đó, học viên mới có thể phát triển được khả năng nghe và nói của họ. Đối với học viên Việt Nam sinh trưởng ở nước ngoài, cái khó về thanh điệu thường không đến mức quá trầm trọng: dù chưa bao giờ chính thức học tiếng Việt, họ cũng đã từng nghe cha mẹ và bà con chuyện trò bằng tiếng Việt, đã quen với cái điệu lên bổng xuống trầm của tiếng Việt, vì vậy, thường, không cần có tài thẩm âm lắm, họ cũng có thể phân biệt được sự khác nhau giữa những chữ, chẳng hạn, MA, MÁ, MÀ, MẢ, MÃ, và MẠ. Tuy nhiên, cả người ngoại quốc lẫn người Việt sinh trưởng ở nước ngoài đều cảm thấy lúng túng về cách xưng hô trong tiếng Việt.

Mà không phải chỉ có những người mới học. Ngay cả những người sử dụng tiếng Việt cực kỳ thành thạo cũng có lúc, thậm chí, nhiều lúc cảm thấy bối rối trong việc xưng hô. Ai cũng biết cách xưng hô của người Việt chủ yếu dựa vào quan hệ đẳng cấp và tuổi tác. Đẳng cấp thì có nhiều loại: không nhất thiết phải là chức vụ trong hệ thống công quyền, ngay cả thứ bậc trong gia đình hay một số nghề nghiệp trong xã hội cũng là những đẳng cấp cần tuyệt đối tôn trọng trong cách xưng hô. Ngày xưa, đẳng cấp là nguyên tắc chủ đạo. May là thời ấy, ý niệm tôn ti còn nặng nên người nào an phận người nấy, vấn đề xưng hô chắc không mấy khi cần phải đặt thành vấn đề; cứ hễ gặp người có chức tước cao hơn mình thì cứ cúi đầu và khom lưng xuống, "bẩm quan", "bẩm cụ". Muốn cho chắc ăn hơn nữa thì thêm tính từ "lớn" sau các chữ "quan" hay chữ "cụ" ấy. Những người làm quan được gọi là "quan", đã đành. Những người không phải là quan nhưng trông có vẻ hơi sang sang một chút cũng được gọi là "quan". Bác sĩ là "quan": "quan đốc". Nhà báo cũng là "quan": "quan tham nhựt trình". Không "quan" thì là "thầy": nghề gì dính đến giấy mực đều là "thầy": thầy thông, thầy ký, thầy cò, v.v... Từ 1945 đến nay, tất cả những kiểu xưng hô phong kiến như thế đều bị bỏ. Ngay những cách gọi "ông" hay "bà" cũng bị cho là khách sáo và cổ hủ: Bỏ. Cách xưng hô trở thành thân mật hơn: hễ ai bằng hoặc lớn tuổi hơn bố mẹ mình thì mình gọi là "bác"; trẻ hơn chút thì gọi là "chú" hay "cô"; bằng hoặc lớn tuổi hơn mình thì mình gọi là "anh" hay "chị"; trẻ hơn thì gọi là "em". Đại khái thế. Nguyên tắc thì đơn giản nhưng việc thực hiện không phải không phức tạp. Điều những người ngoại quốc học tiếng Việt thường phàn nàn nhất là: rất khó đoán tuổi người Việt Nam. Ai cũng có vẻ trẻ măng cả. Hơn nữa, trong các cuộc chuyện trò mặt đối mặt thì còn đỡ. Nói chuyện qua điện thoại mới khó. Làm thế nào để có thể xác định được ngay người ở đầu dây bên kia khoảng bao nhiêu tuổi để xưng hô cho thích hợp? Chịu. Thú thực, tôi đã bao nhiêu lần nghe các sinh viên nêu lên cái câu hỏi ấy. Vẫn không biết trả lời thế nào cho thực ổn.

Nguyên tắc dựa vào tuổi tác, tưởng dễ, cũng có vô số ngoại lệ. Ví dụ, với người trẻ hơn mình thì mình có thể gọi là "em". Nhưng thế nào mới được gọi là trẻ hơn mình? Một tuổi? Năm tuổi? Mười tuổi? Ở lứa tuổi 20, việc xưng là "anh/chị" và gọi người khác là "em" trong những lần gặp đầu tiên có khi còn thể tất. Nhưng từ khoảng lứa tuổi 30, 40 trở lên, khi người ta đã có gia đình và đã có chút địa vị trong xã hội, việc xưng hô như thế rất dễ bị xem là suồng sã, thậm chí, lỗ mãng. Tôi có một người quen sau nhiều năm ở hải ngoại, cùng vợ về Việt Nam, gặp một số bạn bè mới. Ông ấy kể là, suốt cả hơn một tháng ở Việt Nam, ông vẫn không tránh được cảm giác kinh ngạc và bất bình khi nhiều người đàn ông ông mới quen, có khi, chỉ mới gặp lần đầu, đều gọi vợ ông là "em" và xưng "anh" một cách ngon ơ. Ông cảm thấy có cái gì như bị xúc phạm. Ngày trước, ở miền Nam, là một công chức thuộc loại khá cao, ông sống trong một môi trường khá nhiều lễ nghi. Lâu lắm, ông chưa nghe ai, trừ ông và những người thân trong gia đình, gọi vợ ông là "em" cả. Ông cứ đinh ninh chữ "em" ấy là một cái gì ít nhiều có tính độc quyền. Vậy mà...

Ngược lại, trong nhiều giới, đặc biệt là giới văn nghệ, không ít người chỉ muốn người khác gọi là "anh" hay "chị" thôi. Tôi nhớ, lần đầu tiên gặp Mai Thảo, tôi gọi ông là "bác"; ông xua tay: "anh đi." Ừ, thì... "anh". Tôi vừa gọi "anh" vừa thấy hơi ngường ngượng. Ông sinh năm 1926, lớn hơn tôi đến 30 tuổi. Riết, cũng quen dần. Sau đó, gặp Phạm Duy, lớn hơn tôi 35 tuổi, tôi cũng lại cứ anh anh em em. Sau đó, gặp Võ Phiến, lớn hơn Mai Thảo một tuổi và trẻ hơn Phạm Duy bốn tuổi, quen miệng, tôi cũng gọi bằng "anh"; ông có vẻ hơi... sửng sốt. Thoáng nhìn, tôi biết ngay, bèn đổi lại "bác". Thì mọi chuyện lại yên ổn. Thành ra, ở đây, ngay trong giới văn nghệ, cũng chẳng có luật lệ gì cho việc xưng hô cả. Tuỳ người.

Những sự phức tạp, thậm chí, có thể nói lắt léo như thế đã có nhiều người đề cập. Trong bài này, tôi chỉ muốn đi vào một khía cạnh: tất cả những sự phức tạp và lắt léo trong cách xưng hô ấy tiết lộ điều gì trong văn hoá Việt Nam?

Tôi nghĩ đến hai điều:

Thứ nhất, qua việc sử dụng hệ thống từ vựng chỉ thân tộc làm đại từ nhân xưng, người Việt Nam đã biến gia đình thành hệ quy chiếu của quan hệ xã hội. Người nào ngang tuổi ông bà mình thì tự động trở thành "ông", "bà"; người nào ngang tuổi chú bác cô dì thì tự động trở thành "chú", "bác", "cô", "dì"; người nào ngang tuổi anh chị thì tự động biến thành "anh", "chị", v.v... Như thế, xã hội được xem như một gia đình mở rộng. Nền tảng của gia đình là huyết thống. Điều này, tôi nghĩ, giải thích tại sao người Việt không sử dụng một số từ như "vợ", "chồng", "dâu" và "rể" làm đại từ nhân xưng. Trước đây, đã có người nêu ý ấy. Cao Xuân Hạo phản bác: "thím" và "dượng" đâu khác gì "dâu" và "rể"? Cũng là những người ở ngoài huyết tộc cả thôi.[1] Tuy nhiên, tôi nghĩ, những trường hợp này không giống hẳn nhau. "Thím" và "dượng" là những cách gọi

---

[1] Cao Xuân Hạo (2001), *Tiếng Việt Văn Việt Người Việt*, Thành phố HCM: Nxb Trẻ, tr. 298 (chương "Mấy vấn đề văn hoá trong cách xưng hô của người Việt"). Về vấn đề xưng hô trong tiếng Việt, có thể xem thêm Võ Phiến (1999), *Cảm nhận*, California: Văn Mới, tr. 29-38 (chương "Cái tiếng mình nói").

từ những người thuộc vai cháu; trong khi "vợ"/"chồng" và đặc biệt, "dâu"/"rể" là những thuật ngữ được dùng bởi những người đang đứng ở vai trên: cha mẹ. Người thuộc vai dưới phải chấp nhận vị thế của người trên, trong khi đó, người bề trên có quyền khống chế người dưới: vợ chồng phải biến thành "anh"/"em"; dâu và rể phải biến thành "con"/"cháu" mới thực sự biến thành những thành viên ruột thịt trong gia đình.

Xem xã hội như một gia đình mở rộng cũng là một điều hay. Ừ, thì... hay. Nhưng dở, cũng lắm chuyện dở. Dở nhất, theo tôi, là với cách nhìn ấy, người Việt Nam rất khó xây dựng được một xã hội dân sự thực sự, ở đó, tư cách mỗi người được xác định bằng một tiêu chí duy nhất: luật pháp. Không phải ngẫu nhiên mà ở Việt Nam, chỉ có một nơi duy nhất cách xưng hô dựa trên hệ thống từ thân tộc hoàn toàn bị loại bỏ: toà án. Nghĩ cũng phải chứ. Chẳng lẽ quan toà lại phán: "cháu tuyên án bác 30 năm tù khổ sai vì tội giết người có vũ khí." hay: "Anh phạt em 2 năm tù ở vì tội làm điếm." Chẳng lẽ thế? Thế nhưng, tại sao trong các cơ quan công quyền khác, người ta lại cứ tiếp tục bác bác cháu cháu? Nghe, dễ tưởng là thân mật, thậm chí, dân chủ nữa, nhưng theo tôi, chính cái cách xưng hô như thế đã góp phần ngăn chặn quá trình dân chủ hoá của Việt Nam: người xưng "bác" hay xưng "chú" có thể tiếp tục độc đoán và người xưng "cháu" tiếp tục chấp nhận những sự độc đoán ấy là những điều bình thường. Có thể nói, cách xưng hô như thế rất dễ làm triệt tiêu cảm giác phẫn nộ chính đáng của người dân khi đối diện với những sự bất công. Mà không có cảm giác phẫn nộ ấy thì sẽ không thể nào có được một xã hội dân sự thực sự.

Thứ hai, cách xưng hô trong tiếng Việt cho thấy tính chất cụ thể trong ngôn ngữ và trong tư duy của người Việt. Chúng ta không hề có những khái niệm mang tính khái quát cao như các đại từ trong phần lớn các ngôn ngữ Tây phương: trong đối thoại, mỗi người, với tư cách cá nhân, đều thuộc một trong ba phạm trù: người phát ngôn (ngôi thứ nhất), người trực tiếp đón nhận việc phát ngôn (ngôn thứ hai); và người được đề cập đến trong nội dung của lời phát ngôn (ngôi thứ ba). Lấy tiếng Anh làm ví dụ: là kẻ phát ngôn thì ai cũng như nhau, cũng là "I" cả. Chuyện trò, tổng thống xưng "I" gọi "you" mà tên lính quèn cũng xưng "I" và gọi "you". Trong tiếng Việt, chúng ta không có những khái niệm nào tương đương với những "I", những "you" ấy. Hình như trong cách nhìn của nền văn hoá truyền thống Việt Nam, không có khái niệm cá nhân như một cái gì độc lập, chỉ được xác định bằng một tiêu chí duy nhất: hành ngôn. Cá nhân chỉ được định nghĩa theo các quan hệ nhất định: với người này, hắn là "ông", với người nọ, hắn là "cha", với người kia, hắn là "anh", với người khác nữa, hắn lại là "em", v.v...

Thử nghe lời nói này:

"Lẹ lẹ lên nào. Coi chừng trễ chuyến bay bây giờ. Nội, nội đưa cái dù cho *cháu* cầm cho; còn ba đưa cái xách cho *con*. Còn anh nữa, anh cứ ra xe trước đi để *em* khoá cửa cho. À này..., mấy đứa xem giùm mấy cái cửa sổ phía sau *mẹ* đã khoá kỹ chưa? Lẹ đi. Trời ơi!"

Chỉ qua mấy câu nói ngắn như vậy, chúng ta thấy là người phụ nữ đang nói chuyện với bốn, năm người khác nhau. Với mỗi người, chị làm một cuộc hoá thân: Với ông hoặc bà nội, chị xưng là "cháu"; với ba, chị xưng là "con"; với chồng, chị xưng là "em", và với mấy đứa con, chị xưng là "mẹ". Như vậy, người phụ nữ ấy thực sự là ai? Câu trả lời: không là ai cả. Chúng ta chỉ có thể xác định được chị khi đặt chị trong mối quan hệ với những người khác. Đặc biệt, tất cả những quan hệ ấy đều tạm thời: chúng thay đổi xoành xoạch. Mỗi sự thay đổi đều dẫn đến sự thay đổi trong tư cách của người phát ngôn. Có thể nói, với người Việt Nam, mỗi lần chuyện trò là mỗi lần đóng một vai nhất định: đóng vai ông/bà, đóng vai cha/mẹ, đóng vai con/cháu, đóng vai anh/em, v.v... Đã vậy, người Việt còn có thói quen thích đóng các vai... giả. Ví dụ, một người đàn ông 50 tuổi có thể gọi một người đàn ông lạ khoảng 30 tuổi là "bác" và xưng là "cháu": người ấy đang nhập vào vai đứa con của ông để gọi người khách. Ở Việt Nam, người ta gọi cách xưng hô như thế là lối nói khiêm. Trong quan hệ vợ chồng, người ta cũng hay nhập vai con để gọi người phối ngẫu: vợ sẽ không gọi chồng là "anh" mà là "bố thằng cu" hay "bố nó" hay, gọn hơn, chỉ là "bố" suông thôi. Ngược lại, nói chuyện với chồng, người vợ có thể không xưng "em" mà lại xưng là... "mẹ", kiểu:

"Bố ơi, chiều nay bố có đi Footscray không?"

"Có. Mẹ có cần gì không?"

"Ờ, bố mua cho mẹ thùng xoài nghe."

"Xoài gì mà xoài. Mới ăn tuần trước mà. Ăn xoài nhiều nóng lắm, đâu có bổ béo gì..."

"Trời ơi, nóng với niếc gì, bố sao nhiều chuyện quá. Mùa này xoài đang rẻ, cứ cho con ăn cho đã. Hết mùa thì tụi nó lại nhịn."

"Mẹ cứ hay chiều con..."

Ngày xưa, đặc biệt ở miền quê hay trong thơ văn, người ta còn cố gắng tránh tất cả mọi vai cụ thể như thế: người ta chỉ gọi là "ai" và xưng là "ai" một cách hết sức bâng quơ. Thuý Kiều nói với Kim

Trọng: "Đừng điều nguyệt nọ hoa kia/Ngoài ra, ai lại tiếc gì với ai." Tản Đà nói với người tình nhân không quen biết: "Ai những nhớ ai, ai chẳng nhớ/Để ai luống những nhớ ai hoài." Thì cũng là những kiểu nhập vai giả, cái vai vô hình.

Nói chuyện là buộc phải đóng một vai nhất định. Do đó, trên nguyên tắc, bằng tiếng Việt, mọi cuộc độc thoại đều bất khả. Đứng một mình, cá nhân sẽ không là gì cả. Mà đối thoại, nhất là tranh luận, cũng khó. Tôi đã chứng kiến, trong các cuộc họp hành, vô số những cuộc cãi cọ bằng tiếng Anh rất gay gắt. Cãi kịch liệt. Cãi đến nơi đến chốn. Thế nhưng, sau buổi họp, đâu lại vào đấy, mọi người lại là bạn bè, lại chuyện trò hoà nhã với nhau, như không hề có chuyện gì xảy ra. Tuy nhiên, cũng những người ấy, khi cãi với nhau bằng tiếng Việt thì lại khác. Khác hẳn. Ngay khi đang cãi cọ, người ta đã có thể linh cảm được là có cái gì đó đang đổ vỡ. Tại sao? Lý do chính, tôi đoán, chủ yếu là ở... tiếng Việt.

Mà thật. Cãi với nhau bằng tiếng Anh, mọi người đều bình đẳng ngay từ đầu: ai cũng là "I" và "you". Từ vị thế bình đẳng ấy, người ta có thể an tâm tập trung vào lý luận để giành thắng lợi trong lý luận và bằng lý luận. Cãi với nhau bằng tiếng Việt thì khác. Từ khởi sự, đã có cái gì như không bình đẳng và cũng không sòng phẳng: người lớn tuổi hơn thì xưng "bác" hay "anh", do đó, từ tiềm thức, đã mơ hồ cảm thấy mình đang ở thế bề trên, thế đàn anh; người trẻ hơn, ngược lại, phải xưng "cháu" hoặc "em", do đó, cũng tự trong tiềm thức, đã có chút mặc cảm yếu thế. Để bù lấp cái mặc cảm yếu thế ấy, những người trẻ hơn, ngoài lý luận, thường tự động sử dụng một số biện pháp khác: khuôn mặt đanh lại một chút, giọng nói to lên một chút, giọng điệu chì chiết hơn một chút, chữ nghĩa nặng nề hơn một chút. Có khi người ta đổi cả cách xưng hô: bình thường thì anh anh em em; khi cãi nhau thì anh/chị với tôi. Đối với những người tự đặt mình ở vị thế cha, chú, anh, chị... tất cả những điều ấy đều dễ dàng gây thương tổn. Nghe chữ "tôi" từ miệng một người vốn thường xưng "em" với mình, người ta dễ có cảm tưởng như bị hạ bệ hay bị phản bội. Cảm giác "đổ vỡ" không chừng xuất phát từ đó.

Cảm giác ấy càng rõ hơn khi vợ chồng cãi nhau. Bắt đầu cãi, đang tức, người vợ phải xưng "em", càng dễ thấy... tức hơn. Cảm thấy như mình bị xử ép. Càng dễ bù lu bù loa hơn nữa. Vẫn thấy bị ép. Cứ phải xưng "em" là lại thấy bị ép. Bèn đổi thành "tôi" cho... ngang cơ. Chồng, chưa cần biết vợ nói đúng hay sai, chỉ cần nghe chữ "tôi" bất bình thường ấy, đã đùng đùng nổi giận, có cảm giác là vợ mình... hỗn láo, đòi đảo chánh... mình. Tôi tuyệt đối chống lại mọi hình thức bạo hành, từ trong gia đình đến ngoài xã hội, nhưng tôi tin là tôi hiểu được lý do gì đã thúc đẩy nhiều gã đàn ông, trong những trường hợp như thế, đã không tự kìm chế được, phải vung tay lên: cái hắn muốn đánh, trước hết, là chữ. Chữ, chứ không phải là người.

Dĩ nhiên, cái gì cũng có mặt trái và mặt phải của nó. Tôi có người bạn lấy vợ Úc. Một lần, trong câu chuyện, anh buột miệng, nói: "Nghe vợ chồng người Việt Nam gọi nhau bằng anh em, nghe 'đã' dễ sợ!" Hồi nhỏ, nghe ba mẹ tôi gọi nhau bằng "mình", tôi cũng có cảm giác "đã" tương tự. Vợ chồng tôi chưa bao giờ xưng "mình" với nhau, nhưng không hiểu tại sao, tôi cứ bị chữ "mình" ấy ám ảnh mãi. Một lúc nào đó, tôi chợt khám phá ra chữ "mình" ấy chứa đựng trong nó cả một triết lý về tình yêu của người Việt. Chứ còn gì nữa? Chúng ta đều hiểu ý nghĩa đầu tiên của chữ "mình" là bộ phận chính của thân thể. Trong những giờ vạn vật đầu tiên thời tiểu học, chúng ta đã học là thân thể người ta gồm ba phần: đầu, mình và chân tay. "Mình", chiếm từ cổ xuống mông, là bộ phận lớn nhất của cơ thể, do đó, được đồng nhất với cơ thể: Nói "mình đầy mồ hôi" cũng là nói "cơ thể đầy mồ hôi". Là toàn bộ cơ thể, "mình" biến thành "tôi", ngôi thứ nhất số ít. Yêu nhau, khi hai biến thành một, người ta cho cái "mình" ấy cho người mình yêu: "mình" biến thành "em" hay "anh", ngôi thứ hai số ít. Nhưng khi sự phân biệt giữa ngôi thứ nhất và ngôi thứ hai biến mất, khi "mình với ta tuy hai mà một", "mình" tự động biến thành "chúng ta", ngôi thứ nhất số nhiều. Như vậy, nếu dịch sang tiếng Anh, chỉ giới hạn trong phạm vi đại từ nhân xưng, chữ "mình", tuỳ từng trường hợp, có thể là "I", có thể là "you" và cũng có thể là "we". Một chữ: ba ngôi.

Từ những sự biến nghĩa của chữ "mình", chúng ta có thể loé thấy quan niệm của người Việt Nam về tình yêu và hôn nhân. Theo quan niệm đó, tình yêu không phải chỉ là một sự hoà nhập làm một; hai người yêu nhau không những chỉ thuộc về nhau. Đó là những quan niệm bình thường và quen thuộc ở khắp nơi. Với người Việt Nam, yêu nhau là đem cái chữ "mình" vốn chỉ cơ thể của mình tặng cho người mình yêu, là tự nguyện chuyển nhượng chủ quyền trên thân thể của mình cho người mình yêu, là dâng hiến cái mình của mình cho nhau. Hơn nữa, là biến người mình yêu thành cái "nhà", thành không gian cư ngụ của mình: chỉ ở đó, người ta tồn tại.

Bởi vậy, riêng trong phạm vi xưng hô, nói tiếng Việt hay cũng được. Mà nói dở cũng được. Tôi không tin là, với tư cách người cầm bút, chúng ta có thể thay đổi được điều gì.

Viết bài này, tôi chỉ muốn gợi lên vài ý bâng quơ, vậy thôi.

4.2004

Chuyện dạy tiếng Việt
như một ngôn-ngữ-một-rưỡi

Hình như Nguyễn Khải, đâu đó, có viết, đại khái: đối với trẻ nhỏ, hai giấc mơ phổ biến nhất là giấc mơ trở thành thầy cô giáo và giấc mơ trở thành thi sĩ. Riêng tôi, nhớ lại, hình như suốt trong thời thơ ấu, chưa bao giờ tôi mơ trở thành thầy cô giáo cả. Có lẽ, tôi đoán - chỉ đoán mò thôi - nguyên nhân chính là vì, trong suốt thời tiểu học và những năm đầu tiên của trung học, tôi sống và học ở những ngôi làng khá nhỏ, ở đó, phần lớn thầy cô giáo đều là những người láng giềng của tôi: tôi gặp họ hầu như hàng ngày, không phải chỉ trong trường với những bộ quần áo tề chỉnh và phong thái nghiêm trang, có chút khệnh khạng, mà tôi còn gặp họ, các cô giáo tôi sáng sáng xách rổ đi chợ, từ rổ, thòng ra mấy bó rau muống héo xèo; các thầy tôi chiều chiều mặc quần cộc vừa đi vừa xỉa răng, hay ngồi tán gẫu với hàng xóm, có khi thò cả dái ra ngoài. Những hình ảnh đời thường như thế làm nhạt đi rất nhiều chút hào quang toả ra từ tấm bảng đen khổng lồ giữa lớp.

Nhiều lúc, ngồi dưới nhìn lên, thấy thầy mình đang thao thao giảng bài, tôi suýt bật cười khi tưởng tượng phía sau chiếc áo lúc nào cũng ủi thẳng thớm kia là chiếc may-ô vàng khè và rách lỗ chỗ mà thầy thường mặc; nghe cô giáo dạy Văn đọc thơ với giọng trầm bổng và rất đỗi ngọt ngào, tôi nhớ lại những lần nghe cô hét chửi các con cô, giọng lanh lảnh vang ổn trong cả xóm. Có lẽ chính vì thế, trong vô số giấc mơ của tôi thời niên thiếu, không có giấc mơ nào dính dáng xa gần đến nghề dạy học.

Ngược lại, tôi mơ trở thành nhà thơ. Thú thực, cho đến những năm gần cuối của bậc trung học, chưa bao giờ tôi gặp nhà thơ nào ngoài đời. Các ngôi làng tôi ở, chắc cũng có nhiều người làm thơ, nhưng không có ai nổi tiếng đủ để được người địa phương công nhận là thi sĩ. Thành thử hình ảnh các thi sĩ mà tôi có trong đầu thuở ấy đều là những hình ảnh tưởng tượng với sự "đóng góp" khá nhiều từ các cuốn tiểu thuyết tôi đã đọc. Do đó, chúng thay đổi khá thường xuyên.

Có lúc, nhà thơ trong giấc mơ của tôi thấp thoáng hình ảnh của Phạm Thái trong *Tiêu Sơn tráng sĩ* của Khái Hưng: làm thơ hay, biết uống rượu, giỏi võ, mê gái và ... thất chí. Lúc khác, nó hao hao Dũng trong *Đoạn Tuyệt* của Nhất Linh: tự dưng bỏ nhà và người yêu đi làm cách mạng, chiều chiều thả thuyền trên sông, nhìn khói sóng và làm thơ, rồi, tôi tưởng tượng thêm: một lúc nào đó, tình cờ gặp lại người tình cũ, đọc cho "em" nghe mấy bài thơ tình tứ, "em" oà lên khóc nức nở, cương quyết bỏ lại chồng con và cuộc sống êm ấm sau lưng để đi theo nhà thơ, dấn thân vào con "đường gió bụi".

Lúc khác nữa, nó chập chờn hình ảnh các nhà thơ mà báo chí Sài Gòn dạo ấy thường mô tả: nghèo, hay đi lang thang trên đường phố, một tay vò tập thơ, một tay cặp điếu thuốc lá; khói thuốc lá lúc nào cũng bay mờ mờ trước mặt; và chung quanh lúc nào cũng có những ánh mắt nhìn theo, phần lớn là mắt nữ sinh, đầy ngưỡng mộ. Đại khái thế. Nhờ tưởng tượng, hình ảnh nhà thơ mang sắc vẻ của một huyền thoại. Đẹp. Và hấp dẫn lạ thường.

Tuy nhiên, cuối cùng, cuộc đời đưa đẩy, tôi không trở thành nhà thơ mà lại trở thành nhà giáo. Ở Việt Nam, tôi dạy học; sang Úc, tôi cũng lại dạy học.

Ở Việt Nam, tôi dạy văn học Việt Nam, chủ yếu là văn học thế kỷ 18 và 19; ở Úc, tôi dạy nhiều môn khác nhau, từ Tiếng Việt cho người nước ngoài đến Chiến tranh Việt Nam và Văn hoá Việt Nam, nhưng môn tôi dạy lâu nhất và tâm đắc nhất là môn Văn học Việt Nam dành cho sinh viên Việt Nam hoặc sinh viên người nước ngoài đã rất thông thạo tiếng Việt.

Nghĩ cũng thú vị chứ, cái hình ảnh, giữa một đại học Úc mênh mông, một lớp học trong đó có vài ba sinh viên da trắng ngồi chen chúc giữa đám sinh viên Việt Nam, say sưa bàn luận về thơ Hồ Xuân Hương hoặc *Truyện Kiều*, về văn học thời đổi mới ở trong nước hoặc văn học hải ngoại từ sau năm 1975, về đề tài tình yêu và dục tính trong văn học thời 1932-45 hoặc đề tài chủ nghĩa hư vô trong văn học miền Nam thời 1954-75, chủ yếu qua các tác phẩm của Phạm Công Thiện, Bùi Giáng và Nguyễn Đức Sơn... bằng tiếng Việt. Chính vì thú vị như vậy cho nên, với tôi, nó để lại thật nhiều kỷ niệm.

Xin lưu ý là, từ sau năm 1975, ở một số quốc gia Tây phương, ngành Việt học và Việt ngữ phát triển rất mạnh. Sự phát triển của ngành Việt học, chủ yếu tập trung vào khía cạnh lịch sử và chính trị, gắn liền với chiến tranh Việt Nam: đó là cuộc chiến tranh dài nhất mà Mỹ tham gia ở nước ngoài;[1] cuộc chiến tranh chia rẽ nước Mỹ một cách sâu sắc nhất kể từ sau cuộc nội chiến giữa thế kỷ 19; cuộc chiến tranh đầu tiên được trực tiếp chiếu trên các đài truyền hình; cuộc chiến tranh đầu tiên trong đó truyền thông đại chúng thực sự trở thành một thứ vũ khí sắc bén, cuối cùng, đã quay ngược lại đánh bại cả chủ nhân của chúng: nước Mỹ, khiến người Mỹ, lần đầu tiên trong lịch sử của họ, bị thất trận; và sự thất trận ấy đã trở thành một mối ám ảnh không dứt trong tâm hồn nhiều thế hệ khác nhau. Sự phát triển của ngành Việt ngữ chủ yếu gắn liền với sự lớn mạnh vượt bậc của cộng đồng người Việt tại hải ngoại, từ con số vài chục ngàn người, chủ yếu ở Pháp và các quốc gia láng giềng như Lào, Campuchia và Thái Lan, lên đến gần ba triệu người rải rác khắp nơi trên thế giới: hầu như ở đâu có người Việt cư ngụ, ở đó có các trung tâm dạy tiếng Việt.

Tạm gác qua một bên ngành Việt học[2] vốn khá đa dạng và phức tạp; chỉ giới hạn trong ngành Việt ngữ, trong phạm vi dạy và học tiếng Việt, tôi có cảm tưởng Úc xứng đáng được xem là một quốc gia dẫn đầu thế giới.

Dẫn đầu trên ba phương diện. Thứ nhất, tại Úc, tiếng Việt được chính thức công nhận là một trong các ngôn ngữ khác tiếng Anh

---

[1] Không tính cuộc chiến tranh tại Afghanistan (bắt đầu từ 2001) đến nay (2014) vẫn chưa kết thúc.

[2] Khi nói đến "Việt học" tôi hiểu là bao gồm nhiều lãnh vực học thuật khác nhau, từ ngôn ngữ đến lịch sử, chính trị, xã hội, văn học, văn hoá, v.v... Trong khi đó, "Việt ngữ" chỉ giới hạn trong lãnh vực dạy ngôn ngữ mà thôi.

(Languages Other Than English, LOTE), có giá trị tương đương với các môn học khác ở tất cả các cấp, từ tiểu học đến trung học và đại học. Nói cách khác, ở bậc trung học, học sinh có thể chọn tiếng Việt làm một trong các môn chính trong kỳ thi tốt nghiệp phổ thông; và ở bậc đại học, sinh viên có thể chọn tiếng Việt làm một môn học chính (major) để học liên tục trong vòng ba năm trong chương trình Cử nhân của mình.[3] Thứ hai, về phương diện tổ chức, tại Úc, nhờ sự công nhận ấy, tiếng Việt không phải chỉ được giảng dạy vào các ngày cuối tuần do các hội đoàn tổ chức như ở nhiều nơi trên thế giới mà còn được giảng dạy ngay trong các trường công hoặc tư như mọi môn học chính quy khác. Và thứ ba, về phương diện quy mô, do hai đặc điểm vừa nêu, số lượng người học tiếng Việt tại Úc rất cao; nếu tính theo tỉ lệ dân số của cộng đồng Việt Nam, tôi ngờ là cao hơn hẳn bất cứ quốc gia nào khác ngoài Việt Nam. Ví dụ, theo thống kê vào năm 1999, số người Úc gốc Việt thuộc lứa tuổi từ 10 đến 19 là khoảng 40,000.[4] Trong khi đó số học sinh ghi danh học các lớp tiếng Việt dưới các hình thức khác nhau là khoảng 10,000 em; trong đó, có khoảng 1,000 em

---

[3] Dĩ nhiên là trừ những ngành học trong đó sinh viên không thể chọn bất cứ ngoại ngữ nào làm môn chính (như các ngành về khoa học kỹ thuật).

[4] Về số liệu liên quan đến cộng đồng người Việt Nam tại Úc, có thể xem website:
http://www.vietnameseinaustralia.com.au/Association/Statistics/Statistics_Vietn ameseInAustralia.asp

chọn tiếng Việt làm một trong các môn học chính ở lớp 12.[5]

Những đặc điểm nêu trên có thể thấy rõ nhất là ở bậc đại học: Úc là quốc gia đầu tiên trên thế giới công nhận tiếng Việt là một trong các môn học chính trong chương trình Cử nhân Văn Khoa.[6] Tại Úc, vào khoảng từ cuối thập niên 1980 đến khoảng giữa thập niên 1990, tiểu bang Victoria, với dân số khoảng hơn 5 triệu người, trong đó có khoảng hơn 50,000 người Việt Nam, là nơi hầu như đại học nào cũng có môn tiếng Việt,[7] một hiện tượng, tôi đoán, không thể tìm thấy ở bất cứ nơi nào khác trên thế giới, ngoài Việt Nam. Có thể xem đó là thời đại hoàng kim của bộ môn tiếng Việt ở nước ngoài. Công lao chủ yếu thuộc về hai người: giáo sư Nguyễn Xuân Thu, nguyên Giám đốc Nha Nghiên Cứu thuộc Bộ giáo dục ở miền Nam trước 1975, người đóng vai trò tiên phong trong việc thuyết phục Bộ giáo dục Úc và các trường đại học Úc mở ngành Việt ngữ và Việt học;[8] và Phan Văn Giưỡng, người có công duy trì

---

[5] Về số liệu các lớp Tiếng Việt tại Úc, có thể xem Nguyễn Xuân Thu (1995), *Unlocking Australia's Language Potential, Profiles of Languages in Australia: Vietnamese*, Canberra: The National Languages and Literacy Institute of Australia.

[6] Theo Nguyễn Xuân Thu (1995), sđd, tr. 22.

[7] Đó là các trường Victoria University, the University of Melbourne (chỉ mở một năm, 1995), RMIT, Monash, Swinburne, Deakin, Australian Catholic University (chỉ mở một năm, khoảng 1992).

[8] Gs Nguyễn Xuân Thu cũng là người có công đầu trong việc vận động thành lập viện đại học quốc tế đầu tiên tại Việt Nam: International RMIT.

việc giảng dạy tiếng Việt ở các cấp tại tiểu bang Victoria.[9]

Tôi chả có chút công lao gì trong việc tạo dựng cái thời hoàng kim ấy. Tôi chỉ là người thừa hưởng: thời ấy, là người duy nhất dạy môn Tiếng Việt Cao Cấp (Advanced Vietnamese) tại tiểu bang Victoria, tôi chạy từ đại học này sang đại học khác như các ca sĩ chạy sô ở Việt Nam. Mệt, nhưng đầy hào hứng. Chương trình giảng dạy hoàn toàn tuỳ thuộc vào mình. Phần lớn sinh viên là những người lớn lên tại Việt Nam, có người đã học xong đại học tại Việt Nam, trình độ tiếng Việt rất giỏi, do đó, khi giảng, tôi tha hồ đào sâu vào các vấn đề mình tâm đắc. Từ *Truyện Kiều* cho đến thơ Hồ Xuân Hương. Từ phong trào Thơ Mới thời 1932-45 cho đến phong trào thơ tự do ở miền Nam vào cuối thập niên 1950. Từ văn học thời đổi mới trong nước với những Dương Thu Hương, Phạm Thị Hoài, Nguyễn Huy Thiệp, Bảo Ninh... cho đến văn học hải ngoại với những Võ Phiến, Mai Thảo, Cao Tần, Nguyễn Mộng Giác...

Tuy nhiên, thời hoàng kim ấy kéo dài không lâu.

Bắt đầu vào những năm cuối của thập niên 1990, khi làn sóng người Việt tị nạn ngưng tràn vào Úc, mối quan hệ giữa Úc và các quốc gia Á châu, trong đó có Việt Nam không còn đằm thắm như trước, chính sách giáo dục của Úc ngày càng Mỹ hoá, nghĩa là

---

[9] Xin lưu ý là trong khi tại tiểu bang Victoria có khoảng 7 đại học có môn Tiếng Việt thì tại tiểu bang New South Wales, nơi có đông người Việt nhất, lại chỉ có một trường dạy tiếng Việt: trường University of Western Sydney; tại tiểu bang Nam Úc có một trường: University of Adelaide; và tại thủ đô Canberra một trường: ANU.

thương mại hoá, môn tiếng Việt tại Úc bước vào giai đoạn "suy thoái": số sinh viên ghi danh học tiếng Việt giảm dần, và các đại học lần lượt cắt bỏ môn Tiếng Việt.

Hiện nay, tại Úc, chỉ còn hai đại học còn dạy môn Tiếng Việt: trường Australian National University (ANU) ở Canberra và trường Victoria University (VU) ở Melbourne; trong đó, chỉ có trường sau là dạy tiếng Việt ở cả hai hệ: Tiếng Việt Sơ Cấp (Vietnamese for Beginners), chủ yếu dành cho người nước ngoài, và Tiếng Việt Cao Cấp (Advanced Vietnamese), chủ yếu dành cho những người đã thông thạo tiếng Việt.[10]

---

[10] Tổng cộng tại trường Victoria University, mỗi năm có 11 lớp Việt ngữ và Việt học, bao gồm:
Tiếng Việt Sơ Cấp: Gồm 4 lớp:
Basic Vietnamese A và B
Intermediate Vietnamese A và B

Sau khi học xong bốn lớp thuộc trình độ Sơ Cấp này, sinh viên có thể ghi danh học hai trong số năm lớp của trình độ Cao Cấp phía dưới để hoàn tất chương trình Tiếng Việt như một môn học chính (major/specialisation).

Tiếng Việt Cao Cấp: Gồm 5 lớp:
Vietnamese for Business
Vietnamese Folklore
Variation and Change in the Vietnamese Language
A Comparative Study of Vietnamese and English
Viietnamese-English Translation

Ngoài ra, còn hai môn khác tập trung vào lãnh vực văn hóa:
Vietnamese Culture and Society
Vietnam: Globalisation, Diaspora and Identity

Chi tiết về các môn học này có thể xem trên trang web:
http://www.vu.edu.au/unitsets/ASPVIE

"Đã thông thạo tiếng Việt"? Thật ra, viết như thế, tôi biết, thật mơ hồ. Thông thạo? Có hàng chục mức độ thông thạo khác nhau. Không phải năm nào, bước vào lớp, tôi cũng hiểu ngay mức độ thông thạo ấy. Có năm, buổi khai giảng, bước vào lớp, thấy rất đông sinh viên, tôi mừng vô hạn. Bắt đầu là vài câu thăm dò, thấy ai cũng biết chào hỏi, đối đáp bằng tiếng Việt khá trôi chảy, tôi càng mừng. Sau đó, giới thiệu chương trình trong học kỳ, thấy sinh viên chăm chú lắng nghe, thậm chí, có vẻ thích thú, tôi lại càng mừng. Mừng sinh hứng, tôi nói huyên thuyên về những cái hay, cái đẹp, những sự tinh tế và những sự phức tạp của tiếng Việt và văn chương Việt Nam: lớp học im phăng phắc, thỉnh thoảng năm bảy cái đầu gật gù, tán thưởng. Thao thao đâu cả nửa tiếng đồng hồ, tôi mới dừng lại, hỏi sinh viên có thắc mắc gì không. Chờ lâu, thật lâu, một trong năm bảy em sinh viên hay gật gù có vẻ tán thưởng nhất mới rụt rè đưa tay lên, hỏi: "Thưa thầy, 'tinh tế' hay 'phức tạp' nghĩa là sao, hả thầy?" Nghe hỏi, tôi ngạc nhiên đến bàng hoàng. Lặng người một lát, tôi mới giải thích chữ "tinh tế" và "phức tạp", rồi hỏi lại em sinh viên ấy: "Vậy, hồi nãy đến giờ, em có hiểu những gì thầy giảng không?" Em sinh viên đỏ bừng hai má, gật đầu: "Chút chút." Tôi kinh ngạc: "Ủa, sao em có vẻ gật gù như thích lắm vậy?" Em sinh viên ngượng nghịu: "Dạ, em không hiểu lắm, nhưng nghe thầy đọc thơ, giọng cứ lên xuống, lên xuống, nghe... dzui quá."

Thật tình, trong đời, chưa bao giờ tôi tưởng tượng ra cảnh mình có thể "giúp vui văn nghệ" cho sinh viên thành công đến như vậy. Sau đó, tôi tởn. Trước khi giảng bất cứ bài thơ hay bài văn nào, tôi cũng đều yêu cầu sinh viên đọc thật kỹ, và giảng tất cả những từ ngữ khó. Một hôm, đọc đến câu thơ "Tuổi ấu thơ hòn cù lao xa khuất/Và tình yêu như đám lau buồn" của Thanh Tâm Tuyền, tôi dừng lại, hỏi sinh viên về chữ "cù lao". Cả lớp im. Rồi một em giơ tay lên, hăm hở: "Thưa thầy, em nhớ rồi." Tôi mừng, hỏi: "Cù lao nghĩa là gì?" Em sinh viên ấy đáp, giọng đầy tự tin: "Cù lao là cái lẩu." Tôi chưng hửng, nhưng, ừ, thôi thì... cũng được, ít ra em cũng biết cái lẩu còn có tên là cái cù lao. Lần khác, không nhớ giảng về điều gì đó, gặp chữ "chiến dịch", tôi lại hỏi các sinh viên; một em nhanh nhẩu trả lời bằng tiếng Anh: "duck egg". Tôi ngơ ngác, hỏi đi hỏi lại, mới biết là em nhầm "chiến dịch" với chữ "trứng vịt" mà em phát âm theo giọng miền Nam là "chứng dzịt". Lần khác nữa, gặp chữ "tái tê", tôi lại hỏi. Không ai trả lời, nhưng một sinh viên vọt miệng hỏi ngược lại tôi: "'Tái tê' có gì giống với 'tái chín' hay 'tái nạm' không hả thầy?"

Những chuyện như vậy, kể ra, hẳn nhiều người ngạc nhiên. Trên tạp chí *Hợp Lưu* số 73, ra vào tháng 10 và tháng 11, 2003, trong mục "Với văn hữu và độc giả", có lá thư của một người tự xưng nguyên là "giáo sư tư thục" tại Sài Gòn trước đây, bày tỏ sự bất bình và lo âu trước trình độ tiếng Việt của các sinh viên Việt Nam tại đại học Berkeley, Hoa Kỳ khi thấy, trong một bài viết đăng trên *Hợp Lưu* trước đó, một sinh viên hiểu lầm chữ "phụ" trong "phụ nữ" là phụ thuộc. Vị giáo sư ấy kết thúc lá thư bằng giọng đầy ưu thời mẫn thế: "Tôi không biết trường đại học Hoa Kỳ Berkeley giảng dạy Việt văn ra sao nhưng như thế này thì nguy quá...". Không biết vị giáo sư ấy, đọc những gì tôi kể trên, sẽ cảm thấy tình trạng giảng dạy Việt văn tại Úc "nguy ngập" đến đâu.

Ai muốn lo thì cứ việc tự nhiên lo, nhưng xin đừng quên là, với phần lớn các sinh viên Việt Nam ở hải ngoại hiện nay, thuộc lứa tuổi từ khoảng 18 đến 21, tiếng Việt không còn là ngôn ngữ thứ nhất như thế hệ phụ huynh của họ. Một số khá đông sinh trưởng ở ngoại quốc, chưa từng bao giờ đặt chân đến Việt Nam cả. Một số khác, tuy sinh đẻ ở Việt Nam, nhưng lại rời Việt Nam trước khi bước chân vào mẫu giáo. Họ học tiếng Việt chủ yếu từ cha mẹ, ông bà và họ hàng. Tiếng Việt của họ là thứ tiếng Việt mang tính khẩu ngữ, thường được sử dụng trong gia đình, xoay quanh chuyện nhà cửa, quần áo, giày dép, và nhất là chuyện ăn uống. Bởi vậy, không phải ngẫu nhiên mà phần lớn các lầm lẫn mà các sinh viên của tôi vấp phải đều có quan hệ xa gần với chuyện ẩm thực.

Đối với những người có trách nhiệm giảng dạy tiếng Việt ở hải ngoại, điều đáng lo không phải là lo cho người đi học mà, thành thực mà nói, lo cho chính người đứng trên bục giảng. Bởi, dạy tiếng Việt cho học sinh hay sinh viên Việt Nam ở hải ngoại chắc chắn là khác hẳn với việc dạy tiếng Việt ở Việt Nam.[11] Ở Việt Nam, tiếng Việt là ngôn ngữ thứ nhất của học sinh và sinh viên: trước khi vào lớp, ngay cả lớp vỡ lòng, tiếng Việt của các em đã khá lắm rồi; trong suốt thời gian đi học, tiếng Việt của các em không ngừng được bồi bổ từ trong gia đình đến ngoài xã hội, từ các cuộc giao tiếp trong đời sống hàng ngày đến các phương tiện truyền thông đại chúng chung quanh. Vai trò của thầy cô giáo, do đó, chỉ chiếm một phần khá nhỏ. Thầy cô giáo không giỏi, học trò vẫn có thể nói

---

[11] Nhận ra tầm quan trọng này, tôi đã biên soạn cuốn *Phương pháp giảng dạy tiếng Việt như một ngôn ngữ thứ hai*, Tiền Vệ xuất bản năm 2012; Người Việt tái bản năm 2014.

tiếng Việt giỏi. Ở hải ngoại thì khác. Vùng không gian sử dụng tiếng Việt thật hẹp: may lắm là trong gia đình và trong các lớp tiếng Việt. Nói là "may" vì ngay trong phạm vi gia đình và trong lớp tiếng Việt, thời gian các em sử dụng tiếng Việt cũng không nhiều, chủ yếu là với bố mẹ và thầy cô giáo; còn chuyện trò với anh em hay bạn bè, các em vẫn thường sử dụng tiếng Anh hay một thứ tiếng nào ở bản xứ là chính. Đó là chưa kể vây bọc chung quanh các em, từ truyền hình đến truyền thanh, từ phim ảnh đến âm nhạc, hầu hết đều không phải là tiếng Việt.

Tuy nhiên, với các học sinh hay sinh viên Việt Nam ở hải ngoại, tiếng Việt cũng không hẳn đã là ngôn ngữ thứ hai. Một người Việt Nam sinh trưởng ở hải ngoại đi học tiếng Việt, cho dù là lần đầu tiên, cũng không giống với một người Úc hay một người thuộc các sắc tộc khác học tiếng Việt. Không giống, ít nhất, ở hai điểm. Thứ nhất, trong bốn kỹ năng chính của ngôn ngữ: nghe, nói, đọc và viết; kỹ năng nghe của học sinh và sinh viên Việt Nam, nói chung, thường rất khá. Họ có thể viết vụng, đọc yếu, nói năng ngọng nghịu nhưng thường hiểu rất nhanh khi nghe giảng bài. Lý do chủ yếu là vì, cho đến nay, trong phần lớn các gia đình người Việt, cha mẹ và ông bà thường vẫn giữ thói quen nói tiếng Việt với con cháu. Trong khi đó, một người Úc hay bất cứ một người ngoại quốc nào, khi học tiếng Việt, việc trau dồi kỹ năng nghe bao giờ cũng rất khó, nếu không nói là khó nhất: khi nói, người ta có thể chủ động, và có thể chuẩn bị trước được; còn khi nghe, người ta hoàn toàn bị động và ở trong thế bất ngờ, đòi hỏi phải ứng phó ngay tức khắc. Thứ hai, người học ngôn ngữ từ thuở bé và trong gia đình, bất chấp vô số các hạn chế về từ vựng và kiến thức ngữ pháp, vẫn có một ưu thế hơn hẳn những người ngoại quốc mới bắt đầu học một ngôn ngữ xa lạ trong nhà trường, đó là ở khả năng đoán nghĩa. Khả năng này thường rất dễ thấy ở trẻ em: xem tivi, chúng có thể nắm bắt câu chuyện dễ dàng, dù, nếu chúng ta chận lại hỏi ý nghĩa của một từ nào đó vừa mới nghe, chúng sẽ nghệch mặt ra, không thể giải thích được, và thật ra, cũng không biết được. Thế nhưng toàn câu chuyện thì chúng hiểu. Chúng hiểu, chủ yếu là nhờ đoán. Trong khi đó, một người ngoại quốc cần phải có thật nhiều thời gian và phải đạt đến một trình độ tương đối khá cao, mới có thể đoán được những chữ mình hoàn toàn chưa học như thế.

Không phải ngôn ngữ thứ nhất, cũng không phải ngôn ngữ thứ hai, với học sinh hay sinh viên Việt Nam ở hải ngoại, tiếng Việt là thứ ngôn-ngữ-một-rưỡi.[12] Loại ngôn ngữ này có những đặc điểm

---

[12] Giới nghiên cứu ngôn ngữ học thường gọi trường hợp như thế là song ngữ (bilingualism), tuy nhiên, tôi thích dùng chữ "ngôn ngữ một rưỡi". Khái niệm "ngôn-ngữ-một-rưỡi" tôi dùng ở đây hơi khác khái niệm "generation 1.5" (thế hệ một rưỡi) vốn khá phổ biến trong tiếng Anh. Trong tiếng Anh, "thế hệ một rưỡi" được dùng để chỉ những người nằm giữa thế hệ thứ nhất và thế hệ thứ hai. Thế hệ thứ nhất chỉ những người sinh ra và được giáo dục ở quê gốc của họ trước khi di cư sang một quốc gia khác; thế hệ thứ hai là con cái của thế hệ thứ nhất: họ sinh ra và được giáo dục hoàn toàn ở quốc gia mới. Thế hệ một rưỡi, ngược lại, được sinh ra và được giáo dục một phần ở quê gốc trước khi sang định cư ở quốc gia thứ hai: họ chịu ảnh hưởng của cả hai nền văn hoá và có thể sử dụng được cả hai ngôn ngữ với những trình độ khác nhau. Khái niệm "ngôn-ngữ-một-rưỡi" tôi dùng không hoàn toàn tương đương với khái niệm "thế hệ một rưỡi" vì nó bao gồm chỉ một phần những người thuộc thế hệ một rưỡi (những người rời Việt Nam lúc còn nhỏ, khoảng lứa tuổi tiểu học hoặc nhỏ hơn nữa) và phần khác, đông hơn, những người sinh ra ở nước ngoài (tức thuộc thế hệ thứ hai) nhưng vẫn được học tiếng Việt trong gia đình hoặc các trung tâm tiếng Việt ở nước ngoài.

riêng, và do đó, những yêu cầu về phương pháp luận riêng: dạy ngôn-ngữ-một-rưỡi như một ngôn ngữ thứ nhất, người học sẽ chán vì thấy quá khó; dạy như một ngôn ngữ thứ hai, họ cũng chán vì thấy quá dễ. Tiếc, tất cả những điều này đều chưa được nghiên cứu kỹ dù đó là một thực tế mà chúng ta phải đối diện hàng ngày ở hải ngoại. Hơn nữa, đối diện với thực tế ấy, chúng ta có rất ít điều để thừa hưởng: phần lớn các tài liệu ngôn ngữ học có sẵn, bằng các thứ tiếng phổ thông ở Tây phương, đều tập trung vào việc dạy và học ngôn ngữ thứ nhất hoặc ngôn ngữ thứ hai. Rất hiếm có tài liệu nào bàn luận về loại ngôn-ngữ-một-rưỡi, một loại ngôn ngữ chủ yếu chỉ phổ biến trong các cộng đồng lưu vong.[13] Và cũng chỉ phổ biến trong một giai đoạn nào đó mà thôi: khi cộng đồng lưu vong mới hình thành, nó chưa có; khi thế hệ thứ nhất của cộng đồng lưu vong ấy hoàn toàn biến mất, chắc nó cũng sẽ không còn nữa. Hoặc nếu còn, chỉ còn ở mức độ thật èo uột.

Ngôn-ngữ-một-rưỡi khác ngôn ngữ thứ nhất và ngôn ngữ thứ hai ở nhiều điểm.

Trước hết, trình độ khởi đầu chung của những người học ngôn ngữ thứ nhất cũng như ngôn ngữ thứ hai khá ổn định: với người học ngôn ngữ thứ hai, đó là con số không to tướng; với người học ngôn ngữ thứ nhất, đó là những từ vựng và ngữ pháp căn bản mà mọi đứa trẻ bình thường đều biết. Trình độ khởi đầu chung của

---

[13] Bằng tiếng Anh, có khá nhiều tài liệu nghiên cứu về phương pháp bồi dưỡng tiếng Anh cho các di dân thuộc thế hệ một rưỡi; tuy nhiên, mối quan tâm chính của họ là chỉ nhắm vào trình độ tiếng Anh của các di dân này mà thôi. Chúng hoàn toàn khác với trình độ tiếng mẹ đẻ của các di dân này.

ngôn-ngữ-một-rưỡi phức tạp hơn nhiều: chúng thay đổi theo từng gia đình và điều kiện giáo dục cụ thể của từng người. Ở đây, nói chung hình như những học sinh và sinh viên sinh trưởng trong gia đình lao động lại có nhiều cơ hội nói tiếng Việt giỏi hơn những gia đình trí thức cao; những người sống trong gia đình đông người, ngoài cha mẹ, còn có cả ông bà, chú bác dễ giỏi tiếng Việt hơn những người chỉ sống với bố mẹ, nhất là khi bố mẹ cùng đi làm ở ngoài; những người sống ở các địa phương tập trung nhiều người Việt cũng dễ thông thạo tiếng Việt hơn những người sống hoà lẫn với những người bản xứ hoặc các sắc tộc khác. Chính vì vậy, hầu hết các lớp tiếng Việt ở hải ngoại đều bao gồm nhiều trình độ khác nhau: có sinh viên nói, đọc và viết đều khá; và có cả những sinh viên chỉ biết nói, còn đọc và viết thì lại kém, hay có khi, rất kém. Dạy những lớp đa trình độ ấy là một công việc phức tạp và nhọc nhằn. Phức tạp và nhọc nhằn hơn nữa khi mỗi năm trình độ sinh viên mỗi khác, đòi hỏi một chương trình và một cách dạy khác. Những sự thay đổi này làm cho tham vọng tìm kiếm một phương pháp luận giảng dạy phổ quát và cố định dễ trở thành một giấc mơ hão huyền.

Thứ hai, khác với người sử dụng ngôn ngữ thứ nhất vốn có khả năng cảm nhận ngôn ngữ như những kinh nghiệm cụ thể và trực tiếp, người sử dụng ngôn-ngữ-một-rưỡi và ngôn ngữ thứ hai thường chỉ có khả năng cảm nhận ngôn ngữ như những khái niệm trừu tượng và do đó, mơ hồ. Chính điều này làm cho những người sử dụng tiếng Việt như một thứ ngôn-ngữ-một-rưỡi khó, và những người sử dụng tiếng Việt như một ngôn ngữ thứ hai cực kỳ khó, có thể cảm thụ được cái hay trong âm vang của một chữ, một câu, yếu tố quan trọng nhất làm nên cái đẹp của thơ văn Việt Nam. Tôi đã nhiều lần loay hoay, và có lúc, cuối cùng, tuyệt vọng trong nỗ lực làm cho sinh viên hiểu được những cái hay thật tế nhị trong một cách dùng từ hay một hình ảnh, một sự ví von trong thơ văn Việt Nam. Mà kể cũng phải thôi. Ngôn ngữ đâu phải chỉ là chữ. Và chữ đâu phải là những ký hiệu vô hồn trên trang giấy. Mỗi chữ có bề dày văn hoá của nó. Những bề dày ấy được hình thành từ lịch sử, từ nếp sinh hoạt trong xã hội, từ tính chất liên văn bản: các văn bản khác sẽ vang âm trong văn bản này, khiến chữ cũng xôn xao, cũng ngân nga, như có cuộc hoà nhạc tự bên trong. Không thâm nhập được vào cái bề dày văn hoá thăm thẳm, có khi vô tận ấy, người ta khó có hy vọng tiếp cận được cốt tuỷ của thơ văn. Chẳng hạn, không từng thấy cánh cò, không từng nghe lời ru "cánh cò bay lả bay la", không từng biết đến ruộng đồng và nếp sống êm ả ở các miền quê Việt Nam, không biết đến quy định về thanh điệu bằng bằng trắc trắc bằng bằng trong thơ lục bát, không phân biệt được sự khác nhau trong sắc thái biểu cảm của chữ "mà" và chữ "nhưng", có lẽ người ta khó cảm được hết cái hay, cái ấm và cái ngọt trong những câu ca dao đơn giản kiểu "Con cò mà đi ăn đêm..."

Viết như thế, tôi không hề có ý chê bai trình độ của những người sử dụng tiếng Việt như một ngôn-ngữ-một-rưỡi. Thật ra, mất cái này, họ được cái khác. Cảm nhận tiếng Việt như những khái niệm chứ không phải kinh nghiệm, một mặt, sinh viên khó cảm thụ được thơ văn, nhất là thơ văn cổ, nhưng mặt khác, họ lại dễ dàng phát huy khả năng phân tích để từ đó, dễ phát hiện ra những đặc điểm có tính chất ngôn ngữ học hay văn hoá đằng sau các con chữ ngỡ như bình thường nhất. Những "phát hiện" ấy chưa chắc đã có ý nghĩa khoa học gì đáng kể nhưng ít nhất chúng cũng giúp cho quá trình học tiếng Việt trở thành lý thú và có hiệu quả nhanh. Chữ "tái tê" rõ ràng không có quan hệ gì với các chữ "tái chín" hay "tái nạm" trong các tiệm phở, nhưng dù vậy, sự liên tưởng ấy vẫn hợp lý: chúng nảy sinh từ sự tương đồng giữa các hình vị "tái". Lợi dụng thói quen liên tưởng ấy, chúng ta có thể giúp người học tiếng Việt như ngôn-ngữ-một-rưỡi mở rộng vốn từ của mình: từ chữ "nhỏ" mà ai cũng biết, người ta sẽ dễ dàng biết thêm các chữ "nhỏ nhoi", "nhỏ nhắn", "nhỏ nhen", v.v... Rồi từ âm "oi" trong các chữ như "lẻ loi", "ít oi", "loi thoi"; các âm "ắn" trong 'vuông vắn", "đỏ đắn", "ngay ngắn", "thẳng thắn"...; và các âm "en" trong "ven", "len", "men"... sinh viên sẽ dần dần hình dung ra những khác biệt trong màu sắc ngữ nghĩa của những chữ "nhỏ nhoi", "nhỏ nhắn" và "nhỏ nhen", v.v... Nói cách khác, học từ mới là học luôn cả chùm từ vựng mới, những từ có quan hệ với nhau hoặc về ngữ nghĩa hoặc về cấu trúc ngữ âm và hình thái.

Với thói quen phân tích được trau dồi từ nền giáo dục Tây phương, những người sử dụng tiếng Việt như ngôn-ngữ-một-rưỡi đặc biệt thích thú với việc truy tìm những đặc điểm văn hoá ẩn giấu đằng sau ngôn ngữ. Họ rất thích đặt những câu hỏi "Tại sao?" Tại sao với người Việt Nam, dù có từ ghép "đất nước", "nước" rõ ràng vẫn quan trọng hơn "đất", gắn liền với tình cảm và mang tính khái quát hơn "đất"? Tại sao "nước" lại chiếm vai trò quan trọng đến như vậy trong tư duy của người Việt? Tại sao một số khá nhiều các nhận thức về con người và cuộc sống của người Việt Nam đều xuất phát từ kinh nghiệm họ có với nước: từ chuyện "nông/sâu" trong nhận

thức đến chuyện "dạt dào/khô cằn" trong tình cảm, chuyện "mặn
mà/lạt lẽo" trong quan hệ giữa người và người, chuyện "chìm đắm"
trong thói quen, chuyện "trôi nổi/lênh đênh" trong số phận, chuyện
bài học đạo đức "uống nước nhớ nguồn"? Tại sao thế? Tất cả những
điều đó có quan hệ gì đến vai trò của nước trong sinh hoạt nông
nghiệp ở Việt Nam: "nhất nước, nhì phân..."?[14] Vân vân. Rồi tại sao
từ "ăn" lại là từ nhiều nghĩa nhất trong tiếng Việt? Tại sao người
Việt Nam dùng chữ "ăn" để chỉ những sự tiếp nhận (ăn muối, ăn
lương...), sự hài hoà (ăn đèn, ăn ảnh...), sự thắng bại (ăn/thua), và cả
cách sống của con người nói chung (ăn ở/ăn nói/ăn học...)? Sự
phong phú trong quá trình chuyển nghĩa của chữ "ăn" liệu có quan
hệ gì với việc thịnh phát của đề tài tham ăn trong kho tàng truyện
tiếu lâm Việt Nam và những đề tài liên quan đến miếng ăn trong
văn học hiện đại Việt Nam hay không? Chúng có quan hệ gì với vai
trò quan trọng của cái bụng trong hệ thống từ vựng chỉ thân thể
trong tiếng Việt? Chúng tiết lộ những đặc điểm gì trong lịch sử
chính trị, xã hội, kinh tế và của nền văn hoá Việt Nam? Rồi tại sao
người Việt Nam gọi thịt chó là thịt cầy? Tại sao, ngoài chữ thịt cầy
lại có vô số những cách gọi khác, như: thịt nai đồng quê, thịt cờ tây,
rồi lại phải nói lái chữ "con cầy" thành "cây còn" rồi dịch ra chữ
Hán để có một từ Hán Việt giả cầy là "mộc tồn"? Tại sao phải nói
năng lòng vòng và nhiêu khê như vậy? Tại sao sự lòng vòng và nhiêu
khê ấy không xuất hiện với các loại thịt khác như thịt heo, thịt bò và

---

[14] Về chữ "nước", xin xem hai bài viết của Huỳnh Sanh Thông, "Water, water
everywhere", *The Vietnamese Review* số 2 (Spring-Summer 1997), tr. 16-97; và
"The symbolism of water: Vietnamese *nác* is Thai *naak*", *The Vietnamese Review*
số 4 (Spring-Summer 1998), tr. 218-285.

thịt trừu như trong một số ngôn ngữ Tây phương, nơi, chẳng hạn, như tiếng Anh, thịt của con *pig* được gọi là *pork*, thịt con *cow, bull* hay *ox* thì được gọi là *beef*, thịt con *sheep* thì được gọi là *lamb*?[15]

Với cách học như thế, ngay trong các lớp có vẻ như chuyên hẳn về văn học, mục tiêu chính mà sinh viên nhắm tới không phải là tìm hiểu cái hay và cái đẹp của thơ văn mà, qua các bài thơ và áng văn ấy, mở rộng kiến thức về ngôn ngữ và khám phá một số khía cạnh văn hoá ẩn kín đằng sau ngôn ngữ và đằng sau các sự kiện văn học.

Và bản thân tôi, bị lôi cuốn - có khi bị xô đẩy - vào các cuộc khám phá như thế, một lúc nào đó, ngoảnh lại, lòng bỗng dưng thoáng chút bùi ngùi, thèm được nói về thơ, dẫu chỉ một câu thơ thôi, với những người có cùng kinh nghiệm văn hoá với mình, để có thể hiểu được, như mình, những cảm xúc bâng khuâng trong tiếng ngân của một chữ, hay có khi, một thanh bằng thanh trắc, kiểu "Tài cao, phận thấp, chí khí uất/Giang hồ mê chơi quên quê hương".

Ủa, mà thơ của ai thế nhỉ? Nghe xa lắc như một giấc mơ của thuở thiếu thời.

5.11.2003

---

[15] Xem thêm bài "Giữa Cọp và Chó" trong cuốn sách này.

Phần Hai:
VĂN

Chuyện học văn và dạy văn

Lâu nay, thú thực, tôi không thể gạt khỏi óc mình cái ý nghĩ này: có thể tôi đã là một nhà thơ, không chừng là nhà thơ kha khá, nếu hồi nhỏ tôi không từng là một học sinh giỏi văn.

Xin nói ngay: cách diễn đạt có vẻ chứa đựng một nghịch lý ở trên không hề là một biện pháp tu từ cốt để gây chú ý. Điều tôi vừa trình bày là một nhận định hết sức nghiêm chỉnh. Và tôi tin đó không phải là kinh nghiệm của một mình tôi.

Tôi mê đọc sách rất sớm, có lẽ ngay từ những năm lớp 3 hay lớp 4 gì đó. Loại sách tôi mê đọc đầu tiên trong đời, oái oăm thay, lại là... truyện chưởng. Nguyên nhân chủ yếu là do ông anh cả của tôi, lớn hơn tôi bảy tuổi, dạo ấy đang ghiền đọc loại này. Mỗi cuối tuần, anh lại tha về bốn, năm tập. Tôi đọc ké. Anh tôi không bao giờ đủ rộng lượng hay kiên nhẫn để chờ tôi đọc hết mới mang đi đổi các tập khác. Do đó, tôi phải cố gắng đọc nhanh ngang với tốc độ đọc của anh ấy. Và phải đọc nhảy: trong lúc anh đọc tập một thì tôi phải đọc tập hai; khi anh xong tập một thì tôi phải xong tập hai và chuyển sang tập ba để nhường tập hai lại cho anh. Cứ như thế, đến lúc anh đọc tập cuối cùng thì tôi quay lại đọc tập một. Với sức đọc như thế, chỉ vài năm sau là lượng sách trong tiệm cho thuê đã cạn. Và tôi cũng chán nữa: đọc riết, tôi khám phá ra năng lực tưởng tượng của các tác giả truyện chưởng cũng khá nghèo: các câu chuyện có thể khác nhau ở nhân vật và một số tình tiết nhưng kết cấu chung thì cứ như đúc từ một khuôn. Rất công thức. Rất đơn điệu. Và do đó, rất khả đoán.

Chán truyện chưởng, tôi quay sang đọc các loại sách văn chương nghiêm chỉnh hơn. Không hiểu sao, tôi lại sa vào thơ. Tôi không những đọc nhiều thơ, vô số thơ, mà còn làm thơ nữa. Những bài thơ đầu tay của tôi được các thầy cô giáo khen ngợi nồng nhiệt và mang đọc cho học sinh các lớp khác nghe. Tôi nhanh chóng nổi tiếng là một "nhà thơ trẻ đầy triển vọng" không những trong cái trường cấp hai nơi tôi học, mà còn cả trong cái làng nơi tôi ở, cái làng nhỏ xíu tập hợp những mảnh đời khốn khổ do chiến tranh xô đẩy tới.

May, tôi nhạy bén đủ để ý thức rất sớm "tiếng tăm" trong một môi trường như thế là điều hoàn toàn không đáng tin cậy. Tôi nuôi tham vọng lớn hơn: được công nhận là nhà thơ trong cả nước. Muốn thế, tôi không ngừng tự trau dồi "tay nghề" của mình bằng cách học thật kỹ những bài thơ được tuyển trong chương trình giảng văn trong lớp. Tôi đã tin, như vô số người khác từng tin và đến nay vẫn còn tin, những bài thơ ấy là "kinh điển", là mẫu mực của cái hay và cái đẹp bất hủ trong lịch sử. Đi theo những bài thơ ấy, nói như Hồ Chí Minh, "toàn thắng ắt về ta."

Những nhà thơ đầu tiên trong chương trình cổ văn tôi học thời ấy là Lê Thánh Tông và Nguyễn Bỉnh Khiêm. Giữa hai người, sự ái mộ của tôi nghiêng hẳn về Nguyễn Bỉnh Khiêm. Chẳng hiểu tại sao. Tôi đọc thuộc lòng các bài thơ về nhân tình thế thái của ông. Và tôi cũng làm thơ y như ông. Cũng Đường luật. Cũng bằng bằng trắc trắc. Cũng niêm, cũng đối. Và nhất là cũng ngất ngưởng chán đời. Đến bây giờ, tôi chỉ còn nhớ được hai câu:

Thôi, giã biệt trời cao danh vọng
Về làm thi sĩ chốn thâm sơn.

Giọng thơ như thế, từ một đứa bé 13, 14 tuổi đầu, đã được các thầy cô giáo khen ngợi nức nở. Tôi phởn lên, làm tiếp. Trong một năm, về số lượng, không chừng tôi qua mặt cả Nguyễn Bỉnh Khiêm.

Sau đó, chuyển sang phần kim văn, tôi được học những bài thơ mới hơn, chủ yếu trong phong trào Thơ Mới thời 1932-45. Cũng chẳng hiểu tại sao, trong phong trào Thơ Mới, tôi lại tâm đắc nhất với Thế Lữ và Xuân Diệu. Tôi không những học thuộc các bài thơ của hai ông được trích tuyển trong sách giáo khoa mà còn tìm đọc cả tập *Mấy vần thơ* và *Thơ thơ* nữa. Đọc, mê và ... bắt chước. Bắt chước đến độ hình như bài thơ nào của tôi thời ấy cũng phả ra cái mùi của Thế Lữ. Chẳng hạn:

Ta dẫu biết yêu đương là đau khổ
Nhưng bóng nàng hồ dễ xoá trong tim.

Hay Xuân Diệu:

Anh bắt đền em đó
Ai biểu đẹp làm chi
Chỉ một lần đứng ngó
Nghe tần ngần lối đi.

Dạo ấy, học lớp 8, tôi mê một cô bạn học cùng lớp. Tôi tự đặt cho mình một "chỉ tiêu": mỗi ngày làm tặng "nàng" một bài thơ. Chồng vở chép thơ cứ ngày một dày cộm. Bài thơ nào cũng nồng nặc mùi Thế Lữ và Xuân Diệu. Không biết cô gái ấy nghĩ thế nào chứ thầy, cô và bạn bè của tôi thì ai cũng khen tíu tít. Tôi rất tự hào, nghĩ thầm: thơ mình không khác gì, và do đó, không thua gì thơ Thế Lữ và Xuân Diệu. Chưa hết. Tôi tưởng tượng tiếp: theo cái đà ấy mà mài sắc ngòi bút thêm khoảng vài ba năm nữa, đến lúc xong cấp ba, hẳn thơ mình sẽ vượt xa hai nhà thơ tiền chiến lỗi lạc kia! Tôi nén lòng không gửi đăng trên tờ báo nào cả. Chủ yếu là để dành cho thiên hạ một sự ngạc nhiên. Tôi lại tưởng tượng: sau này, đọc thơ tôi, giới phê bình sẽ bắt chước Hoài Thanh khi viết về Chế Lan Viên ngày trước, trầm trồ: "ông" xuất hiện giữa làng thơ Việt Nam như một niềm kinh dị.

Trong lúc giới phê bình chưa kịp bàng hoàng trước "niềm kinh dị" ấy thì người con gái tôi yêu lại ngả lòng trước thằng bạn tôi; một thằng bạn, trước, tôi xếp vào hạng bất tài và vô danh tiểu tốt: học kém, lười, và tuyệt đối không biết... làm thơ. Khổ, hắn không biết làm thơ nhưng lại hát hay lạ lùng. Tôi và bạn bè trong lớp khám phá ra điều ấy trong một buổi văn nghệ cuối năm. Bạn tôi lên sân khấu, guitar trên tay, hát bài "Mùa thu chết". Tôi nghe, lặng người. Lặng người, thoạt đầu, vì xúc động, sau, vì ngưỡng mộ, và cuối cùng, vì ghen tuông: khi nhìn sang một góc phòng, thấy cách "người yêu" của tôi nhìn thằng bạn tôi, tôi biết là tôi đã mất cô ấy. Mà mất thật. Sau đó, hai đứa bắt bồ với nhau. Tôi đau đớn nhận thấy cả mấy trăm bài thơ "không khác và không thua gì thơ Thế Lữ" của mình không địch nổi bài hát "Mùa thu chết".

Thất tình, tôi mở các "thi phẩm" của mình ra đọc lại. Chỉ thấy nhạt. Và dở. Tôi đâm ra hoang mang. Cất các tập thơ ấy thật kỹ; mấy tháng sau, mang ra đọc lại. Vẫn thấy nhạt và dở. Hơn cả hoang mang, tôi bàng hoàng, thấy, không phải chỉ mất một người yêu mà có thể còn mất cả niềm hy vọng trở thành một "nhà thơ lớn". Tôi cố không tin điều đó. Tôi xếp các tập thơ vào kệ sách, chờ một ngày bình tâm sẽ đọc lại, biết đâu sẽ thấy hay... như cũ. Tiếc, cái ngày ấy không bao giờ đến cả. Càng về sau, đọc lại, tôi càng thấy những bài thơ từng làm mình ngất ngây và từng được thầy, cô cũng như bạn bè khen ngợi nhiệt liệt ấy, chỉ là những bài thơ sáo rỗng, nhạt nhẽo và lười biếng. Chúng chẳng có chút gì đáng gọi là sáng tạo. Chúng chỉ ò e theo những khuôn nhịp đã có sẵn, những cảm xúc vànhững tư tưởng đã có sẵn. Có khi đã có sẵn từ nhiều trăm năm trước. Tôi quyết định đem đốt tất cả các "thi phẩm" của mình. Đốt sạch. Nghĩ thầm: mình không thực sự có tài về thơ. Và tự dặn dò mình: Đừng làm thơ nữa, vô ích.

Nếu ví văn chương như một canh bạc thì, từ đó đến nay, chưa bao giờ tôi bỏ một đồng nào trong cái ô gọi là "thơ" cả. Xu thì có; nhưng đồng thì không. Tôi không muốn mất thì giờ và năng lực vào cái nơi mình biết chắc là không phải sở trường của mình.

Tuy nhiên, gần đây, trong lòng tôi lại gợi lên một chút băn khoăn: giá như tôi được hưởng một chế độ giáo dục tốt hơn, liệu tôi có chút hy vọng gì trong lãnh vực thơ ca hay không?

Tôi nghĩ là có.

Xin bạn đọc đừng hiểu lầm. Tôi viết bài này không phải với tâm trạng của một người tiếc nuối cái kho báu mà mình tìm được trong một giấc mơ. Tôi chỉ muốn từ kinh nghiệm của riêng mình để nghĩ về một vấn đề rộng hơn: vấn đề dạy và học Văn tại Việt Nam. Đây là một vấn đề lớn, từng làm day dứt nhiều bậc trí thức trong cũng như ngoài nước, và cũng từng gây nên biết bao sóng gió trên vô số các diễn đàn khác nhau. Bên cạnh những dị biệt, thậm chí xung đột gay gắt, có một điểm hầu như mọi người đều đồng ý: việc dạy và học Văn tại Việt Nam đã và đang đối diện với những thử thách vô cùng nghiêm trọng. Kiến thức về văn học của học sinh càng ngày càng nghèo; thói quen đọc sách càng ngày càng ít; khả năng phân tích và cảm thụ văn học càng ngày càng xuống dốc; khả năng diễn đạt, đặc biệt, diễn đạt bằng ngôn ngữ viết càng ngày càng kém cỏi. Và quan trọng nhất: nhiệt tình của mọi người đối với môn Văn càng ngày càng nguội lạnh: thầy cô giáo thì chán dạy còn học trò thì chán học.

Người ta đã cố gắng tìm và đã tranh luận ầm ĩ về các nguyên nhân gây ra tình trạng trên. Người ta đổ tội cho sách giáo khoa vốn đầy những sai sót. Người ta cũng đổ tội cho trình độ yếu kém của các thầy cô giáo, kể cả các thầy cô giáo thuộc loại đầu ngành, những người chịu trách nhiệm chính trong việc hoạch định chương trình và soạn thảo các tài liệu hướng dẫn giảng dạy.[1] Với các mức độ khác nhau, tôi đồng ý với những sự phê phán ấy, tuy nhiên, tôi lại không cho đó là những nguyên nhân chính dẫn đến tình trạng xuống dốc thê thảm của việc dạy Văn và học Văn hiện nay. Những cái sai trong sách giáo khoa hay những sự yếu kém của các thầy cô giáo chắc không phải chỉ ở Việt Nam mới có. Và lại, sai

---

[1] Một số bài tranh luận này đã được đưa lên website http://www.talawas.org vànhiều websites khác trong nước.

thì sửa; yếu kém thì học hỏi thêm. Không đến nỗi quá tuyệt vọng. Vấn đề là: vì không phải là nguyên nhân chính, cho nên ngay cả khi những khuyết điểm ấy đã được khắc phục, tình trạng suy đồi trong việc dạy và học Văn hiện nay chưa chắc đã chấm dứt.

Nguyên nhân chính, tôi nghĩ, nằm ở chỗ khác: chiến lược thiết kế chương trình.

Khái niệm "chiến lược thiết kế chương trình" khá rộng, ở đây, tôi chỉ tập trung vào một lãnh vực duy nhất: môn Văn; và ở môn Văn, tôi chỉ tập trung vào một nguyên tắc duy nhất: thiết kế chương trình văn học ở các cấp theo trình tự thời gian. Theo nguyên tắc này, ở đại học, sinh viên lần lượt học văn học dân gian trước, sau đó mới đến văn học viết; trong văn học viết, học văn học trung đại trước, sau đó mới đến văn học hiện đại và cuối cùng, đương đại. Ở trung học, ít nhất là trung học phổ thông, với các tài liệu tôi có trong tay, kết cấu chương trình cũng thế: lớp 10 học văn học dân gian và văn học viết từ thế kỷ 10 đến khoảng thế kỷ 16; lớp 11, học văn học viết trong thế kỷ 18,19 và nửa đầu thế kỷ 20 (cho đến năm 1945); lớp 12, tiếp tục học về văn học trong nửa đầu thế kỷ 20, sau đó, chuyển sang học về văn học "Cách mạng" từ 1945 đến 1975.[2]

Như là hậu quả của cách thiết kế chương trình ấy, cái gọi là chương trình Văn Học tại Việt Nam thực chất là Lịch Sử Văn Học. Nhưng Lịch Sử Văn Học khác Văn Học ở chỗ nào? Khác, ít nhất ở hai điểm. Thứ nhất, nếu trung tâm của Văn Học là bản thân các tác

---

[2] Hiện nay, tôi không có bất cứ tài liệu nào liên quan đến môn Văn ở cấp 2 tại Việt Nam nên tạm thời chỉ giới hạn vấn đề ở cấp 3 và đại học.

phẩm văn học thì trung tâm của Lịch Sử Văn Học lại là mối quan hệ giữa các tác phẩm ấy cũng như mối quan hệ giữa các tác phẩm ấy với tác giả và bối cảnh lịch sử, chính trị, xã hội, văn hoá chung quanh. Thứ hai, trong Văn Học, mỗi tác phẩm ít nhiều mang tính tự trị và tự tại, tự chúng đầy đủ cho chúng, tự chúng có thể giải thích và làm sáng giá cho chúng; trong Lịch Sử Văn Học, ngược lại, mỗi tác phẩm chỉ tồn tại như một đơn vị trong một chuỗi các đơn vị khác được xếp hàng theo trình tự thời gian.

Dạy lịch sử văn học thay vì văn học, tham vọng của các nhà thiết kế chương trình giáo dục tại Việt Nam là muốn cung cấp cho học sinh những kiến thức cơ bản về quá trình phát triển của văn học Việt Nam qua các thời đại khác nhau; những tác giả và tác phẩm tiêu biểu nhất của từng thời đại và các mối quan hệ tương tác giữa các yếu tố trọng yếu làm nên diện mạo văn học của từng thời đại. Tôi băn khoăn: một tham vọng như vậy có quá lớn hay không? Liệu một người trung bình, khi học xong lớp 12, có cần phải biết về toàn bộ quá trình phát triển, dù sơ lược, của nền văn học Việt Nam hay không? Lớn, nhưng lại bất cập: Liệu, để đạt được chút hiểu biết ấy, họ có phải hy sinh quá nhiều những thứ khác, có khi còn quan trọng hơn nhiều, hay không?

Xin lưu ý là ở các nước Tây phương hiện nay, ít nhất là ở các xứ nói tiếng Anh, việc dạy văn học không nhất thiết phải gắn liền với văn học sử. Ở đại học, chương trình được thiết kế chủ yếu theo chủ đề, và các chủ đề ấy không nhất thiết phải có quan hệ với nhau theo trình tự thời gian. Ví dụ, sinh viên năm thứ nhất có thể chọn học môn "Chủ nghĩa hiện đại", thậm chí, "Chủ nghĩa hậu hiện đại", sau đó, năm thứ hai và thứ ba, mới học "Văn học cổ đại",

"Văn học trung đại", "Văn học lãng mạn" và "Văn học hiện thực thế kỷ 19", v.v...[3] Ở trung học, chương trình chủ yếu xoay quanh các tác phẩm văn học: ở mỗi trình độ, Bộ giáo dục đề nghị một danh sách các tác phẩm khác nhau, từ cổ điển đến đương đại, từ văn học ngoại quốc đến văn học trong nước; và thầy cô giáo có thể chọn hai hay ba tác phẩm ấy để thầy trò cùng nhau đọc, phân tích, so sánh, đánh giá... trong suốt cả niên học.

Bởi vậy, việc thiết kế chương trình văn học theo trình tự thời gian để văn học bị biến thành văn học sử không phải là một giải pháp duy nhất. Hơn nữa, rõ ràng đó không phải là giải pháp tốt nhất, nếu không muốn nói, ngược lại, là giải pháp lạc hậu và có nhiều khuyết điểm nhất.

Khuyết điểm đầu tiên là học sinh và sinh viên bị đặt trong một tình trạng đầy nghịch lý: họ phải học cái xa trước và cái gần sau; cái

---

[3] Ví dụ, tại trường Victoria University, nơi tôi đang dạy, trong ngành Literary Studies, năm thứ nhất, sinh viên sẽ học môn "Đọc tiểu thuyết hiện đại" và "Nghiên cứu về thơ và thi pháp"; năm thứ hai và thứ ba, sẽ học các môn như "Tiểu thuyết bình dân", "Văn chương của giới lao động", "Phái tính và thể loại trong truyện ngắn", "Truyện diễm tình và chủ nghĩa hiện thực", "Tái hiện đế quốc: văn chương và chủ nghĩa hậu thuộc địa", v.v... Tại trường University of Melbourne, trong ngành Literary Studies, sinh viên năm thứ nhất học các môn "Văn chương hiện đại", "Truyền thống Shakespeare"; năm thứ hai và thứ ba, học các môn "Bối cảnh văn học Anh", "Tiếng Anh cổ", "Tiểu thuyết và phim", "Chủ nghĩa hậu hiện đại", "Úc vành hình tượng thuộc địa", "Phong cách Mỹ", "Văn chương sau thời đế quốc", "Nghệ thuật/Khiêu dâm/Báng bổ/Tuyên truyền", v.v... Xin lưu ý là: a) những môn học này thay đổi khá thường xuyên; mỗi năm thường có một hai môn học mới thêm vào, thay thế cho một hai môn cũ bị rút đi; b) trong số các môn học ấy, chỉ có một số là bắt buộc; còn lại, sinh viên được tự do chọn học những môn mình thích.

khó trước và cái dễ sau. Có lẽ ai cũng đồng ý là, trừ một số ngoại lệ nào đó, với học sinh và sinh viên, một bài thơ của Xuân Diệu hay Nguyễn Bính hẳn nhiên là dễ hiểu và dễ cảm hơn một bài thơ của Tú Xương hay của Nguyễn Khuyến; và một bài thơ của Tú Xương hay của Nguyễn Khuyến hẳn nhiên là dễ hiểu và dễ cảm hơn một bài thơ Nôm của Nguyễn Trãi hay của Lê Thánh Tông, v.v... Truyện cũng thế. Hầu như bất cứ truyện ngắn nào của các nhà văn Việt Nam đương đại cũng đều có phần dễ hiểu và dễ cảm hơn các truyện ngắn trong tập *Truyền kỳ mạn lục* của Nguyễn Dữ; bất cứ cuốn tiểu thuyết về chiến tranh đương đại nào cũng đều có phần dễ hiểu và dễ cảm hơn cuốn tiểu thuyết lịch sử *Hoàng Lê nhất thống chí* của nhóm Ngô Gia văn phái, v.v... Dễ hiểu và dễ cảm, một phần ở ngôn ngữ gần với đời thường hơn; ở đề tài gần với kinh nghiệm của học sinh hơn; ở quan điểm thẩm mỹ gần với khí hậu thẩm mỹ chung quanh hơn; ở các quy ước thể loại gần với văn hoá văn chương đương đại hơn. Thế nhưng, điều oái oăm là, theo cấu trúc chương trình văn học hiện nay, học sinh (cũng như sinh viên đại học) phải học thơ Nôm của Nguyễn Trãi và của Lê Thánh Tông trước khi học tới thơ Nôm của Nguyễn Khuyến và Tú Xương, và cuối cùng, cả mấy năm sau, mới học thơ của Xuân Diệu, Nguyễn Bính và các nhà thơ đương đại khác. Ngay từ lớp 10, học sinh đã phải học các truyện truyền kỳ của Nguyễn Dữ, và đến năm lớp 12 thì mới được học các truyện ngắn hiện đại.

Lối thiết kế chương trình như vậy có cái gì hao hao như lối thiết kế chương trình trong các trung tâm huấn luyện quân sự: đầu tiên là tuần huấn nhục, ở đó, các khoá sinh bị đày ải, thậm chí, bị sỉ nhục đến tận cùng để biết sợ và từ đó, biết vâng phục mọi mệnh lệnh từ cấp trên. Sau, chương trình học cứ nhẹ dần. Nhẹ dần.

Các chuyên gia về văn học Việt Nam muốn bắt chước các chuyên gia về quân sự chăng? Chắc là không. Nhưng chiến lược giáo dục của cả hai bên đều có đặc điểm giống nhau: quan liêu. Các nhà giáo dục Việt Nam, khi hoạch định chương trình, có lẽ chỉ xuất phát từ những quan điểm và những quán tính có sẵn, chứ chắc chưa bao giờ tự đặt câu hỏi: một chương trình như thế có được học sinh hay sinh viên tiếp nhận dễ dàng và nhất là, thích thú hay không? Hình như người ta bất cần. Hình như người không thừa nhận ở học sinh và sinh viên cái quyền được có sở thích riêng. Hình như người ta chưa hề biết đến phương pháp giáo dục lấy học sinh làm trung tâm (student-centered approach) vốn rất phổ biến trên thế giới hiện nay. Hình như người ta, mặc dù hay nói đến chuyện dân chủ, chưa bao giờ tự cảm thấy có nhu cầu thực hiện dân chủ ngay ở cái nơi dễ và cần dân chủ hoá nhất: dạy học. Và nền giáo dục phải trả giá cho thái độ quan liêu ấy: phần lớn học sinh quay lưng hẳn lại với môn Văn như một cách bỏ phiếu "Không". Mà cũng phải chứ: làm sao một học sinh ở những năm đầu tiên của bậc trung học có thể hiểu, cảm và từ đó, thích những vần thơ lổn nhổn các từ cổ của Nguyễn Trãi, những bài thơ khô khan và khệnh khạng của Lê Thánh Tông cũng như những bài thơ về nhân tình thế thái rất mực già nua của Nguyễn Bỉnh Khiêm được? Theo tôi, đó là điều bất khả. Có điều là ngày trước, khi văn hoá vâng phục còn nặng, học sinh dễ dàng chấp nhận học cả những điều mình không thích, mọi chuyện đều có vẻ tốt đẹp. Nhưng càng ngày giới trẻ càng đòi hỏi cái quyền được chọn lựa, và từ đó, cái quyền được từ chối, hoặc ít nhất, cái quyền-được-chán, những môn học được thiết kế trên một tinh thần quan liêu như vậy gặp khó khăn ngay tức khắc.

Tôi không thương những đứa trẻ công khai khinh bỉ hoặc chán chường môn Văn hiện nay cho bằng những đứa trẻ ngoan ngoãn học cả những điều mình không thích như tôi thời nhỏ: chúng mất mát ít hơn thế hệ của tôi. Từ chối học Văn trong nhà trường, chúng vẫn có thể tiếp cận được với văn chương trên sách báo vốn ê hề ngoài đời, và biết đâu, nếu có được sự hướng dẫn tốt hoặc nhờ may mắn, chúng có thể tiếp cận được nguồn văn chương đích thực. Thậm chí, nhờ biết chán cái cổ và cái cũ, chúng có thể tiếp nhận những cái mới, hoặc ít nhất, những cái đương đại một cách dễ dàng và thoải mái hơn. Ngược lại, thế hệ tôi hoặc trước và sau đó một tí, vì ngoan ngoãn, phải cố tin; và vì cố tin, dần dần tin là thật những cái hay đã thuộc về một quá khứ xa lơ xa lắc, lúc văn học, hoặc một thể loại văn học nào đó vừa mới hình thành, còn đầy những dò dẫm và ngọng nghịu. Trong chiều hướng ấy, người nào càng nhạy bén càng lún sâu vào quỹ đạo của hệ thẩm mỹ cổ điển: với nó, người ta dần dần trở thành những con người của "muôn năm cũ". Họ không còn hy vọng viết được điều gì mới, đã đành. Họ cũng khó có khả năng cảm thụ được những cái hay mới của thời hiện đại và đương đại. Nói cách khác, theo tôi, bắt học sinh phải nhồi nhét các tác phẩm văn học cổ và cũ quá sớm, người ta sẽ huỷ diệt, hoặc nếu không, cũng làm lệch lạc khả năng cảm thụ thẩm mỹ của chúng. Một nền giáo dục như thế dễ dẫn đến những kết quả hoàn toàn mất cân bằng: những người thông minh và uyên bác nhất phần lớn là những người bị trì độn về phương diện thẩm mỹ, hoàn toàn không phân biệt được cái hay và cái dở, cái mới và cái cũ. Điều đó khiến cho tỉ lệ những người mù-chữ-về-vănchương trong giới trí thức Việt Nam rất cao, có lẽ cao hơn hẳn nhiều quốc gia mà tôi biết.

Khuyết điểm thứ hai của chiến lược thiết kế chương trình theo trình tự thời gian là ưu thế của tính lịch sử trên tính văn chương. Ưu thế của tính lịch sử cũng có nghĩa là ưu thế của các mối quan hệ tương tác chung quanh tác phẩm văn học trên chính bản thân các tác phẩm văn học ấy. Nói cách khác, khi nhấn mạnh vào tính lịch sử của vấn đề, người ta - ở đây là các thầy cô giáo - sẽ dễ có khuynh hướng tập trung vào việc giải thích tính quy luật trong quá trình phát triển của văn học hơn là chỉ tập trung phân tích những đặc điểm ngôn ngữ và thẩm mỹ của từng tác phẩm. Một khuynh hướng như thế khiến người ta tách khỏi tác phẩm như một văn bản cụ thể để sa đà vào các yếu tố ngoài văn bản như tác giả hoặc bối cảnh chính trị, xã hội và văn hoá chung quanh tác giả. Đó cũng chính là thói quen giảng dạy phổ biến nhất ở các thầy cô giáo môn Văn: vào lớp, người ta thường nói rất nhiều, nói thao thao về tiểu sử và lịch sử và ngược lại, nói rất ít và rất hời hợt về các tác phẩm văn học. Như thế, cái đáng lẽ là quan trọng nhất lại trở thành cái thứ yếu; điều đáng lẽ cần làm nhất thì lại chỉ được làm một cách qua loa và chiếu lệ. Mà lỗi, thật ra, không phải chỉ ở các thầy cô giáo. Lỗi, ở ngay trong chương trình: thứ nhất, mỗi bài giảng văn chỉ được dành cho một lượng thời gian quá ít, thường chỉ có một hay tối đa là hai tiết; mỗi tiết chỉ có khoảng 50 phút; một thời gian chỉ đủ để bàn những chuyện... ngoài lề, từ việc giới thiệu tiểu sử tác giả, bối cảnh sáng tác đến việc giải thích từ ngữ khó, là hết; thứ hai, trừ các bài thơ ngắn, phần lớn các tác phẩm văn học mà học sinh và sinh viên học chỉ là các trích đoạn: chẳng hạn, học *Truyện Kiều*, học sinh chỉ cần phân tích vài ba trích đoạn ngắn chứ không cần biết đến cuốn *Truyện Kiều*; học cuốn *Tắt đèn* của Ngô Tất Tố, học sinh cũng chỉ học một hai đoạn trích ngắn chứ không cần đọc nguyên cả cuốn tiểu thuyết ấy. Làm thế nào để học sinh có thể hiểu được các trích đoạn ngắn ngủi như thế khi chưa đọc nguyên cả tác phẩm? Giải pháp: thầy cô sẽ giúp bằng cách tóm tắt cốt truyện. Như vậy, với học sinh, *Truyện Kiều* hay *Tắt đèn* là những câu chuyện được thầy cô kể trong lớp chứ không phải những câu chữ do Nguyễn Du hay Ngô Tất Tố nắn nót viết ra. Ở đây, cái-được-kể thay thế hoàn toàn cho cái-được-viết. Điều này lại dẫn đến rất nhiều hậu quả nghiêm trọng: thứ nhất, về phương diện trí thức, chúng ta dạy cho học trò thói quen nô lệ, chỉ dựa vào lời kể của thầy cô giáo thay vì phải cố gắng tiếp cận với các nguồn tài liệu gốc; thứ hai, về phương diện đạo đức: chúng ta dạy cho học sinh nói dối; dạy cho chúng thói quen nói một cách đầy thẩm quyền về những gì, thật ra, chúng chưa từng đọc; thứ ba, về phương diện văn học, chúng ta làm cho chúng hiểu lệch hoàn toàn về cái gọi là... văn học.

Chính các thầy cô giáo hiểu lệch trước: nhấn mạnh vào khía cạnh văn học sử, các giờ Văn thường có cái gì hao hao như các giờ Lịch sử hoặc các giờ Chính trị. Mà chúng lại kém hơn các giờ Lịch sử và Chính trị do thiếu tính cụ thể trong tư liệu, tính nhất quán trong lập luận và tính hệ thống trong cấu trúc môn học. Dạy như thế, chính các thầy cô giáo cũng không phát huy được năng lực cảm thụ hay ít nhất, năng lực phân tích của họ. Những ai từng đi học Văn và dạy Văn ở Việt Nam có lẽ đều dễ thừa nhận là chỗ yếu nhất của các thầy cô giáo Văn là khả năng phân tích tác phẩm như một văn bản nghệ thuật. Hồi còn ở đại học, tôi có một ông thầy nổi tiếng lừng lẫy trong giới sinh viên chỉ vì một câu nói: "Hay lắm, các anh chị ạ." Thầy dạy thơ Đường. Hôm nào cũng thế, sau khi chép bài thơ lên bảng, giảng các từ ngữ khó, thầy lại đứng nghệch mặt ra mà trầm trồ: "Bài thơ này hay lắm các anh chị ạ. Hay... hay... hay lắm. Các anh chị phải cố gắng hiểu cái hay của nó, nếu không thì uổng lắm. Nó hay, hay lắm, hay lắm lận." Cứ thế, trầm trồ chán thì thầy quay sang bàn về tiểu sử của tác giả hay từ nguyên của các chữ Hán trong bài. Rồi thôi. Cả năm trời học thầy, chưa bao giờ tôi thấy thầy phân tích được bất cứ một cái hay nào mà thầy không ngớt tấm tắc. Mà có lẽ không phải chỉ có thầy ấy. Phần lớn các thầy cô giáo dạy Văn đều thế: họ có thể nói thao thao về các chuyện bên lề, nhưng hiếm hoi lắm mới có một hai người có khả năng đi vào văn bản. Mà có đi thì cũng chưa chắc đã sâu. Trong lúc không có và không thể có các tài liệu xã hội học cụ thể làm bằng chứng cho nhận định này thì chúng ta có thể sử dụng một bằng chứng gián tiếp: đọc các bài gọi là giảng văn hay bình thơ mẫu của các thầy cô giáo thuộc loại đầu đàn trong ngành Văn ở Việt Nam, trong số đó, có nhiều người được xem là những nhà nghiên cứu hay phê bình xuất sắc. Chúng ta cũng dễ thấy một tình trạng tương tự: kém. Họ có thể rất giỏi trong khâu tập hợp tư liệu. Họ có thể rất tài hoa trong khâu diễn đạt. Nhưng rất hiếm người tạo được ấn tượng tốt từ khả năng tiếp cận tác phẩm như một văn bản nghệ thuật. Văn bản. Mà lại là văn bản mang tính nghệ thuật. Phần lớn chỉ bàn vu vơ, tán vu vơ, khen vu vơ, chê vu vơ. Vu vơ đến độ giả dụ có ai đó chơi ác, đánh tráo bài thơ mà họ bình, dường như lời bình cũng có thể... nghe được.

Một nền giáo dục và một sinh hoạt phê bình, nghiên cứu văn học như thế góp phần củng cố một thứ văn hoá văn chương ở đó văn bản hoàn toàn bị khinh rẻ vốn đã mọc rễ trong truyền thống đề cao cái "ngôn ngoại" phổ biến ở Việt Nam ngày xưa. Trong văn hoá văn chương ấy, người ta không cần đọc từng chữ mới hiểu thơ văn; không cần dựa vào chữ nghĩa khi cãi nhau; và cuối cùng, không cần dùng chữ và đặt câu đúng khi muốn làm nhà thơ và nhà văn.

Tôi hiểu tại sao một nhà phê bình trẻ một lần khoe với tôi là cô ấy cảm thấy may mắn khi không phải học về văn học Việt Nam lúc còn nhỏ. Tôi đồng ý: may mắn thật. Ít nhất, may mắn hơn tôi: từ gần hai chục năm nay, tôi đã mất quá nhiều năng lực chỉ để gạn lọc và gột rửa những gì mình đã học trong hơn hai chục năm trước đó. Mà vẫn không sạch.

Và, tôi biết, vĩnh viễn sẽ không bao giờ sạch. Ngay cả khi tôi đã hoàn toàn quên bẵng gương mặt của người yêu đầu đời cũng như các thầy cô giáo của tôi dạo ấy, những người đã gợi hứng và khuyến khích tôi làm cả hàng trăm bài thơ dở.

26.10.2003

Vài ý nghĩ ngắn, thật ngắn,
về truyện cực ngắn

Truyện cực ngắn không phải là truyện ngắn, đã đành. Nó cũng không phải là truyện thật ngắn.

Rất khó xác định được ranh giới giữa các loại truyện này. Người ta thừa biết, trong văn chương, những con số bao giờ cũng có ý nghĩa thật tương đối, nhưng hầu hết các nhà nghiên cứu đều đành phải dừng lại ở những quy ước khá chung chung: đại khái, những truyện có độ dài từ khoảng ba, bốn trăm từ (cũng có người ghi là khoảng bảy, tám trăm từ) đến khoảng một, hai ngàn từ là truyện thật ngắn (very short story/short-short story). Dài hơn nữa là truyện ngắn. Còn dưới ba, bốn trăm từ (hoặc bảy, tám trăm từ - theo ý kiến một số người khác) thì được gọi là truyện cực ngắn (micro fiction). Nói cách khác, truyện thật ngắn ngắn hơn truyện ngắn; truyện cực ngắn lại càng ngắn hơn truyện thật ngắn. Ngắn đến độ không thể ngắn hơn được nữa.

Nhưng đó là độ nào? Ba, bốn trăm (hay bảy, tám trăm) từ là giới hạn tối đa. Vậy giới hạn tối thiểu của một truyện cực ngắn là bao nhiều từ? Trên lý thuyết, người ta có thể đáp: một từ. Tuy nhiên, trên thực tế, người ta khó có hy vọng tìm được một từ nào có khả năng gợi ra được một câu chuyện, tạo nên được một không khí, dựng lên được một ý tưởng và quan trọng hơn hết, hình thành một cái gì có chút ý nghĩa thẩm mỹ để có thể gọi được là một tác phẩm văn học. Có lẽ ranh giới tận cùng của truyện cực ngắn là một câu. Nhưng câu cũng có năm, bảy loại câu. Trong văn chương hiện đại, dưới ngòi bút của không ít nhà văn có tên tuổi, nhiều câu dài dằng dặc trong một hay hai trang giấy, nghĩa là dài bằng cả một truyện thật ngắn bình thường. Bởi vậy, câu trong truyện cực ngắn phải là những câu vừa phải. Càng ngắn càng tốt.

Điều cần lưu ý là truyện cực ngắn và truyện thật ngắn, đặc biệt là truyện thật ngắn, không phải là những gì thật mới mẻ. Cả hai thể truyện này đều dễ dàng được tìm thấy trong các truyện dân gian, từ truyền thuyết đến cổ tích, tiếu lâm hay ngụ ngôn. Trong văn học viết, hai thể truyện này cũng đã xuất hiện trong các ngụ ngôn của Aesop và tập *Metamorphosis* của Ovid thời cổ đại. Bước sang thời hiện đại và hậu hiện đại, hai thể truyện này có vẻ như càng ngày càng được sử dụng rộng rãi dưới ngòi bút của nhiều tác giả tài hoa, từ Guy de Maupassant, Anton Chekhov, O. Henry và Franz Kafka đến Italo Calvino, Donald Barthelme, John Updike, Joyce Carol Oates, và đặc biệt Jorge Luis Borges. Số lượng các tuyển tập truyện thật ngắn và cực ngắn ra đời càng ngày càng nhiều. Số trang mạng dành cho hai thể truyện này cũng nhiều vô kể. Từ khoảng gần một thập niên trở lại đây, môn "truyện thật ngắn" và "truyện cực ngắn" được đưa vào giảng dạy trong các chương trình Sáng Tác (Creative Writing) ở nhiều đại học Âu Mỹ. Riêng bằng tiếng Việt, thể truyện thật ngắn đã được Võ Phiến đi tiên phong giới thiệu trong tập *Truyện Thật Ngắn* do Văn Nghệ xuất bản lần đầu tại Hoa Kỳ vào năm 1991. Ở trong nước, có thời người ta tổ chức cả một phong trào thi đua viết truyện thật ngắn rầm rộ, từ đó, làm nổi bật lên tên tuổi một người viết truyện thật ngắn thông minh và duyên dáng: Phan Thị Vàng Anh. Riêng truyện cực ngắn, xuất hiện muộn hơn và cũng hiếm hơn. Trong số những người có tác phẩm xuất sắc, tôi đặc biệt chú ý đến Đinh Linh, nhà văn và nhà thơ chuyên viết tiếng Anh và chỉ bắt đầu tự dịch sang tiếng Việt thời gian gần đây. Nhưng hình như Đinh Linh cũng còn phân vân về chính những tác phẩm của mình: một số bài mà ông gọi là "truyện cực ngắn" đăng trên *Tiền Vệ*(http://tienve. org) hay trên *Hợp Lưu* (số 70, tháng 4&5. 2003) thật ra là những bài thơ ông đã gửi in trong tập *26 Nhà Thơ Việt Nam Đương Đại* (Tân Thư, California, 2002).

Không phải chỉ Đinh Linh mới phân vân như thế. Trong cuốn *Matryona's House and Other Stories* của Alexander Solzhenitsyn do Penguins xuất bản năm 1985, người ta cũng nhận thấy có sự phân vân tương tự: một số bài được chú là "thơ văn xuôi" (prose poems) nhưng lại được sắp chung trong cuốn sách ghi rõ là... "truyện": *Ngôi Nhà của Matryona và những Truyện Khác.*

Mà phân vân như thế cũng đúng. Ranh giới giữa truyện cực ngắn và thơ thật mờ. Nói chung, ranh giới giữa thơ và truyện ngắn vốn lúc nào cũng mờ: nhiều người đã nghiệm thấy truyện ngắn gần với thơ hơn là với tiểu thuyết: yếu tố chủ đạo trong truyện ngắn, đặc biệt truyện thật ngắn, nằm trong không khí truyện hơn là bản thân câu chuyện. Truyện cực ngắn lại càng gần với thơ hơn nữa. Trong truyện cực ngắn, do lượng chữ vô cùng ít ỏi, câu chuyện hay số phận và tính cách của nhân vật bị tụt xuống hàng thứ yếu. Chúng chỉ còn là cái nền để từ đó truyện cực ngắn còn được gọi là truyện. Thế thôi. Thế nhưng, ở đây, nảy sinh một vấn đề khác: nếu tất cả những yếu tố vừa kể đều là thứ yếu thì yếu tố chủ đạo trong truyện cực ngắn là gì? Theo tôi, đó là một kinh nghiệm mang tính thẩm mỹ; và sau kinh nghiệm mang tính thẩm mỹ ấy lại là một vấn đề có khả năng trở thành một ám ảnh đối với người đọc.

Là một kinh nghiệm, dù thiên về cảm xúc hay nhận thức, truyện cực ngắn cũng khác hẳn các luận đề mang tính lý thuyết. Là một kinh nghiệm mang tính thẩm mỹ, truyện cực ngắn cần phải... hay.

Dĩ nhiên, cái hay ấy phải gắn liền với cái ngắn vốn là yếu tố tạo thành bản chất của truyện cực ngắn. Nói cách khác, nếu truyện cực ngắn ngắn một cách đặc biệt, ngắn một cách bất bình thường, và ngắn như một sự khiêu khích đối với cái gọi là "ngắn" trong truyện ngắn hay truyện thật ngắn thì sự lựa chọn ấy nhất định phải có lý do. Lý do ấy, theo tôi, là: người ta tin bản thân sự ngắn gọn cũng có thể là một nghệ thuật. Nói chung, từ xưa, người ta đã để cao sự ngắn gọn trong văn học. Tuy vậy, văn học, dù ngắn gọn, vẫn chứa đựng đầy những yếu tố thừa. Người ta tin chính những cái thừa ấy mới tạo thành nghệ thuật: đi, không là nghệ thuật, múa mới là nghệ thuật; nói, không phải là nghệ thuật, hát mới là nghệ thuật. Nghệ thuật hình thành từ những uốn éo, những đẩy đưa, những luyến láy... rất xa những nhu cầu thực sự cần thiết của sự bày tỏ hay thông báo. Riêng trong các truyện cực ngắn, các yếu tố thừa đều bị tước bỏ gần hết. Nếu ví với món ăn, nó là thức ăn chỉ có cái chứ không có nước. Nếu ví với vũ đạo, nó là thứ võ ở đó người ta chỉ có đấm thật chứ không được đấm nhứ. Không có vờn lượn.

Không có múa may. Điều kiện trận đấu thật ngặt nghèo: nếu trong vài cú đấm mà không hạ đo ván được đối thủ thì mình bị thua. Bởi vậy, trong truyện cực ngắn, không phải chỉ có tốc độ nhanh mà còn cần mạnh nữa. Mạnh ở ấn tượng khi đọc và ở nỗi ám ảnh không nguôi sau khi đọc xong.

Có thể nói nhanh và mạnh là những đặc điểm cơ bản của thể truyện cực ngắn. Ở các thể truyện khác, người ta cũng cần các yếu tố nhanh và mạnh; tuy nhiên, chỉ ở thể truyện cực ngắn, các yếu tố ấy mới là các điều kiện sống còn: có chúng, có truyện cực ngắn; không có chúng, truyện cực ngắn biến mất.

Nhanh và mạnh, nhưng phải hàm súc. Cái hay của truyện cực ngắn không nằm ở chỗ nó tả mà nằm ở chỗ nó gợi ra. Một truyện cực ngắn hay là truyện có sức ngân và vang thật xa và thật lâu. Đọc, người ta bị cuốn hút liền. Đọc xong, người ta cứ bị ám ảnh mãi. Qua sự ám ảnh ấy, câu chuyện tiếp tục toả sáng và phát nghĩa. Có thể nói, giống như thơ, đặc biệt thơ tự do và thơ văn xuôi, truyện cực ngắn không chấp nhận loại người đọc thụ động. Người đọc không thể tiếp nhận truyện cực ngắn một cách thụ động được. Cũng giống như trong thơ, ở truyện cực ngắn, tác giả chỉ phác ra một số gợi ý để người đọc, chính người đọc mới là những kẻ hoàn tất tác phẩm. Độ sâu của tác phẩm tuỳ thuộc vào tính tích cực, sự nhạy cảm và sâu sắc của người đọc.

Để tăng cường tính chất nhanh, mạnh và hàm súc, truyện thật ngắn thường sử dụng các yếu tố liên văn bản. Các yếu tố liên văn bản này góp phần mở rộng tầm ý nghĩa của câu chuyện và tạo sự đồng cảm trong người đọc bằng cách khuấy động vào ký ức tập thể mà mọi người cùng chia sẻ. Khuấy động ký ức tập thể trong một hai nét tả thật nhanh và thật mạnh, truyện cực ngắn may ra chỉ có thể gợi lên một chút hoài nghi, nếu không muốn nói là một chút châm biếm. Trong ý nghĩa như thế, tôi cho thể truyện cực ngắn thường thuộc về những người muốn tra vấn và muốn tìm kiếm hơn là những kẻ muốn duy trì và bảo vệ những truyền thống có sẵn. Cũng trong ý nghĩa như thế, tôi tin truyện cực ngắn là thể truyện của tương lai: nó gắn liền với internet, nơi càng ngày người ta càng ưa tốc độ và càng ngày càng tin tốc độ là biểu hiện của tính đương đại; hơn nữa, đó cũng là nơi dễ làm tiêu hao mọi sự cuồng tín và mê tín: không gian điện tử không phải là nơi người ta có thể tin vào một cái gì cố định và bất biến được.

Những sự tiên đoán này, dù sao, cũng còn quá sớm. Sự lớn mạnh của một thể loại đôi khi chỉ tuỳ thuộc vào một hai cá nhân thật tài hoa chứ không phải những yếu tố ngoại tại. Với sự xuất hiện của một hai tài năng thật xuất chúng, mọi khả tính đều biến thành hiện thực; không có những tài năng như thế, mọi ước mơ đều viển vông.

Có điều, tôi vẫn tin là truyện cực ngắn nằm đâu đó trong cái xu thế vận động chung của cả nền văn học. Không có lý do gì để không tin là nó sẽ không trở thành một thể truyện được viết và đọc rộng rãi trong tương lai. Dĩ nhiên, xin đừng hiểu lầm: tôi không cho là sự thịnh phát của thể truyện cực ngắn phải được trả giá bằng cái chết của các thể loại khác. Không. Tôi không nghĩ thể truyện cực ngắn sẽ thay thế cho một thể loại nào cả: nó chỉ thêm vào, và làm giàu thêm, cái loại hình tự sự vốn có của chúng ta mà thôi.

26.7.2003

Vài ý nghĩ thoáng về báo văn học

Ngồi ở Úc, viết văn rồi gửi sang Mỹ in mãi cũng buồn; đầu năm 1998, nghe lời xúi của bạn bè, tôi đứng ra làm tờ *Việt*,[1] chuyên về sáng tác, phê bình và lý luận, chủ yếu là lý luận văn học, một lãnh vực rất cần được khai phá nếu muốn đẩy mạnh công việc sáng tác và phê bình lên một tầm cao mới. Nhân dịp tờ báo ra đời, nghĩ bâng quơ về... báo văn học.

*

Báo (hay tạp chí) văn học là một hiện tượng phổ biến và quen thuộc trong sinh hoạt văn học, nhưng tiếc, cho đến nay, hình như chưa được ai quan tâm nghiên cứu, dù là một cách sơ sài.

Trước hết, chúng ta biết báo chí và văn học là hai lãnh vực hoàn toàn khác nhau. Báo chí thuộc phạm trù thông tin; văn học thuộc phạm trù thẩm mỹ. Báo chí cần nhất là sự chính xác; văn học cần nhất là nghệ thuật. Báo chí có tính thời sự, yêu cầu cập nhật; văn học có tính vĩnh cửu, yêu cầu đẹp. Người ta đọc báo rồi vất cả tờ

---

[1] Tạp chí xuất bản mỗi năm hai số, số 1 ra vào đầu năm 1998; sau số 8 (2001) thì bị đình bản. Có thể đọc các số báo này trên internet: http//tienve.org.

báo, ít ai giữ báo, nhất là nhật báo và tuần báo; cũng không ai tái bản báo, dù là báo ra hàng tháng hay ra hàng năm. [2] Còn văn học thì khác: người ta có thể đọc đi đọc lại rất nhiều lần một bài thơ hay một cuốn truyện, có khi xuất hiện từ nhiều thế kỷ trước, thậm chí nhiều thiên niên kỷ trước.

Sự phân biệt giữa báo chí và văn học như trên có tính chất lý thuyết và thường thức. Tuy nhiên, trên thực tế, lại có một biệt lệ: báo (hay tạp chí) văn học. Là báo, nhưng nó lại có tính văn học. Vậy, nó là báo chí hay là văn học?

Ở Việt Nam, hình như chưa ai đặt ra câu hỏi tương tự nên cách đối xử với các báo văn học khá tuỳ tiện: những tạp chí như *Đông Dương, Nam Phong, Sáng Tạo, Văn*... hay các tờ báo như *Phong Hoá, Ngày Nay, Tiểu Thuyết Thứ Bảy*, v.v... là đối tượng nghiên cứu của cả khoa lịch sử báo chí lẫn khoa lịch sử văn học. Trong sự tuỳ tiện ấy, thật ra, có chút thiên vị: Trong các công trình nghiên cứu lịch sử văn học, người ta chỉ nhắc đến các tờ báo văn học hoặc như một phần trong sự nghiệp của một tác giả nào đó hoặc như một diễn đàn đăng tải tác phẩm của nhiều tác giả khác nhau. Trong ý nghĩa thứ nhất, tờ báo văn học được xem như một hành động, được giới thiệu một cách tóm tắt trong phần "sự nghiệp" của một người cầm bút, đại khái việc Phạm Quỳnh làm tờ *Nam Phong* cũng tương tự như việc ông làm việc ở viện Viễn Đông Bác Cổ hay

---

[2] Cũng có một số ngoại lệ: gần đây, ở Việt Nam, người ta đã tái bản một số tạp chí cũ, như *Tao Đàn* (1939), *Tiên Phong* (1945-46) và *Văn Nghệ* (1948) để phục vụ cho yêu cầu nghiên cứu khi, do chiến tranh vànhũng điều kiện bảo quản yếu, hầu hết những tạp chí vừa kể đều nằm ngoài tầm tay của giới nghiên cứu văn học trong vàngoài nước.

làm Thượng thư ở Huế; việc Nhất Linh làm tờ *Phong Hoá* cũng giống như việc ông dạy học hay ra tham chính. Trong ý nghĩa thứ hai, nó được xem như một vật chứa, chỉ được nhắc thoáng qua với một vài chi tiết nhỏ nhắt, vô bổ như thời điểm xuất bản và đình bản, số trang, giá bán, các mục thường xuyên, v.v... như một cái cớ để từ đó, đi sâu vào việc giới thiệu một số người trong ban biên tập. Trong cả hai trường hợp, theo tôi, người ta đều không thấy hết ý nghĩa to lớn của các tờ báo văn học.

Trước hết, chỉ cần quan sát một tí, chúng ta sẽ thấy ngay, một tờ báo văn học không đơn thuần là vật chứa, là nơi tập hợp các bài viết khác nhau dưới một nhãn hiệu chung. Mỗi tờ báo văn học tương đối có giá trị đều có một bản sắc riêng, một 'căn cước' riêng. Chúng ta chỉ cần đọc liếc qua các tờ báo văn học hiện nay ở hải ngoại, chẳng hạn như *Văn*, *Văn Học*, *Hợp Lưu* hay *Thơ*, chúng ta sẽ thấy ngay điều đó. Mặc dù những người viết chính, nói chung, thường khá giống nhau, vẫn chừng ấy tên tuổi, chừng ấy phong cách, thế nhưng, lạ, tổng hợp lại, mỗi tờ báo vẫn có một cái gì đó riêng, thường không lẫn với nhau được. Vì sao?

Trước hết, chúng ta nên để ý: một tờ báo khác với một cuốn sách. Không phải vì trong tờ báo có nhiều tác giả hơn trong một cuốn sách hay những vấn đề được đề cập đến trong tờ báo ít nhiều mang tính chất "báo chí", nghĩa là tính thời sự hơn trong một cuốn sách. Sự khác nhau chủ yếu giữa một tờ báo và một cuốn sách, theo tôi, ở hai điểm. Thứ nhất là ở cách đọc: đọc một cuốn sách, thường, người ta đọc từ đầu đến cuối; đọc một tờ báo, thường, người ta đọc lướt, đọc nhảy, thích bài nào thì đọc bài ấy trước, ngay cả khi nó ở phần cuối, không cần theo thứ tự nào cả. Như vậy, trong tờ báo, mỗi bài viết, dù có chung một chủ đề, vẫn là một đơn vị độc lập. Vấn đề là: Cái gì nối kết những đơn vị độc lập ấy lại để cả tờ báo có một "căn cước" chung? Theo tôi, có ba yếu tố. Một, yếu tố hình thức. Nói chung, sách, trừ sách cho trẻ em, thường để đọc; còn báo, vừa để đọc vừa để nhìn. Vai trò của việc trình bày, việc ấn loát ở tờ báo quan trọng hơn ở cuốn sách. Hai, ở những yếu tố ngỡ chừng như rất phụ, hơn nữa, có vẻ như linh tinh: lá thư toà soạn, thư tín, tạp ghi, sinh hoạt văn học hay sách báo nhận được. Ba, ở cách chọn chủ đề, cách chọn và sắp xếp bài vở, cách giới thiệu một số bài viết. Đằng sau, thấp thoáng đằng sau cái chỉnh thể thẩm mỹ của tờ báo, như vậy, là cá tính của người chủ biên.

Nhưng không phải chỉ có người chủ biên. Diện mạo của một tờ báo là một diện mạo có tính tập thể hơn có tính cá nhân. Đây chính là điểm khác nhau thứ hai giữa một tờ báo và một cuốn sách. Sách, nói chung là một công trình của cá nhân; trong khi báo, nói chung, là công trình của một tập thể. Tập thể ấy có thể được hình thành hoặc một cách tự giác và chặt chẽ, hoặc một cách tình cờ, thay đổi khá nhanh theo thời gian. Trường hợp đầu là trường hợp những tờ báo có đội ngũ cộng tác viên tương đối cố định như tờ *Phong Hoá* hay tờ *Sáng Tạo* trước đây, ở đó, người chủ biên có toàn quyền quyết định việc mời người này hay người kia cộng tác, từ đó, một cách tự giác hay vô thức, dần dần hình thành một nhóm ít nhiều có chủ trương giống nhau. Trường hợp sau, như ở hải ngoại hiện nay, không phải chủ biên chọn cộng tác viên mà thực ra là chính những người được gọi là "cộng tác viên" đó chọn chủ biên. Cơ sở để tiến hành việc chọn lựa (nhiều khi một cách hoàn toàn thiếu tự giác) chủ yếu là sự đồng điệu. Người ta hay nói đến

mối quan hệ giữa nhà văn và người đọc nhưng thường quên là, với
nhà văn, quan hệ ấy là một cái gì rất đỗi mơ hồ, và trong tình hình
sinh hoạt văn học phân tán và lạnh lẽo ở hải ngoại hiện nay, mơ hồ
đến hư ảo. Rất nhiều người, từ khi gửi bài viết đăng báo cho đến
lúc mực in bài viết ấy đã nhạt màu, cũng không hề nhận được bất
cứ một hồi âm nào, kể cả một lời chê hay một tiếng chửi, để biết là
mình có một độc giả cụ thể, bằng xương bằng thịt, có tên có tuổi,
chứ không phải là một ý niệm trừu tượng trong trí tưởng tượng.
Thành ra, với tuyệt đại đa số người cầm bút, người đọc đầu tiên và
có khi là người đọc cuối cùng mình cảm nhận được, chính là người
chủ biên. Do đó, người cầm bút không thể không quan tâm đến
người chủ biên ấy, không thể không đặt câu hỏi: liệu người chủ
biên ấy, với kiến thức, khả năng và đặc biệt, với cái "gu" thẩm mỹ
như thế, có thể cảm được, có thể đánh giá đúng được những tâm
huyết mình gửi gắm trong bài viết để có sự trân trọng tương xứng
hay không? Với những người mới bước vào làng văn, câu hỏi ấy
càng bức xúc vì nó gắn liền với hy vọng là bài viết của mình có thể
sẽ được giới thiệu một cách đặc biệt để từ đó, tên tuổi của mình
nhanh chóng được khẳng định. Với những người đã có thế đứng
tương đối vững, sự lựa chọn không mang màu sắc tính toán mà
chủ yếu là vì tình bạn: người chủ biên được xem, trước hết, như
một bạn đọc mà trình độ nhạy cảm và tình yêu đối với văn học có
thể tin cậy được để bài viết của mình không đến nỗi bị đối xử như
một vật trám chỗ hờ hững trên một trang báo thiếu quảng cáo.

Đó là lý do tại sao, dù không có bất cứ nỗ lực vận động nào, mỗi
tờ báo văn học trước sau gì cũng hình thành một đội ngũ cộng tác
viên riêng, dù một cách thật lỏng lẻo. Những "cộng tác viên" ấy có

thể cộng tác với nhiều tờ báo khác nhau nhưng bao giờ họ cũng gắn bó hơn với một tờ báo nào đó để những bài viết tâm huyết nhất, ưng ý nhất, họ gửi cho tờ báo ấy chứ không phải bất cứ một tờ báo nào khác. Hơn nữa, nếu quan sát kỹ sinh hoạt văn học hải ngoại từ trước đến nay, chúng ta sẽ thấy hiện tượng thú vị: thỉnh thoảng, có lúc tự dưng một số nhà văn, nhà thơ (đặc biệt là các nhà thơ), một cách hoàn toàn tự phát nhưng lại gần như đồng loạt, từ giã tờ báo này để cộng tác với một tờ báo khác. Trước, từ giữa thập niên 1980 cho đến một vài năm đầu của thập niên 90, tạp chí *Văn Học* quy tụ được hầu hết những cây bút thuộc loại xuất sắc nhất về thơ ở hải ngoại. Sau, khi tạp chí *Hợp Lưu* ra đời, người ta ghi nhận một cuộc di cư lặng lẽ của các nhà thơ từ *Văn Học* sang *Hợp Lưu*. Và khi tạp chí *Thơ* ra đời, người ta lại nhận thấy có một cuộc di cư khác, cũng lặng lẽ như thế, dù với một mức độ nhỏ hơn và nhạt hơn, từ *Hợp Lưu* sang *Thơ*. Những sự "chuyển luồng" như thế thú vị ở chỗ: nó tự phát nhưng lại khá đồng loạt. Và nó để lại dấu ấn không nhỏ trên diện mạo của cả tờ báo trước lẫn tờ báo sau. Theo tôi, những hiện tượng "chuyển luồng" như thế thể hiện rõ rệt hơn đâu hết quá trình vận động của ý thức văn học của từng thời kỳ mà người phê bình hay nghiên cứu văn học không thể không quan tâm.

Những sự chọn lựa âm thầm ấy của giới cầm bút góp phần quan trọng, chắc chắn còn quan trọng hơn cá tính của người chủ biên, trong việc định hình diện mạo và giá trị của tờ báo, từ đó, dẫn đến hai hiện tượng đặc biệt: một, trong quá trình phát triển của nó, một tờ báo có thể có những diện mạo rất khác nhau, thậm chí, trái ngược hẳn nhau, lúc này thì tiến bộ, lúc khác lại lạc hậu; lúc này hay, lúc khác lại dở; hai, có thể có hai tờ báo có những cộng tác viên chính tương đối giống nhau mà chất lượng vẫn khác hẳn nhau: một tờ khá, một tờ kém; một tờ trăn trở đi tìm cái mới, một tờ tiếp tục ầu ơ những bài ca cũ. Đại khái, cũng chỉ chừng ấy người viết chính.

Trong quá trình khẳng định bản sắc của mình, các tờ báo "cạnh tranh" nhau gay gắt hơn là các tác phẩm văn học. Các tác phẩm văn học không có khuynh hướng loại trừ nhau: tập *Thơ thơ* hay, tập thơ *Say* hay, tập *Lửa thiêng* hay, rồi tập *Liên, đêm mặt trời tìm thấy* cũng hay nữa. Tập thơ hay này có thể đứng kề vai với tập thơ hay khác, chúng không nhất thiết phải phủ định nhau. Các tác phẩm văn học thuộc các thể loại khác cũng thế. Riêng trên "mặt trận" báo chí thì khác. Có lẽ vì số lượng báo văn học trong từng thời kỳ thường ít, mỗi tờ báo buộc phải có một bản sắc riêng. Cuộc "cạnh tranh" giữa các tờ báo văn học chủ yếu là cuộc cạnh tranh giữa các bản sắc. Và điều thú vị là, một tờ báo mới ra đời không những có nhu cầu tự khẳng định bản sắc của nó mà còn tác động lên cả những tờ báo đã xuất hiện từ lâu, buộc chúng phải tái khẳng định bản sắc của chúng. Tiếc thay, phần lớn những sự tái khẳng định ấy đều có xu hướng bảo thủ. Bởi vậy, không có gì lạ khi chúng ta thấy phần lớn những tạp chí văn học kỳ cựu đều có khuynh hướng bảo thủ, hơn nữa, càng ngày càng bảo thủ: cứ mỗi lần có một tạp chí mới ra đời hô hào đổi mới thì nó lại lún sâu vào sự bảo thủ thêm một cấp nữa, đến một lúc nào đó, nó sẽ trở thành không những bảo thủ mà là phản động, chống phá kịch liệt tất cả những gì thấp thoáng chút mùi cách tân.

Khi một tờ báo đã định hình được bản sắc, nó không những đi

tìm độc giả mà còn sáng tạo ra độc giả: nó có khả năng đề nghị một cách đọc văn học thích hợp với phương hướng nó nhắm tới để, với mức độ nhiều ít khác nhau, biến một độc giả tình cờ thành một kẻ đồng hành. Ví dụ, một tờ báo công khai vận động đổi mới văn học không những chỉ thu hút những độc giả khát khao đổi mới mà còn làm cho người đọc, khi mới cầm tờ báo ấy trên tay, đã có ngay cái tâm thế là mình sắp sửa hoặc đang đối diện với những nỗ lực đổi mới, do đó, họ dễ có khuynh hướng trở thành nhạy cảm hơn trong việc phát hiện những cái mới ấy (chưa nói đến chuyện họ có đồng ý, đồng cảm hoặc đồng tình hay không.) Ngược lại, một tờ báo văn học có xu hướng chính trị không những sẽ mời gọi những độc giả thích chính trị mà còn, hơn nữa, làm cho những độc giả ấy có những tâm thế thích hợp để trở thành nhạy cảm với các thông điệp chính trị hơn là những "thông điệp" thuần tuý văn học trong tờ báo ấy. Từ trước đến nay, hầu hết độc giả của *Nhân Văn - Giai Phẩm* (chủ yếu qua sự trích tuyển của Hoàng Văn Chí trong cuốn *Trăm hoa đua nở trên đất Bắc*) đều chú mục vào phần phản kháng chính trị mà ít để ý đến những nỗ lực đổi mới thi pháp của Văn Cao, Trần Dần hay Lê Đạt là vì thế. Cũng chính vì thế, chúng ta có thể nói, cùng một bài viết nếu đăng trên hai tờ báo khác nhau, ấn tượng và dư âm nó để lại trong lòng người đọc sẽ khác nhau. Điều này phần nào cắt nghĩa lý do tại sao thỉnh thoảng có vài cây bút chỉ bắt đầu nổi tiếng khi từ giã những tờ báo cũ mình từng cộng tác để đăng bài trên một tờ báo mới: họ gặp được, qua tờ báo mới ấy, những độc giả - tri âm không có ở những tờ báo cũ. Bởi vậy, cũng có thể nói, chọn gửi bài cho một tờ báo nào đó thực chất là chọn "trao thân gửi phận" bài viết của mình cho một tầng lớp độc giả nhất định với những trình độ vànhững thị hiếu nhất định.

Vì báo văn học, cũng như mọi loại báo khác, gắn chặt với độc giả, do đó, nó cũng tuỳ thuộc vào môi trường địa lý: nói chung, trong sinh hoạt báo chí, các thành phố lớn chiếm ưu thế hầu như tuyệt đối. Không phải ngẫu nhiên mà tất cả các tờ báo văn học Việt ngữ nổi bật nhất hiện nay đều tập trung tại California, nơi được xem là "thủ đô" của người Việt hải ngoại. Ở Việt Nam cũng thế: phần lớn các tờ báo đều tập trung ở Sài Gòn hay Hà Nội. Báo chí ở "tỉnh lẻ" chỉ có thể nổi lên được trong một điều kiện hầu như duy nhất: nó phải có một bản sắc thật mạnh, như một sự ly khai với báo chí ở trung ương: tờ *Sông Hương* ở Huế vào những năm 1988 và 1989 hay *Cửa Việt* ở Quảng Trị, một hai năm sau đó, chẳng hạn. (Khi không còn là một sự "ly khai", bản sắc của chúng cũng bị tan biến theo ngay.)

Vì gắn liền với người chủ biên, với cả một lực lượng cầm bút rộng lớn cũng như với đông đảo độc giả, và với các trung tâm chính trị hoặc văn hoá của một cộng đồng hoặc một dân tộc, một tờ báo văn học trở thành một công trình tập thể, một hiện tượng văn học của cả một thời đại. Nó thể hiện diện mạo tinh thần của một thời đại có khi còn rõ nét hơn cả nhiều tác phẩm văn học. Nếu có điều kiện và có thì giờ, cứ thử đọc lại bất cứ một tờ báo văn học nào, từ số đầu đến số cuối, mà xem: chúng ta sẽ thấy ngay tất cả những thành công lẫn những thất bại, những cái đáng yêu lẫn những cái đáng ghét, những sự chững chạc lẫn những sự nhẹ dạ của cả một thời.

Với tư cách là một tác phẩm của một người đồng thời là một

công trình tập thể của thời đại, báo văn học cần phải được xem như một thể loại văn học (literary genre). Thực chất nó là một thể loại văn học. Như là thơ. Như là tiểu thuyết. Như là kịch. Như là lý luận, phê bình vànghiên cứu văn học. Là một thể loại văn học. Chứ không phải như là cái vật chứa những thể loại khác.

Báo văn học là một thể loại văn học bởi vì nó có đời sống riêng với những đặc điểm riêng và những vai trò riêng trong sinh hoạt văn học. Trong lịch sử văn học Việt Nam, vai trò của thể loại báo văn học này cực kỳ quan trọng. Nó là nơi tập hợp đội ngũ sáng tác, là môi giới giữa một loại tác giả nào đó với một loại độc giả nào đó, là phương tiện đào luyện mỹ cảm cho người đọc và qua đó, cho cả người viết. Chính báo văn học đã mở đầu và thúc đẩy quá trình hiện đại hoá văn học tại Việt Nam. Chính báo văn học đã làm công việc mà các viện đại học tại Việt Nam từ trước đến nay không làm nổi: đúc kết và truyền bá tư tưởng văn học - dù, rất tiếc, với một mức độ khá bình dân. Chính báo văn học chứ không phải tác phẩm văn học thường đánh những dấu mốc lớn trên từng chặng đường phát triển của văn học Việt Nam hiện đại: tờ *Đông Dương* và*am Phong* trong mấy chục năm đầu thế kỷ 20; tờ *Phong Hoá* trong thập niên 1930, tờ *Sáng Tạo* và *Nhân Văn - Giai Phẩm* vào cuối thập niên 1950; tờ *Văn Nghệ* và tờ *Sông Hương* trong nửa sau thập niên 1980, khi phong trào cởi trói văn nghệ xuất hiện. Ở hải ngoại từ năm 1975 đến nay, sự ra đời của mỗi tờ tạp chí văn học có giá trị đều ghi lại một dấu mốc đáng kể. Thực chất mỗi tờ báo văn học thành công, tự nó, là một tác phẩm văn học lớn và hoàn chỉnh của một giai đoạn. Phần nào nó cũng giống với những tác phẩm lớn của từng nhà văn, nhà thơ cụ thể.

Nghiên cứu về báo văn học như một thể loại văn học, trong đó mỗi tờ báo hay tạp chí văn học được nhìn như một sinh mệnh riêng, một thực thể độc lập trong sinh hoạt văn học chứ không phải chỉ là một phần trong "sự nghiệp" của bất cứ ai, chắc chắn sẽ làm loé lên những tia sáng bất ngờ. Và thú vị. Không những về những tờ báo ấy mà còn về diện mạo chung của từng thời kỳ văn học.[3]

2.1998

---

[3] Bài viết này được khai triển từ những bài nói chuyện trong các buổi ra mắt tạp chí *Việt* được tổ chức tại một số tiểu bang thuộc nước Úc vào tháng 2.1998.

Phan Khôi, một nửa cuốn sách

Là một tên tuổi lớn, nhưng Phan Khôi (1887-1959) không phải là một nhà thơ lớn, không phải là một nhà văn lớn, không phải là một học giả lớn; ông cũng không phải là một nhà báo lớn. Viết phê bình văn học, chỉ tập trung vào những ngọn đỉnh cao nhất của từng thể loại, người ta có thể bỏ qua Phan Khôi, tuy nhiên, nếu viết lịch sử văn học, nhằm tái hiện diện mạo nền văn học Việt Nam hiện đại trong quá trình vận động của nó qua những thời kỳ, những biến thái, những trào lưu và những khuynh hướng khác nhau, người ta lại không thể không nhắc đến Phan Khôi, hơn nữa, không thể không nhắc đến ông một cách trọng vọng.

Phan Khôi là người tò mò, hay hoài nghi, thích đặt lại vấn đề, thích gây gổ, thường băn khoăn tìm tòi cái mới. Cuộc đời cầm bút của Phan Khôi là một chuỗi thử nghiệm liên tục. Trước năm 1930, trong giới cầm bút Việt Nam, đặc biệt giới biên khảo, hiếm, nếu không nói là không có ai độc đáo bằng ông. Sau năm 1930, có lẽ chỉ có một người đi con đường giống ông: Trương Tửu. Cả Phan Khôi lẫn Trương Tửu đều thông minh, ưa lý sự, giỏi biện bác. Cả hai đều thích phiêu lưu: một người phiêu lưu vào cách nhận định, cách đánh giá từng sự việc cụ thể; một người phiêu lưu vào các phương pháp luận. Cả hai đều có cá tính mạnh: thích in dấu ấn cá nhân của mình lên từng trang viết. Và cả hai đều nhẹ dạ: một người bị mê hoặc bởi luận lý học; một người bị choáng váng bởi phân tâm học và rồi, biện chứng pháp. Dù sao, giữa hai người, tôi vẫn thích Phan Khôi hơn. Không hiểu sao, đọc Trương Tửu, tôi có cảm tưởng ông giống như một nhà chính trị: chưa chắc ông đã tin những gì ông viết. Phan Khôi thì như một nhà cách mạng: lúc nào cũng nhiệt tình, đầy tâm huyết, ngay cả khi bênh vực một luận điểm sai lầm. Trương Tửu có cái nhẹ dạ của một thiếu nữ đứng trước thời trang; Phan Khôi có cái nhẹ dạ của một tín đồ đối diện với thần quyền. Thiếu thành kính, Trương Tửu hay liều lĩnh: ông thường vấp phải cái tật lộng ngôn, đôi khi nói chỉ để cho đã miệng; Phan Khôi vẫn giữ ít nhiều cốt cách nhà nho: lý, có thể đi đến tận cùng, nhưng lời thì vẫn chừng mực. Phan Khôi có cái mà Trương Tửu, nếu có, chỉ có thật ít: sự chân thành. Cái mới, với Trương Tửu, chỉ là cái mới; với Phan Khôi, là chân lý.

Mải mê theo đuổi chân lý, Phan Khôi quan tâm đến rất nhiều khía cạnh khác nhau: để tài của ông, ngoài chuyện thơ văn, còn là chuyện chính trị, chuyện xã hội, chuyện triết học và ngôn ngữ học. Tự bản chất, ông là một nhà báo hơn là một nhà văn. Là một nhà báo chuyên nghiệp, nhưng ông lại không quan tâm đến thời sự mà chỉ quan tâm đến cái lý đằng sau các biến động, các sự việc của thời sự. Văn chương báo chí của ông, bởi vậy, nặng tính chất lý luận hơn là tường thuật. Lý luận của ông, do gắn liền với thực tế, xuất phát từ thực tế, thường xuyên va chạm với các thành kiến, thiên kiến của xã hội, do đó, mang nhiều yếu tố luận chiến. Mỗi bài viết của Phan

Khôi thường là một sự gây hấn. Đọc ông, người đọc buộc phải có một thái độ dứt khoát: hoặc theo hoặc chống. Độc giả của ông hoặc yêu ông hoặc ghét ông, chứ không thể dửng dưng trước ông. Không phải ngẫu nhiên mà hầu hết các cuộc bút chiến giữa hai cuộc thế chiến đều dấy lên từ Phan Khôi hoặc nhắm vào Phan Khôi. Trải qua nhiều cuộc bút chiến như vậy, tự nhiên Phan Khôi trở thành một tay bút chiến chuyên nghiệp và lão luyện. Chúng ta có thể gọi Phan Khôi là một nhà bút chiến (polemicist), một danh hiệu, đến nay, có lẽ chỉ có một người nữa là có thể chia xẻ được với ông: Hải Triều. Cả hai đều xây dựng phần lớn sự nghiệp của mình bằng các cuộc bút chiến. Hải Triều có hai điều mà Phan Khôi không có: lòng sùng tín đối với một chủ nghĩa và lòng trung thành đối với một tổ chức chính trị. Nhưng Phan Khôi có hai điều mà Hải Triều không có: sự uyên bác và tài hoa. Những bài bút chiến của Phan Khôi là những tác phẩm văn chương, của Hải Triều, chỉ là những bài viết tuyên truyền.

Bút chiến là để đánh đổ một lập luận cũ hơn là để chứng minh cho một luận điểm mới. Bút chiến thích hợp với tính cách của Phan Khôi: ưa lý luận và thường xuyên phản kháng. Nhờ hai tính cách ấy, Phan Khôi đã đi tiên phong trong rất nhiều lãnh vực khi Việt Nam đang cố gắng chuyển mình từ một xã hội trung đại sang hiện đại. Rất lâu trước khi Hoàng Đạo viết cuốn *Mười điều tâm niệm* làm cương lĩnh lý thuyết cho nhóm Tự Lực văn đoàn cũng như cho phong trào Âu hoá ào ạt vào đầu thập niên 1930, Phan Khôi đã đi đầu trong việc đả kích kịch liệt Nho giáo, đặc biệt Tống Nho, trong việc hô hào mọi người học tập tinh thần duy lý của Tây phương. Đi trước Nhất Linh trong cuốn *Đoạn tuyệt* và Khái Hưng trong cuốn

Nửa chừng xuân, ngay từ năm 1931, Phan Khôi đã đả kích chế độ đại gia đình, nguyên nhân của những quan hệ thù nghịch hay hục hặc bất hoà giữa mẹ chồng và nàng dâu, đã quyết liệt chống lại việc cưỡng bức hôn nhân.[1] Sớm hơn bất cứ người nào khác, ngay từ năm 1929, Phan Khôi đã đặt ra vấn đề nam nữ bình quyền và vấn đề nữ quyền (feminism) trong văn học.[2]

Phan Khôi đi tiên phong trong rất nhiều lãnh vực. Điều này khiến rất nhiều người yêu quý và khâm phục ông. Trong bộ *Nhà văn hiện đại*, trước năm 1945, Vũ Ngọc Phan cho "Phan Khôi là một trong những nhà văn xuất sắc nhất trong phái nho học."[3] Ba mươi năm sau, Thanh Lãng cũng tiếp tục ca ngợi Phan Khôi một cách nồng nhiệt: "Phan Khôi là khuôn mặt đẹp đẽ nhất của thời đại ta, một tổng hợp kỳ diệu được hình thành do những gì tinh tuý nhất của nền cổ học vô cùng tế nhị Đông phương và nền học thuật minh

[1] Tiêu biểu nhất là trong bài "Một cái hại của chế độ đại gia đình: Bà già với nàng dâu" đăng trên *Phụ Nữ tân văn* số 96 ra ngày 20.8.1931; in lại trong cuốn *13 năm tranh luận văn học*, tập 3, của Thanh Lãng, nxb Văn Học và Hội Nghiên cứu và Giảng dạy Văn học thành phố Hồ Chí Minh in năm 1995, tr. 72-80.

[2] Tiêu biểu nhất là bài "Văn học vànữ tánh" đăng trên *Phụ Nữ tân văn* số 2, ngày 9.5.1929; bài "Văn học của phụ nữ nước Tàu về thời kỳ toàn thịnh" trên *Phụ Nữ tân văn* số 3, ngày 16.5.1929; và loạt bài "Theo tục ngữ phong dao xét về sự sanh hoạt của phụ nữ nước ta", đăng trên *Phụ Nữ tân văn* từ số 5 (30.5.1929) đến số 18 (29.8.1929); tất cả các bài trên đều được in lại trong *13 năm tranh luận văn học*, tập 2, tr. 382-462.

[3] Vũ Ngọc Phan, *Nhà văn hiện đại*, tập 1, Nhà xuất bản Văn Học và Hội nghiên cứu và giảng dạy văn học thành phố Hồ Chí Minh in lại, 1994, tr. 238.

bạch khúc chiết của Tây phương."[1] Tuy nhiên, cái mới, cái lớn của Phan Khôi lại hiếm khi kết tinh vào trong tác phẩm. Tác phẩm của Phan Khôi thường chỉ là các bài báo, rải rác và tản mạn, nổi bật giữa cơ man các bài báo khác ở những cách nhìn và cách viết sắc sảo, độc đáo, nhưng, dù sao, chúng vẫn là những bài báo, gắn liền với những thời điểm, những biến cố cụ thể, nhất định.[2] Chúng khó mà đứng vững với thời gian. Bởi vậy, tuy Phan Khôi đi tiên phong nhưng ít khi ông cắm được lá cờ của mình trên vùng đất mình khai phá được.

Ngay cả khi ông cắm được cờ, ông cũng không ở lại lâu với ngọn cờ ấy để khẳng định chủ quyền của mình trên vùng đất ấy. Ở Việt Nam, ông là người đầu tiên bàn đến luận lý học, tu từ học, là một trong vài người hiếm hoi có được một tư duy duy lý cao, ông lại không chịu đi sâu để có được một công trình hoàn chỉnh nào trong các lãnh vực này. Là người có nhiều suy nghĩ táo bạo và độc đáo về

---

[1] Thanh Lãng (1973), *Phê bình văn học thế hệ 1932*, Phong trào văn hoá, Sàigòn, tr. 252.

[2] Trừ cuốn tiểu thuyết *Trở vỏ lửa ra* in trên *Phổ thông bán nguyệt san* số 41 (16.8.1939), hầu hết các tác phẩm của Phan Khôi đều là các bài báo. Chỉ có một số ít được tập hợp in trong hai cuốn sách: *Chương Dân thi thoại* (1936) và *Việt ngữ nghiên cứu* (1955). Còn lại đều nằm rải rác trên báo chí. Có thể tìm đọc các bài ấy trong bộ *13 năm tranh luận văn học* do Thanh Lãng sưu tầm và biên soạn, gồm 3 tập do nhà xuất bản Văn Học và Hội nghiên cứu và giảng dạy văn học thành phố Hồ Chí Minh in năm 1995. Trong hoàn cảnh hiện nay, bộ sách này chứa đựng nhiều tài liệu cực kỳ quý.

ngữ pháp tiếng Việt, vượt hẳn những người cùng thời,[1] ông lại không tập trung đủ để trở thành một nhà ngôn ngữ học cự phách, điều ông có thể làm được nếu ông quyết tâm. Ông được nhiều người khen là có khả năng cảm thụ thơ nhạy bén, "nói chuyện về thơ ý nhị và đậm đà",[2] nhưng tập *Chương Dân thi thoại* của ông lại đầy tính chất ngẫu hứng, quá tản mạn, quá sơ sài, để với nó, ông có thể được xem là một nhà phê bình văn học. Nhưng không đâu rõ bằng trong lãnh vực thơ. Ai cũng biết và ai cũng thừa nhận là, với bài "Tình già" đăng trên báo *Phụ nữ tân văn* số 122 ra ngày 10.3.1932 tại Sài Gòn, Phan Khôi là người khởi xướng ra phong trào Thơ Mới, đánh dấu một thời kỳ phát triển rực rỡ nhất trong lịch sử thi ca Việt Nam: thời kỳ 1932-45. Không có bài "Tình già", không ai biết được là diện mạo của nền thơ Việt Nam hiện đại sẽ ra sao. Chắc chắn nó sẽ khác rất nhiều. Có phần chắc là nó sẽ phát triển chậm hơn, nghèo nàn hơn. Tuy nhiên, có điều rất đáng ngạc nhiên là: khi phong trào Thơ Mới bộc phát mạnh mẽ với thật nhiều hương sắc, Phan Khôi lại không làm được bài thơ nào mang phong cách của Thơ Mới cả. Một số bài thơ ông sáng tác sau năm 1932, cũng hoạ hoằn thôi, đều khá cổ kính. Cho nên ở đây có một nghịch lý: người cắm ngọn cờ đầu cho Thơ Mới lại không phải là một nhà thơ mới.

---

[1] Xem tập *Việt ngữ nghiên cứu* của Phan Khôi, nxb Văn Nghệ, Hà Nội, 1955. Trong tập này, có nhiều bài Phan Khôi viết từ những năm 1948, 1949. Sớm hơn nữa, trên *Phụ nữ tân văn* từ năm 1930, Phan Khôi đã có loạt bài "Phép làm văn" trong đó chủ yếu ông bàn về ngữ pháp, như cách dùng quán từ (article), đại danh từ (pronoun), v.v... (Một số được in lại trong bộ *13 năm tranh luận văn học* của Thanh Lãng, dẫn trên).

[2] Vũ Ngọc Phan, sđd., tr. 242.

Sự nghiệp của Phan Khôi, bởi vậy, có cái gì cứ như dở dang. Ông là một khuôn mặt lớn, một phong cách lớn mà lại không có tác phẩm lớn tương xứng. Ông là thứ cây chỉ ra mỗi một đợt trái đầu mùa, rồi thôi. Nói theo ngôn ngữ bóng đá, ông là người phát bóng cực giỏi nhưng bản thân ông thì lại ít khi ghi được bàn thắng. Đọc ông, có cảm giác như mới đọc một nửa cuốn sách. Tuyệt hay, nhưng chỉ có một nửa.

Nửa kia, nằm ở cuộc đời của ông.

12.1996

Vài ghi nhận về Mai Thảo

Có một bữa, tại California, Mai Thảo ngồi bên lề đường chờ xe bus. Mùa đông, trời lạnh. Chờ cả nửa tiếng đồng hồ. Ngồi không, mắt bâng quơ ngó quanh, tình cờ dừng lại ở những bảng tên đường trước mặt, tất cả đều mang những cái tên ngoại quốc lạ hoắc vừa khó đọc vừa khó nhớ, Mai Thảo bỗng nảy ra một ý nghĩ nghịch: tại sao những con đường ấy không mang tên mình nhỉ? Sẽ dễ đọc và dễ nhớ biết mấy. Cái tứ của bài thơ 'Ta thấy hình ta những miếu đền' bắt đầu bằng câu 'Ta thấy tên ta những bảng đường', hình thành từ lúc ấy. "Đùa thôi", Mai Thảo nói, "Văn chương là chuyện đùa nghịch mà!" Cười, nhấp một ngụm rượu, Mai Thảo nói tiếp, giọng sôi nổi hẳn: "Đặc điểm nổi bật nhất của văn học Việt Nam từ xưa đến nay là sự đùa nghịch. Tất cả những kiệt tác đều là những sự đùa nghịch. Hồ Xuân Hương, Tú Xương, Tản Đà là những người đùa nghịch. Nguyễn Du cũng đùa nghịch khi viết *Truyện Kiều*. Ngay cả *Cung oán ngâm khúc* cũng thấp thoáng rất nhiều sự đùa nghịch. Các nhà văn nhà thơ Việt Nam chỉ viết hay khi đùa nghịch." Nghe Mai Thảo nói như thế tại tiệm ăn Tố Lan, quận 13 Paris, nhân chuyến ông qua Pháp chơi, tối ngày 9. 10. 1990, tôi chỉ ngồi cười. Ừ, thì đùa.

Nhưng tôi có cảm tưởng trong cuộc sống, Mai Thảo ít biết đùa. Trong mấy lần gặp ông, chuyện trò khá thân mật với ông, hiếm khi nào tôi nghe Mai Thảo nói một câu khôi hài. Hơn nữa, ông còn dễ nổi cáu khi nghe người khác bông phèng. Ông chỉ biết có mỗi một trò đùa: đùa nghịch với chữ nghĩa, với văn chương. Đùa riết thành mê. Ông là một trong những người Việt Nam hiếm hoi không làm bất cứ nghề nào khác ngoài cái nghề cầm bút. Cho đến tận sau này, khi đã trải qua bao nhiêu bẽ bàng và cay đắng của cuộc đổi đời, nỗi đam mê của ông vẫn không hề phôi pha chút nào cả. Chỉ cách đây không lâu, hàng tháng, trên tạp chí *Văn* tục bản tại California, ở mục 'Sổ tay', bao giờ cũng có mấy trang viết mượt mà của ông. Những trang văn, nhiều lúc, đọc cứ ngỡ như thơ.

Dù sao, cũng phải gặp Mai Thảo, nghe Mai Thảo nói chuyện về thơ, người ta mới hiểu được lòng yêu thơ của ông sâu sắc đến độ nào.

Lần đầu tiên tôi gặp Mai Thảo là vào tối Chủ nhật, ngày 19 tháng 3 năm 1989, tại nhà riêng của ông - đúng hơn là phòng riêng trong một chung cư dành cho người già - ở California. Anh Nguyễn Mộng Giác chở tới. Mai Thảo mở cửa, gật chào, rồi nói chuyện tiếp với ai đó qua điện thoại. Giọng Mai Thảo trầm, ấm và ngọt ngào lạ lùng. Dần dần, tôi cũng đoán được người bên kia đầu dây là Kiều Chinh. Lúc ấy, tôi hơi ngạc nhiên, nhưng sau này, gặp Mai Thảo vài lần, dần dần tôi hiểu ra là hình như với người phụ nữ nào Mai Thảo cũng nói chuyện bằng cái giọng trầm, ấm và ngọt ngào như vậy.

Trong lúc ông nói chuyện, tôi đảo mắt nhìn quanh. Một kệ sách. Một cái bàn. Một cái giường chiếc phủ nệm trắng. Một cái Tivi nhỏ và năm bảy chai rượu nằm trong góc. Là hết. Lúc ấy, tôi nghĩ ngay đến một câu thơ của Nguyễn Bính: 'Quán trọ nhà thơ như chiêm bao'.

Khoảng năm, bảy phút sau, gác điện thoại xuống, Mai Thảo quay lại tôi, gật gật: "Quốc đấy hả? Trẻ ghê nhỉ?"

Rồi thôi. Đứng, tay cầm ly rượu, Mai Thảo nói: "Đọc thơ thích thật. Tôi vẫn ân hận mãi mình không phải là nhà thơ toàn phần như các bạn tôi. Như Vũ Hoàng Chương. Như Thanh Tâm Tuyền. Các anh ấy làm thơ hay quá. Thèm quá."

Cứ thế. Tiếp tục đứng, tiếp tục cầm ly rượu trên tay, Mai Thảo nói về thơ. Say sưa. Tôi đến, lần đầu tiên, không một chút khách sáo, ông nói, như là tiếp tục một câu chuyện dở dang từ trước. Với một người đã quen và thân lắm. Tôi cũng có cảm giác tương tự như vậy khi lần đầu tiên gặp Nguyễn Mộng Giác, tại Chicago, trong một cuộc hội nghị mấy ngày trước đó. Gặp nhau, bắt tay nhau, cười rồi nhập ngay vào chuyện văn, chuyện thơ, lâu lâu tạt sang chuyện đời. Một lát. Rồi lại vẫn văn vẫn thơ. Rất thoải mái. Rất tri kỷ. Không phải cực lòng với những chuyện nắng chuyện mưa. Khỏi phải chịu đựng những phút bối rối nhìn trời, nhìn đất.

Khác với Nguyễn Mộng Giác, Mai Thảo ít nói chuyện đời và cũng hiếm khi nói chuyện văn. Ông chỉ nói về thơ. Dường như, trong chuyện trò, Mai Thảo chỉ tâm đắc với một đề tài: thơ. Không nói chuyện về thơ được, ông im lặng, lầm lì, hầu như chỉ chực gây sự. Tôi chưa thấy ai say thơ đến như vậy. Say đến đắm: tay cầm ly rượu, mắt lim dim, vừa đọc vừa bình, giọng lúc trầm lúc bổng, dường như cả tâm hồn ông cũng bập bềnh theo những sóng chữ dập dìu. Đắm đến mê: ông nói chuyện mà cứ như độc thoại. Tôi ngờ là ông không cần biết là người khác có nghe hay không. Ông nói thao thao. Những lúc ấy chỉ cần một tiếng cười, một câu nói đùa lỗi nhịp là ông nổi giận, đâm ra bẳn gắt, cáu kỉnh tức khắc. Tôi có cảm giác Mai Thảo coi đó là một sự xúc phạm đối với thơ, đối với cái Đẹp.

Đáng lẽ Mai Thảo phải là một thi sĩ, một "thi sĩ toàn phần", như chữ ông thường dùng. Những tác phẩm đầu tay của ông là thơ. Ngay cái bút hiệu của ông hiện nay cũng nảy sinh từ một mối tình đối với thơ. Ông kể với tôi trong một bữa cơm tối tại nhà riêng của tôi ngày 10. 10. 1990 nhân chuyến ông sang Paris chơi:

Sở dĩ tôi lấy bút hiệu Mai thảo là vì hồi nhỏ, khi đi học, ở trong trường, tôi có một thằng bạn làm thơ với bút hiệu Mai Luân. Thơ cũng vừa thôi, nhưng hồi đó, chẳng hiểu tại sao, tôi mê thơ hắn lạ lùng. Coi hắn như thần tượng. Nên mới đặt cho mình bút hiệu Mai Thảo. Cùng là Mai cả. Mai Luân. Mai Thảo. Năm đó, tôi khoảng mười lăm tuổi.

Những năm đầu kháng chiến chống Pháp, Mai Thảo đã có hẳn một tập thơ, chép tay, nắn nót cẩn thận, trong một quyển vở, sau, bị rơi mất trên sông Mã, dòng sông nổi danh trong bài "Tây tiến" của Quang Dũng: "Sông Mã gầm lên khúc độc hành". Tập thơ đầu tay ấy, tôi ngờ lắm, chưa chắc đã hay, song dù vậy, mỗi lần nhắc lại, giọng Mai Thảo cũng chùng xuống, bùi ngùi.

Vào Miền Nam, suốt mấy chục năm, Mai Thảo chủ yếu chỉ viết truyện và tuỳ bút. Thơ, nếu viết, chỉ viết thật hoạ hoằn. Lâu, lâu lắm mới được vài bài. Nhưng hình như không lúc nào Mai Thảo thực sự xa thơ. Những câu văn xuôi của ông, hơn bất cứ người nào khác, thấm đẫm chất thơ: chúng mất đi khá nhiều góc cạnh để cứ chơi vơi như là sương là khói. Những trang hay nhất của Mai Thảo là những trang tả cảnh và những cảnh Mai Thảo tả hay nhất là những cảnh tịch mịch, quạnh vắng, đìu hiu: một thành phố nhỏ, một căn nhà nhỏ, một con đường nhỏ, những chiều mưa vànhững buổi tối, những đêm khuya đã lặng tiếng người, chỉ còn ánh trăng lẻ loi trên cao và chỉ còn tiếng gió thầm thì trong lá; tức những cảnh rất gần với khí hậu của Thơ Mới.

Mai Thảo thành công trong truyện ngắn hơn là trong tiểu thuyết. Những truyện ngắn thành công của ông là những truyện ngắn pha nhiều, thật nhiều chất tuỳ bút: dường như, ở đó, Mai Thảo có điều kiện thuận lợi để ngoại tình với thơ hơn; ở đó, cái hay cái đẹp không còn lệ thuộc quá nhiều vào nhân vật, vào kết cấu câu chuyện nữa mà chủ yếu ở lời văn, ở giọng văn. Về phương diện này, Mai Thảo rất gần với Nguyễn Tuân. Khác một điều: trong lúc Nguyễn Tuân mài chữ cho thật sắc, như một cành gai; Mai Thảo trau chữ cho thật mềm, như một đài hoa. Chữ của Nguyễn Tuân quánh lại; chữ của Mai Thảo loãng ra. Đọc Nguyễn Tuân, có cảm giác như đi trên ghềnh trên thác, cứ hay giật mình, phấp phỏng; đọc Mai Thảo, có cảm giác như đi trên dòng sông, thấy phơi phới, thấy êm ả lạ lùng. Nguyễn Tuân bắt người ta nhớ; Mai Thảo làm người ta quên.

Đáng lẽ Mai Thảo là một thi sĩ, một "thi sĩ toàn phần", như chữ ông thường dùng. Nói chuyện với ông, tôi để ý thấy một điều: những người Mai Thảo phục nhất, thích nhất, nhắc nhở đến nhiều nhất đều là các nhà thơ: đó là Xuân Diệu và Huy Cận thời 1930-45;

Chế Lan Viên và Nguyễn Đình Thi thời 1945-54; Vũ Hoàng Chương, Thanh Tâm Tuyền và Tô Thuỳ Yên ở miền Nam, sau năm 1954. Ông chê Chế Lan Viên ở tập *Điêu tàn* nhưng lại rất phục Chế ở giai đoạn *Vàng sao* và mấy năm đầu của cuộc kháng chiến chống Pháp. Theo ông, trong phong trào Thơ Mới, nhiều người làm thơ hay, song nhìn chung, người có tầm vóc hơn cả là Xuân Diệu. Ông khoe với tôi, lúc trẻ, ông thuộc hầu hết các bài thơ trong tập *Thơ thơ* và *Gửi hương cho gió*. Những bài thơ ông thích nhất là: "Nguyệt cầm", "Nhị hồ", "Lời kỹ nữ", ... Tính theo đơn vị câu, câu thơ Xuân Diệu ông thích nhất là:

Phất phơ hồn của bông hường
Nghe trong phiêu bạt còn vương máu hồng.

Cũng tại nhà tôi, trong bữa cơm tối nhắc ở trên, sau khi đọc hai câu thơ vừa dẫn của Xuân Diệu, ông gật gù: "Hay và lạ vô cùng. Đọc, mình chẳng hiểu tại sao cả. Nhưng cái mầu nhiệm của thơ là ở đó. Thơ hay phải có chút mơ hồ, hàm hồ. Rõ ràng quá, nó sẽ là văn xuôi."

Liên quan đến luận điểm thơ phải có chút mơ hồ, chút tối tăm, một lần khác, Mai Thảo kể bài thơ "Đợi bạn" của ông in trong tập *Ta thấy hình ta những miếu đền* thoạt đầu như sau:

Nửa khuya đợi bạn từ xa tới
Cửa mở cầu thang để sáng đèn
Bạn tới lúc nào không biết nữa
Co quắp người trong giấc ngủ đen.

Sau, vẫn giữ nguyên ba câu đầu, ông sửa câu cuối lại thành:
Mưa thả đều trên giấc ngủ đen.

Ông tự nhận xét: "câu sửa lại mơ hồ hơn, nhưng hay hơn nhiều. Nó để lại nhiều dư vang hơn."

Với các nhà thơ cùng sinh hoạt chung với ông ở Miền Nam từ 1954 đến 1975, ông thương Vũ Hoàng Chương: "Con người anh ấy lạ lắm. Đúng là một thi sĩ. Mặt mũi lúc nào cũng ngơ ngơ ngác ngác như trẻ con. Mà nói chuyện về thơ thì hay vô cùng. Ai cũng là thằng hết. Lý Bạch là thằng. Nguyễn Du là thằng. Một người yêu thơ, thuộc thơ nhiều vô cùng tận." Ông phục Thanh Tâm Tuyền: "Trong bọn tôi, anh ấy là người xuất sắc nhất. Rất đa tài. Làm thơ hay. Viết văn hay. Lý luận hay. Phải nghe anh ấy đọc thơ Nguyễn Xuân Sanh mới thích." Và ông mến Tô Thuỳ Yên; "Trước đây, bọn tôi cứ tưởng nói đến thơ là phải nói đến dân miền Trung miền Bắc. Cái thằng ấy xuất hiện mới lạ chứ. Nó kỳ vĩ phi thường quá. Càng lớn tuổi, thơ nó càng hay, càng tuyệt vời."

Tấm lòng của Mai Thảo đối với bạn bè thật đẹp. Tôi đã vài lần nghe Mai Thảo nhắc đến Thanh Tâm Tuyền, Tô Thuỳ Yên, Doãn Quốc Sỹ, Trần Dạ Từ, Nhã Ca, v.v... lúc những người này còn kẹt ở Việt Nam, lần nào cũng thế, giọng ông ấm áp và đầy thân tình. Có mấy lần ông từ California sang Paris chơi, ở nhà Trần Thanh Hiệp, ông than phiền là Trần Thanh Hiệp, ngoài những giờ đi làm ở sở, cứ đi họp hành mãi, thường về nhà rất trễ, mà về nhà thì chỉ khoái bàn chuyện chính trị, "nghe chán chết đi được", tôi - lúc ấy còn ở Paris - bèn rủ ông về nhà tôi ở, nhưng ông từ chối bằng giọng nhỏ nhẹ:

Không được, chán thì chán nhưng dù gì tôi với anh Hiệp cũng là bạn với nhau từ lâu. Đã không đến Paris thì thôi, chứ đến Paris thì phải ở với anh ấy. Trừ phi anh ấy từ chối thì tôi mới đi ở nhà

người khác, chứ còn tự nhiên mà xách khăn gói đến ở nhà người
khác thì không phải với anh ấy.

Ông rất coi trọng tình bạn. Ông nói với tôi: chất keo nối kết
nhóm Sáng Tạo lại với nhau là tình bạn; điểm chung duy nhất giữa
các thành viên trong nhóm Sáng Tạo cũng là tình bạn, là sự chân
tình và thuỷ chung đối với bạn bè. Mai Thảo nhấn mạnh: điều ông
coi trọng nhất trong tình bạn là sự thuỷ chung. Tôi đùa, hỏi ông:
"Còn trong tình yêu?" Không trả lời thẳng câu hỏi của tôi, ông nói,
giọng ngậm ngùi:

Trong lãnh vực ái tình, tôi là người thất bại. Đến, ở với một số
người nhưng không lâu bền với ai cả. Theo tôi, tình yêu đẹp nhất
là thứ tình yêu lâu dài. Đi ngoài đường, gặp những ông bà già
70, 80 tuổi dìu nhau qua đường, tôi cảm động ghê lắm. Dù có
hục hặc với nhau, đôi khi; dù có gấu ó nhau, đôi lúc, nhưng ở với
nhau được một thời gian dài đến như thế phải nói là một sự
thành công tuyệt đẹp.

Mai Thảo nhớ rất nhiều thơ. Tôi vẫn có chút tự hào là nhớ nhiều
thơ, vậy mà, những lần đầu tiên nói chuyện với Mai Thảo, có khi
tôi cảm thấy bối rối, đâm ra nghi hoặc cái vốn thơ tưởng là giàu có
lắm của mình: nhiều bài thơ chỉ đăng báo một thời gian ngắn trước
hoặc sau năm 1945, sau không in lại ở đâu cả, ông vẫn thuộc lòng.
Lần đầu tiên tôi nghe nhiều bài thơ của Chế Lan Viên trong những
năm trước và sau Cách mạng tháng Tám là từ ông. Những bài thơ
ấy không được in lại ở miền Nam trước năm 1975 và cả ở miền Bắc
trước năm 1989, tức năm Chế Lan Viên qua đời: ở miền Nam,
người ta coi chúng là "cộng sản"; ở miền Bắc, người ta coi chúng
chưa thấm nhuần lập trường cách mạng đủ, còn chao đảo giữa

những phương pháp sáng tác suy đồi của tư sản, chủ yếu là chủ nghĩa lãng mạn và chủ nghĩa tượng trưng. Do không ở đâu in lại nên tôi không hề biết. Lần đầu tiên nghe những bài thơ ấy từ Mai Thảo, tôi lặng người nửa vì sung sướng nửa vì thẹn thùng. Mãi đến đầu thập niên 1990, tôi mới được đọc trọn vẹn những bài thơ ấy của Chế Lan Viên trong các tập *Di cảo* của ông, do vợ ông, bà Vũ Thị Thường sưu tập.

Dần dần, nói chuyện với Mai Thảo nhiều, tôi phát hiện ra hai nhược điểm chính của ông. Một là, cái vốn triệu phú về thơ của ông chỉ giới hạn trong phạm vi từ 1932 đến 1945, hoặc muộn hơn một chút, khoảng 1949-50. Thơ cổ điển, trước thế kỷ 20, ông biết rất ít. Thỉnh thoảng ông có nhắc đến Nguyễn Trãi, Nguyễn Bỉnh Khiêm, Nguyễn Du, Nguyễn Công Trứ, Đoàn Thị Điểm, Hồ Xuân Hương, Bà huyện Thanh Quan, v.v... nhưng cái biết của ông cũng rất giới hạn và cái hiểu của ông thì lại càng đáng ngờ. Thơ Miền Nam, mặc dù ông nói là ông rất yêu, ông cũng không nhớ nhiều. Có lẽ lúc ấy một phần vì bận bịu, một phần vì lớn tuổi, khả năng tiếp nhận của trí nhớ ông bắt đầu giảm đi chăng? Dù sao cũng có điều không thể phủ nhận được: về phương diện ý thức, Mai Thảo nhiều lần hô hào vượt bỏ Thơ Mới và Tự Lực văn đoàn, nhưng về phương diện cảm xúc, tâm hồn ông vẫn là tâm hồn của thuở 1932-45, được ướp bằng hương hoa của chủ nghĩa lãng mạn và chủ nghĩa tượng trưng, từ Baudelaire cho đến Xuân Diệu, từ Rimbaud cho đến Hàn Mặc Tử. Thơ của ông hay nhưng về nhiều phương diện vẫn chưa thoát ra ngoài quỹ đạo của Thơ Mới. Nhiều bài lục bát của ông vẫn mang đậm hơi hướm của Huy Cận.

Khuyết điểm thứ hai của Mai Thảo là ông giỏi về cảm tính hơn lý tính; trực giác ông mạnh nhưng khả năng lý luận lại yếu. Nhược điểm này khiến cho Mai Thảo thường xuyên tự mâu thuẫn với ông. Có lúc ông cho trong văn chương, yếu tố quan trọng nhất là kỹ thuật. Trong nghệ thuật nói chung, vấn đề cũng là kỹ thuật. Cùng một bản nhạc, người này chơi hay, người khác chơi dở là do kỹ thuật. "Văn chương mà không có kỹ thuật là vất đi. Kỹ thuật trong chữ, trong câu, trong hình ảnh, trong nhạc điệu. Phải có kỹ thuật thì mới viết văn làm thơ được." Nhưng chỉ năm, mười phút sau, ông lại nói, giọng hùng hồn: "Thơ bây giờ không thể đóng cửa ngồi trong phòng mà ê a cho du dương. Thơ phải cởi trần, phải ra đường, xuống phố, lội ra biển. Thơ phải nhập cuộc. Thơ phải là tiếng nói của quần chúng." Bởi vậy, một mặt, ông hết lời ca ngợi tài hoa dùng chữ, đặt câu của Xuân Diệu, Huy Cận thời tiền chiến, của Chế Lan Viên thời đầu kháng chiến; mặt khác, ông lại cũng hết sức trân trọng Thâm Tâm, Trần Huyền Trân, những người, theo ông, đã dám dùng thơ để chống lại một cái gì. Nhớ, có lần, nghe ông nói xong, tôi hỏi: "Vậy, giữa kỹ thuật và thái độ của nhà thơ đối với cuộc đời, cái gì là quan trọng hơn?"

Ông ấm ớ: "Tuỳ."

Tuỳ. Cái người từng được coi là thủ lãnh của nhóm Sáng Tạo dường như ít khi đi đến tận cùng một quan niệm, một lý thuyết. Mà hình như ông cũng chẳng biết một lý thuyết, một quan niệm văn học nào cho đến nơi đến chốn. Nói chuyện với ông, tôi thấy ông hay lẫn lộn các khái niệm, các trào lưu rất khác, rất xa nhau. Khác với Võ Phiến, ông không hề tò mò về các cuộc phiêu lưu của những người cầm bút khác. Ông nhiều lần nói thẳng: ông đọc, trước hết, là đọc những gì do bạn bè ông viết. Còn sách báo tiếng

Pháp? Điều tôi ngạc nhiên nhất khi quen biết ông là ông, người nổi tiếng về chuyện chỉ chuyên chú vào cái đẹp hình thức trong câu văn, rất ít dấn thân, lại chỉ thích đọc các sách bàn về chính trị. Có hồi, thỉnh thoảng từ Mỹ, ông viết thư nhờ Trần Vũ ở Paris mua giùm ông một số sách tiếng Pháp. Tôi để ý: tất cả đều là sách bàn về chuyện chính trị; không có cuốn nào bàn về văn học cả.

Tôi nghĩ là Mai Thảo hiểu rất rõ những hạn chế của ông và của bạn bè ông. Tại nhà Trần Thanh Hiệp, ở Paris, ngày 20. 5. 1989, Mai Thảo nhắc đến nhóm Sáng Tạo một cách sôi nổi:

Cái công lớn nhất của Sáng Tạo là kêu gọi mọi người phải đổi mới, phải lên đường, phải chặt neo tất cả mọi con thuyền. Đi đâu, về đâu, chúng tôi không biết. Nhưng cần nhất là phải đi, phải xa rời cái bến đậu tiền chiến. Mỗi người phải ra đi để tìm chân trời, để tìm biển khơi cho mình.

Đang sôi nổi như thế, ông bỗng im lặng rồi chùng hẳn giọng xuống:

Bây giờ, nhìn lại, thành thật mà nói, trong bọn chúng tôi, không ai tới đích cả. Nhưng quan trọng nhất là chúng tôi đã thúc giục mọi người ra đi.

Cũng buổi tối ấy, ở nhà Trần Thanh Hiệp, Mai Thảo nói mấy điều riêng tôi rất khoái. Thứ nhất, về quyển *Thi nhân Việt Nam* của Hoài Thanh và Hoài Chân: "Quyển sách tuyệt hay. Hay nhất là Hoài Thanh, vào đầu tập sách, đã có mấy lời chiêu tuyết Tản Đà. Quyển sách ra đời làm cho mọi người yêu thơ hơn và làm cho các nhà thơ tự yêu mình hơn." Thứ hai, nói về thơ nói chung: "Thơ là Đất là Trời, là *Ciel et Terre*. Thơ hay phải có Đất có Trời, có sự rộng rãi, có chuyển động bát ngát."

Trong những lúc chuyện trò, ngà ngà say, Mai Thảo thỉnh thoảng có những câu nói xuất thần như vậy. Cho đến nay, tôi gặp ông tổng cộng chỉ có ba lần: lần đầu vào tháng 3. 1989 khi tôi qua Mỹ, ghé California mấy ngày; hai lần sau vào tháng 5. 1989 và tháng 10. 1990 khi Mai Thảo sang Pháp chơi. Chỉ qua mấy lần gặp gỡ ngắn ngủi ấy, tôi đã nhặt được ở ông một số câu nói hay. Như, về nhà văn, nhà thơ: "Lạ lắm. Dù họ sống bao nhiêu tuổi mặc dù, mỗi lần đọc họ, chúng ta cứ có cảm tưởng là họ thọ ghê lắm, cái gì cũng biết, cái gì cũng trải. Họ sống đến tận cùng cuộc sống của họ nên dẫu họ có chết năm 20 tuổi hay 30 tuổi thì họ vẫn là những người thọ rất lâu." Như, về giá trị của văn học: "Cái hay của thơ mầu nhiệm vô cùng. Nó không ở sau lưng ta. Nó cũng không ở bên cạnh ta. Nó ở trước mặt ta, nó chờ ta. Cứ đến bất cứ một giai đoạn nào đó trong cuộc đời, ta lại thấy nó đang đứng trước mặt và chờ đợi ta." Như, về kinh nghiệm viết lách của chính ông: "Điều tôi ân hận nhất là không biết chữ Hán. Không biết chữ Hán, viết văn đôi lúc không an tâm, cảm thấy như mình ngồi trên một chiếc ghế không có chỗ dựa." Cũng liên quan đến vấn đề ngôn ngữ, ông chủ trương: "Khi làm thơ, tôi cố dùng những chữ thật dễ hiểu, thật bình dị. Cố tránh từ Hán Việt. Cái tài của nhà thơ được đo lường ở những chữ có vai trò thứ yếu, ở 'thì', 'mà', 'là', 'và', v.v... chứ không phải ở những chữ lớn lao, nặng nề."

Năm 1993, từ Úc, tôi điện thoại sang Mỹ trò chuyện với Mai Thảo, khoe với ông là tôi đang say mê nghiên cứu một số những quan điểm và phương pháp phê bình văn học mới của Tây phương. Nghe tôi ba hoa, ông chỉ trầm ngâm nói: "Kể cũng hơi muộn rồi đó. Thường, muốn tiếp nhận một cái gì mới phải bắt đầu từ sớm hơn nhiều, ngay từ lúc chưa viết lách gì cơ. Ngoài ba mươi tuổi, đọc thì đọc chơi vậy thôi." Tôi nghe ông nói, lòng đầy nghi hoặc, nhưng càng ngày càng ngẫm nghĩ, thấy nhận định của ông không phải là không chính xác.

Dù sao, điều riêng tôi cảm động nhất ở Mai Thảo là thái độ của ông đối với cuộc đời và đối với văn chương. Tôi nhớ mãi cái buổi họp mặt tại nhà chị Vũ Thuỳ Hạnh ở California, tối 21. 3. 1989, lúc tôi sang Mỹ. Tối ấy, Mai Thảo có vẻ say. Ông nói thật nhiều, giọng gay gắt, có lẽ vì giận ai đó trong bữa tiệc. Trong lúc ông gây gổ, tôi bắt chộp được một câu nói hay:

Văn chương là phải ngay thẳng. Luôn luôn ngay thẳng. Tuyệt đối ngay thẳng. Phải ngay thẳng cả những khi không thể ngay thẳng được.

Lần khác, tại nhà Sĩ Trung ở Paris, chiều ngày 8. 5. 1989, ông cũng nói tương tự, với giọng dịu dàng, như muốn tâm sự riêng với tôi:

Đời tôi có một nguyên tắc: không bao giờ dùng văn chương để làm bất cứ điều gì xấu xa. Đâu phải tôi không biết người nào tốt người nào xấu với mình, nhưng tốt hay xấu mặc họ. Người nào tốt, đến gần, uống rượu chơi. Người nào xấu, lánh ra thật xa, đừng thèm đụng tới. Nhưng đừng bao giờ mang những điều đó lên trang giấy để bôi bẩn nhau. Văn chương là cái đẹp, là thế giới của cái đẹp, ở thế giới ấy có thứ tiền tệ riêng của nó: anh phải dùng thứ tiền ấy, anh phải đàng hoàng, phải lương thiện. Thứ tiền tệ ấy chính là cái đẹp.

Nhà văn Cao Xuân Huy, tác giả *Tháng ba gãy súng*, nhân chuyến sang Úc hồi cuối tháng 3. 1997, kể cho tôi nghe một nét khác trong tính cách của Mai Thảo. Theo lời Cao Xuân Huy, trong những lần vào tiệm ăn, Mai Thảo chỉ uống rượu tì tì chứ chả ăn gì cả. Không ăn, nhưng lâu lâu ông lại gọi thêm món mới. Có lần Cao Xuân Huy cản: "Thức ăn còn nhiều mà. Gọi thêm làm gì thừa, anh." Mai Thảo đáp lại: "Thừa thì bỏ. Nhưng tiệm ăn người ta sống là vì bán thức ăn. Mình chỉ uống rượu mình mang theo mà gọi thức ăn ít, người ta không bán được, người ta buồn, tội nghiệp!"

Khi tôi hỏi thăm về sức khoẻ của Mai Thảo, Cao Xuân Huy khẽ thở dài: "Bây giờ anh ấy không bước ra khỏi phòng được nữa rồi. Hai tuần nữa, khi tôi về lại California, chưa chắc tôi đã kịp gặp lại anh ấy." Tôi cũng thở dài, nhớ lại một buổi tối tháng Mười năm 1990 tại Paris, khi Mai Thảo sang Pháp chơi và tôi thì đang chuẩn bị giấy tờ để rời Pháp sang Úc sinh sống. Tôi đến thăm ông tại nhà Trần Thanh Hiệp. Khi về, ông tiễn tôi ra thang máy, nói: "Chúc em đi vui khoẻ. Anh thì lớn tuổi rồi chắc không có dịp sang Úc đâu; còn em thì chắc phải mất vài năm để ổn định cuộc sống, chưa chắc mình đã có dịp gặp nhau lại." Trước khi cánh cửa thang máy khép lại, tôi kịp thấy mắt ông long lanh chừng như là có nước mắt.

Sau khi Cao Xuân Huy ra về, tôi bần thần nhấc ống điện thoại lên định gọi cho Mai Thảo. Nhưng mới quay được vài số, tôi lại buông ống nghe xuống. Chả lẽ tôi lại hỏi ông "anh có khỏe không?" hay "anh có sáng tác được gì mới không?" như tôi vẫn thường hỏi ông trước đây? Nhưng nếu không hỏi thế thì nói chuyện với ông về cái gì bây giờ? Cứ thế, bao nhiêu lần cầm ống điện thoại lên lại gác xuống rồi cứ bâng khuâng, cứ bùi ngùi, cứ ngẩn ngơ cả mấy tiếng đồng hồ.

Sáng nay, tôi nhận được *email* của Khánh Trường báo tin Mai Thảo đang hấp hối ở bệnh viện. Tôi bỗng nôn nao muốn nói chuyện thật nhiều với ông. Tôi muốn hỏi ông về những chuyện mà vì tế nhị, trong những lần gặp ông hay nói chuyện với ông qua điện thoại trước đây, chưa bao giờ tôi hỏi, chẳng hạn, về những mối tình trong đời của ông, về lý do khiến ông quyết định sống độc thân mãi mãi, về nhận định của ông đối với sự nghiệp sáng tác của chính ông. Tôi cũng muốn hỏi là ở cái nơi xa xôi nào đó ông đang ở, người ta có bán rượu không, và nếu có, thì rượu có ngon không, có giống rượu của Pháp hay của Mỹ mà ông thường uống hay không. Tôi muốn hỏi, muốn nói chuyện với ông thật nhiều. Nhưng tôi biết gọi đến số điện thoại nào bây giờ?

Tháng Giêng 1998
Viết nhân ngày Mai Thảo qua đời

Thơ Mai Thảo,
tiếng mưa thầm trên Nam Hoa Kinh

Tôi ít thấy ai yêu thơ như Mai Thảo. Thuộc rất nhiều thơ, đặc biệt thơ tiền chiến và thơ những năm đầu kháng chiến, Mai Thảo có thể nói chuyện về thơ miên man từ giờ này sang giờ khác, từ ngày này sang ngày khác. Dường như chỉ khi nói chuyện về thơ, Mai Thảo mới hoạt bát, sôi nổi, say sưa, gửi hết hồn mình trong từng tiếng trầm tiếng bổng. Mai Thảo nói về thơ với giọng vừa xúc động như khi người ta kể lại một mối tình đầu, vừa thành kính như một con chiên kể về cuộc đời của Người Cứu Thế. Với Mai Thảo, thơ là cái gì thiêng liêng, rất đỗi thiêng liêng, như một tôn giáo. Với Mai Thảo, thơ, "chỉ thơ, mới là ngôn ngữ, là tiếng nói tận cùng và chung quyết của văn chương".[1]

Nhớ, vào những năm 1956, 1957 trên tạp chí *Sáng Tạo*, Mai Thảo cổ vũ nhiệt liệt, có lúc ồn ào, một cuộc lữ hành mới cho văn

---

[1] Lời giới thiệu in ở bìa sau cuốn *Ta thấy hình ta những miếu đền* do Văn Khoa xuất bản tại California năm 1989.

chương và cho nghệ thuật. Đi đâu về đâu, chưa một lần Mai Thảo xác định rõ ràng. Mà hình như ông cũng không quan tâm đến cái đích tới. Vấn đề quan trọng nhất, với Mai Thảo lúc ấy, là phải nhổ neo, phải ra khơi, phải giã từ cái bến cũ quạnh hơi thu và đìu hiu lau lách của văn chương tiền chiến, phải tìm kiếm một trời biển khác cho cái mà ông gọi là 'hôm nay' hay 'bây giờ'.

Với bản thân mình, Mai Thảo đổi mới văn học bằng cách kéo văn xuôi lại gần hơn nữa với thơ, có lúc cơ hồ xoá nhoà biên thuỳ giữa hai lãnh vực này. Văn xuôi Mai Thảo là văn xuôi thơ. Chất thơ là đặc điểm nổi bật nhất trong toàn cõi văn xuôi Mai Thảo.

Có thể nói, Mai Thảo viết văn xuôi với tâm thế của một nhà thơ. Cũng có thể nói, Mai Thảo, tự bản chất, là một nhà thơ.

Điều này là nguyên nhân của những thành công lẫn những thất bại của Mai Thảo. Mai Thảo thành công ở chỗ: với biện pháp tăng cường đậm đặc chất thơ vào văn xuôi, ông đã tạo được một phong cách văn xuôi diễm lệ và đài các lạ lùng. Nếu ví văn chương với người phụ nữ thì văn chương Mai Thảo là một người phụ nữ thành thị, trẻ trung, thích son phấn, thích trang sức, rất kiêu sa, đôi khi loè loẹt. Giống Nguyễn Tuân, Mai Thảo, trước hết, là một nhà văn duy mỹ. Văn chương, với Mai Thảo, là một cái đẹp, trước hết, là cái đẹp ở hình thức, ở bút pháp, ở sự lấp lánh của chữ, ở sự óng ả của câu, sự hài hoà trong các đoạn. Tuy nhiên, vì quá chú trọng đến hình thức, quá chú trọng đến nhạc điệu, Mai Thảo ít nhiều đánh mất sự gân guốc của hiện thực và sự sắc cạnh của tư tưởng. Khi mỗi câu văn là một đài hoa mượt mà, chất trí tuệ sẽ tan ra thành hương thành khói. Chỉ còn lại cảm xúc tràn lênh mênh mang. Do đó, từ chỗ duy mỹ, Mai Thảo trở thành một nhà văn duy cảm xúc. Phần lớn những sự mô tả của Mai Thảo đều có khuynh hướng dẫn đến tâm tình. Tả mưa, chẳng hạn, Mai Thảo viết trong mục 'Số tay' đăng trên tạp chí Văn số 57: "Mưa lục bát trên những mái nhà, tứ tuyệt trên những đường phố. Và song thất ở những ngã tư." Cơn mưa ấy, rõ ràng vừa là cơn mưa lâm thâm của trời đất vừa là cơn mưa lê thê của thi ca. Nó vừa thực vừa hư. Nó hư nhiều hơn là thực. Nó không mở ra một không gian nào cả. Nó chỉ dẫn người ta vào một tâm cảnh, ở đó, nói như Huy Cận, có "những chân xa vắng dặm mòn lẻ loi." Thế thôi.

Cho nên, không lấy gì đáng ngạc nhiên khi thấy, sau này, Mai Thảo làm thơ nhiều, và vào năm 1989, khi đã ngoài sáu mươi, xuất bản tập thơ thứ nhất của mình. Chỉ có điều đáng ngạc nhiên một cách thích thú là, với thơ, Mai Thảo không những trở về với bản chất của mình, bản chất một thi sĩ, mà còn, hơn nữa, với thơ, ông khắc phục được những nhược điểm khá phổ biến trong văn xuôi của ông trước đây. Có cảm tưởng bao nhiêu tư tưởng nung nấu một đời, khắc khoải một đời, Mai Thảo đều gửi gắm hết vào thơ. Chỉ vào thơ.

Đặc điểm nổi bật nhất của tập thơ *Ta thấy hình ta những miếu đền* là tính chất trí tuệ.

*

Hẳn Mai Thảo phải thích bài 'Ta thấy hình ta những miếu đền' lắm, ông mới lấy tựa bài này đặt tên cho cả tập thơ. Mai Thảo thích, tôi đoán, có lẽ vì bài thơ thể hiện cô đọng một tư tưởng mà ông hằng ôm ấp:

Ta thấy tên ta những bảng đường

Đời ta, sử chép cả ngàn chương.

Không nên nghĩ Mai Thảo, ở vào cái tuổi ngoài sáu mươi, đâm ra ngạo thế, như một số nhà thơ trẻ, vì phẫn chí, giả vờ nghênh ngang. Ở hai câu kế tiếp, Mai Thảo giải thích:

Sao không, hạt cát sông Hằng ấy
Còn chứa trong lòng cả đại dương.

Hạt cát và đại dương. Là gì nhỉ? Là cái cực tiểu và cái cực đại trong *Nam Hoa Kinh* đấy.

Trong suốt tập *Ta thấy hình ta những miếu đền*, Mai Thảo chỉ nhắc đến mấy chữ *Nam Hoa Kinh* có ba lần: một lần trong bài 'Bờ cõi khởi đầu' và hai lần trong bài 'Thơ say trên máy bay', tuy nhiên, ở hầu hết những bài thơ khác, nếu để ý, người ta sẽ bắt gặp, đâu đó, thấp thoáng, lung linh, một chút ánh sáng dịu dàng và lặng lẽ đến từ vầng trăng *Nam Hoa Kinh*.

Trong nền thơ Việt Nam hiện đại, có lẽ Mai Thảo và Chế Lan Viên là hai nhà thơ chịu ảnh hưởng tư tưởng Trang Tử sâu sắc nhất. Thơ của họ phần lớn như một chiếc võng đong đưa giữa hai bờ cực tiểu và cực đại, giữa một bên là thế giới của cá Côn, của chim Bằng và một bên là thế giới của con ve, của chim cưu.

Có điều, Chế Lan Viên chỉ chịu ảnh hưởng của Trang Tử một thời gian ngắn, từ sau tập *Điêu tàn* đến những năm đầu của kháng chiến chống Pháp. Sau đó, tiếp nhận chủ nghĩa Mác – Lênin, một triết thuyết xây dựng trên căn bản sự mâu thuẫn, dấu ấn của Trang Tử trong thơ Chế Lan Viên càng lúc càng mờ. Cái cực tiểu và cực đại trở thành hai phạm trù riêng biệt, thậm chí, đối lập nhau. Vầng trăng *Nam Hoa Kinh* vẫn còn đấy, trong thơ Chế Lan Viên, nhưng chỉ còn là một vầng trăng khuyết, hay nói như Thanh Tâm Tuyền, trong một câu thơ thật đẹp: "Một đoá trăng tàn lẩn lút bay."

Ở phương diện này, Mai Thảo đi xa hơn Chế Lan Viên: thỉnh thoảng ông đạt đến cái nhìn 'huyền đồng'. 'Huyền đồng' là vượt lên trên tinh thần nhị nguyên, không còn áy náy về những sự mâu thuẫn, không còn băn khoăn về những cái lớn, cái nhỏ, cái đúng, cái sai, cái mình và cái không phải mình. 'Huyền đồng' là ý thức về cái Một: con người và vũ trụ là Một ("Vạn vật dữ ngã đồng nhất" – *Nam Hoa Kinh*, thiên 'Tề vật luận'.)

Cái nhìn 'huyền đồng' này được Mai Thảo diễn tả khá hoàn chỉnh trong bài 'Cục đất':

Biển một đường khơi xa thẳm xa
Núi vươn trượng trượng tới mây nhoà
Thì treo cục đất toòng teng giữa
Cho cái vô cùng vẫn nở hoa

Biển và núi là những cái cực đại, cục đất là cái cực tiểu. Cái cực tiểu ở đây lại là 'hoa' của cái cực đại. Vẫn có khác nhau đấy. Nhưng khác mà không biệt. Trong đoá hoa kia có đất có biển có núi có cả những áng mây xa, nghĩa là có cái vô cùng. Thì thành là một.

Cục đất và biển và núi là Một; hạt cát và đại dương là Một; cái 'tiểu ngã' và cái 'đại khối' (tức vũ trụ, theo chữ dùng trong *Nam Hoa Kinh*) là Một. Vậy tại sao Mai Thảo lại không có quyền nghĩ là bao nhiêu huyết lệ trong trời đất đều phát sinh từ huyết lệ mình; bao nhiêu vòng quay của vũ trụ đều phát sinh từ hạt bụi của mình, từ đó, tiến xa hơn, nhìn thấy hình ảnh của mình trong những miếu đền, giữa những trầm hương nghi ngút; trong những công viên, giữa những tượng thờ nghìn bệ; trong trời cao, giữa những vì sao chi chít; trong lịch sử, giữa những trang sách nặng trĩu tên người? Tại sao không?

Kết quả của cái nhìn 'huyền đồng' là một tinh thần ung dung tự tại, cái tinh thần "không ham sống, không ghét chết, ra không vui, vào không sợ, thản nhiên mà đến, thản nhiên mà đi" (*Nam Hoa Kinh*, thiên 'Đại Tông Sư'), hay nói như Mai Thảo, trong bài 'Sáu mốt', là cái "tinh thần Nguyễn Bỉnh Khiêm":

Sáu mốt cùng ta đứng trước thềm
Đợi trời thả tặng chút xuân thêm
Trời thôi tặng phẩm, xuân còn hết?
Còn cái tinh thần Nguyễn Bỉnh Khiêm.

'Tinh thần Nguyễn Bỉnh Khiêm', trong ý nghĩa tuyệt đối của nó, là một trạng thái 'chân không' tịch lặng, trong ngần, ở ngoài mọi gió bão, xa lắc những xôn xao:

Sao phải đợi chờ chim én báo
Một đoá vui người đủ tuyết tan
(Tin xuân)

Tuyết, đâu phải chỉ là tuyết. Tuyết, ở đây, còn là một cục bướu ung thư đang phục kích trong thân hình Mai Thảo. Mai Thảo kể, cái lần đầu tiên, sau khi rọi hình, biết chắc ông bị ung thư, vị bác sĩ quen đã yêu cầu ông nằm lại phòng khám để nghỉ ngơi, nhưng Mai Thảo đã từ chối. Ông ra về. Đi bộ. Ghé vào một quán rượu. Gọi một chai Cognac. Đem cái cay của cuộc đời đổ vào cái đắng của lòng mình. Dần dần, ông coi cái cục bướu ung thư trong thân thể mình như một người bạn để thỉnh thoảng lại chuyện trò:

Mỗi lần cơ thể gây thành chuyện
Ta lại cùng cơ thể chuyện trò
Dỗ nó chớ gây thành chuyện lớn
Nó nghĩ sao rồi nó lại cho.
Bệnh ở trong người thành bệnh bạn
Bệnh ở lâu dài thành bệnh thân
Gối tay lên bệnh nằm thanh thản
Thành một đôi ta rất đá vàng.
(Dỗ bệnh)

'Không hiểu', theo tôi, là một trong những bài thơ tuyệt cú hay nhất của Mai Thảo:

Thế giới có triệu điều không hiểu
Càng hiểu không ra lúc cuối đời
Chẳng sao, khi đã nằm trong đất
Đọc ở sao trời sẽ hiểu thôi.

Đáng để ý hơn cả, trong bài thơ trên, là hai chữ 'chẳng sao'. 'Chẳng sao, rất bất cần. Bất cần cái chuyện 'có triệu điều không hiểu'. Bất cần cả cái chuyện 'khi đã nằm trong đất'. Câu cuối, như một vì sao xa xăm, mở ra những chân trời vời vợi.

Hiểu hay không hiểu, rốt cuộc, thì cũng vậy thôi mà:

Có lúc nghĩ điều này điều nọ
Cảm thấy hồn như một biển đầy
Có khi đếch nghĩ điều chi hết
Hệt kẻ ngu đần cũng rất hay.
(Có lúc)

Và cả cái chết nữa, trong bài 'Món đất' sáng tác sau khi tập *Ta thấy hình ta những miếu đền* xuất bản, đăng trên tạp chí *Văn* số 88 ra vào tháng Mười 1989, Mai Thảo cũng hình dung như một bữa tiệc:

Đất tưởng còn xa trời vẫn gần
Giờ đất đã gần trời xa dần
Khăn bàn trải sẵn cùng thân thế
Đợi chiếc khay trời món đất ăn.

Hơi hai câu thơ đầu, tôi rất thích: nó có hình ảnh một đường nghiêng. Khởi đầu là 'đất tưởng', hai chữ vần trắc, trên cao, thoải xuống từ từ với chữ 'gần' được lặp lại hai lần và cuối cùng, xuống thật thấp, tận thung lũng sâu và rộng với ba chữ vần bằng thoi thóp 'trời xa dần'. Té ra, bên trong cái dáng vẻ điềm tĩnh, rất Trang Tử của mình, tâm hồn Mai Thảo vẫn có một chút đìu hiu.

Ở trên, tôi có viết thỉnh thoảng Mai Thảo đạt đến cái nhìn 'huyền đồng'. Chỉ thỉnh thoảng thôi. Không phải luôn luôn. Mai Thảo chỉ giữ được thái độ thanh thản, ung dung khi đối diện với những vấn đề có tính chất siêu hình, những vấn đề liên quan đến cuộc đời, đến con người, đến kiếp người nói chung. Nhưng khi đối diện với những vấn đề cụ thể hơn, đến đất nước, đến hoàn cảnh lưu vong, đến bạn bè mình và bản thân mình đang trầm luân trong thời cuộc, thơ Mai Thảo biến thành những tiếng mưa thầm:

Bước một mình qua ngưỡng cửa năm
Nhân gian tịch mịch tiếng mưa thầm
(Trừ tịch)

Mưa thầm. Những cơn mưa lê thê và tái tê của quốc nạn cứ tuôn rơi dào dạt trong lòng mọi người Việt Nam. Mưa sướt mướt trên trại giam có Nguyễn Sỹ Tế, có Phan Nhật Nam, có Tô Thuỳ Yên...

vác thánh giá. Mưa ngùi ngùi thương "những Thanh Tâm Tuyền trăm năm đã xa", "những Vũ Hoàng Chương nghìn ngày đã khuất", những Bùi Giáng "ngày ca múa khóc cười giữa chợ", "tối tối về chùa đêm làm thơ." Mưa phơi phới bay theo Mai Thảo trên đường vượt biển "giữa đất tận trời cùng giữa chỉ một mình ta." Mưa giàn giụa trên Vũ Khắc Khoan, trên Nghiêm Xuân Hồng, trên Võ Phiến, trên Mặc Đỗ, trên Thanh Nam, trên Tuý Hồng... đội mũ gai nơi cõi lưu đày. Mưa. Mưa trùng trùng. Mưa điệp điệp. Những tiếng mưa thầm vànhững giọt mưa đen:

Nửa khuya đợi bạn từ xa tới
Cửa mở cầu thang để sáng đèn
Bạn tới lúc nào không biết nữa
Mưa thả đều trong giấc ngủ đen
(Đợi bạn)

Mưa. Mưa trên niềm nhớ nhung quê hương không nguôi:
Nhánh hương thắp nửa này trái đất
Bay đêm ngày về nửa bên kia
(Năm thứ mười)

Mưa. Mưa rơi trên từng ngày, từng ngày trôi giạt:
Mỗi ngày một gạch mỗi ngày giam
Lên bức tường câm cạnh chỗ nằm
Gạch miết tới không còn chỗ gạch
Gạch vào trôi giạt tới nghìn năm
(Mỗi ngày một)

Mưa từ quá khứ xa mưa tạt về:
Đôi lúc những hồn ma thức giấc

Làm gió mưa bão táp trong lòng
Ngậm ngùi bảo những hồn ma cũ
Huyệt đã chôn rồi lấp đã xong
(Quá khứ)

Mưa. Vẫn mưa. Mưa trong những tách trà buổi sáng. Để thành một "ngụm đau trời đất" dành cho kẻ ly hương:

Trà đựng trong bình trí nhớ câm
Rót nghiêng từng ngụm nỗi đau thầm
Hoà chung cùng ngụm đau trời đất
Là mỗi ngày ta mỗi điểm tâm
(Điểm tâm)

Có lúc Mai Thảo tự nhủ:

Đừng khóc dẫu mưa là nước mắt
Đừng đau dẫu đá cũng đau buồn
(Em đã hoang đường từ cổ đại)

Thì cũng là một cách tự động viên. Làm sao mà hết não nề được khi vẫn còn đây, mỗi ngày, những bước chân lang thang giữa phố người, những mắt nhìn ngơ ngác giữa "rừng vô tuyến, ống thu lôi."

Làm thân sư tử cao nghìn trượng
Tự thuở xa rừng khóc chẳng thôi
(Manhattan)

Thanh Nam, lúc còn sống, từng có một kinh nghiệm thấm thía:

Muốn rơi nước mắt khi tàn mộng
Nghĩ đắt vô cùng giá Tự Do
(Thơ xuân đất khách)

Chắc chắn Mai Thảo cũng từng chia xẻ kinh nghiệm ấy:

Tôi tự do phơi phới một đời
Sao từng lúc lòng còn nhỏ lệ
(Thơ say trên máy bay)

'Từng lúc' khác với 'đôi lúc'. 'Từng lúc' là triền miên một nỗi đau dài thỉnh thoảng ứa ra một giọt nước mắt nghẹn ngào. Nỗi đau hoá thành đất thành trời thành chiều thành đêm:

Ngồi tượng hình riêng một góc quầy
Tiếng người: kia, uống cái chi đây?
Uống ư? một ngụm chiều rơi lệ
Và một bình đêm rót rất đầy
(Một mình)

Tôi ngờ là, trong những bài thơ say của Việt Nam, hiếm có bài nào bi thiết và tha thiết như bài thơ nói về cái say của bức tượng lữ thứ này.

Bức tượng? Vâng, một bức tượng bất động lặng lẽ như một khối buồn câm:

Tựa lưng vào vách tường thân thuộc
Trong cõi riêng buồn lại thấy ta
(Bộ đồ cũ mặc)

Trong bài 'Lộ trình', Mai Thảo tự gọi mình là một bức tượng: "tượng người vô giác."

Xe lao chở tượng người vô giác
Vào ngả lâm chung lối tử hình

Bức tượng ấy, giữa cõi nhân gian, bước từng bước lạc lõng và lạc loài. Ấn tượng nổi bật nhất toát lên từ thơ Mai Thảo là ấn tượng nặng nề, day dứt của sự cô đơn. Mai Thảo có đông bạn bè. Trong tập *Ta thấy hình ta những miếu đền*, có khá nhiều bài Mai Thảo viết về bạn bè, viết cho bạn bè, viết nhân lúc đi thăm viếng bạn bè. Có điều, từ hơi thơ đến hình tượng thơ đến cảm xúc thơ, người ta vẫn thấy dường như bao giờ ông cũng lẻ loi. Ông thường làm thơ trên đường đi chứ không phải lúc đã đến.

Thơ Mai Thảo rất ít tiếng động. Cho dù có tiếng động đi nữa thì những tiếng động ấy cũng chỉ được dùng để làm đậm nét thêm cái lặng lẽ, cái tịch mịch trong tâm hồn Mai Thảo. Đi giữa rừng giữa suối; rừng xôn xao, cũng mặc; suối ào tuôn, cũng mặc, Mai Thảo vẫn chìm đắm trong cõi trời đất quạnh quẽ của riêng ông. "Với buổi chiều ta giữa lối buồn." Đó là Mai Thảo. "Tai đã từ bao lạc tiếng đời." Đó là Mai Thảo. "Đi dưới mưa một mình." Đó là Mai Thảo. Và cũng làm nữa, cái bản bặt não nề này:

Ngất đỉnh cây kia gió thét gào
Trọn mùa. Thành động biển trên cao
Bến ta tối khuất từ xa biển
Bờ chẳng còn ngân tiếng sóng nào
(Santa Ana Winds)

Tôi yêu bài thơ 'Không hiểu' dẫn trên, tôi cũng yêu lắm bài thơ 'Không tiếng' dưới đây, rất Đường thi, ngỡ như một bài thơ thiền:

Sớm ra đi sớm hoa không biết
Đêm trở về đêm cành không hay
Vầng trăng đôi lúc tìm ra dấu
Nơi góc tường in cái bóng gầy

Bài thơ mang tựa đề là 'Không tiếng' nhưng thật ra nội dung lại nói đến chuyện không hình. 'Không tiếng' chỉ ám chỉ sự đi về lặng lẽ; đi, đi rất sớm; về, về rất trễ. Nhưng ai đi? ai về? Cả hai câu đều thiếu chủ từ. Không ai đi, không ai về cả. Cái dấu mà đôi lúc vầng trăng tìm thấy chỉ là một cái bóng gầy nơi vách tường. Chỉ là cái bóng thôi. Chỉ là cái ảo thôi. Thế đấy, cái con người từng thấy tên mình trên các bảng đường, thấy hình mình ở những miếu đền lại cũng thấy nữa, thấy rất rõ cái hư vô, cái hư ảo của cả kiếp mình.

Cái ảo ấy lại cưu mang một nỗi buồn rất thực:

Tả ngạn đời ta một nhánh hoa
Bên kia hữu ngạn vẫn thơm va
Hương bay thần chú qua lìa đứt
Mỗi tới bên này mỗi lệ sa
(Tả ngạn)

Thơ Mai Thảo, những bài làm sau 1975, có thể nói là những giọt lệ rơi trên một triền núi thẳm, cái triền đi xuống những thung sâu. Đôi lúc, Mai Thảo dùng động từ 'khóc', nhưng thơ của ông, rất lặng lẽ, chỉ là những tiếng khóc thầm, những nỗi đau thầm. Tất cả đều âm thầm. Như những tiếng mưa thầm.

Thơ Mai Thảo là những tiếng mưa thầm rơi trên *Nam Hoa Kinh*.

*

Có lẽ Mai Thảo sẽ là một trong những người đầu tiên phản đối nhận định này của tôi. Ông sẽ nói ông rất ghét những con đường thẳng, những cái 'nhất dĩ quán chi' trong triết học như ông từng viết trong bài 'Em đã hoang đường từ cổ đại':

Con đường thẳng tắp con đường cụt

Đã vậy từ xưa cái nghĩa đường
Phải triệu khúc quanh nghìn ngả rẽ
Mới là tâm cảnh đến mười phương

Tôi biết. Tôi thấy những ngả rẽ ấy. Tôi thấy những hồi quang của chủ nghĩa hiện sinh trong thơ Mai Thảo. Tôi thấy những lúc Mai Thảo cười hóm hỉnh, thật duyên dáng, như trong bài 'Chỗ đặt'. Tôi cũng nghe cả những khi Mai Thảo gào thét:

Dậy đi! Dậy hết thành giông bão
Nhảy dựng ngang trời thế đá tung
(Gọi thức)

Tuy nhiên, tôi nghĩ, dù sao, đó cũng chỉ là những ngả rẽ nhỏ, hẹp và cụt. Bên cạnh những ngả rẽ ấy, trong tâm hồn Mai Thảo vẫn có hai đại lộ thênh thang, hai 'con đường chiến lược' quyết định hình thể núi non, sông biển và phố xá. Một đại lộ là tâm trạng thanh thản, an nhiên của những bậc hiền giả ngày xưa và một đại lộ là tâm trạng bi thương, thê thảm của những người Việt Nam lưu vong trong hiện tại.

Sẽ là một khiên cưỡng, hơn nữa, một sai lầm nếu quan niệm hai con đường ấy cứ song song chạy miết bên nhau. Không phải. Trong thơ Mai Thảo, với nhiều mức độ khác nhau, hai con đường này không ngừng giao thoa với nhau. Để, hiếm khi nào Mai Thảo chỉ là một ánh trăng sáng, cũng hiếm khi nào chỉ là một tiếng mưa thầm. Thơ Mai Thảo là cõi thơ vừa có trăng vừa có mưa. Có lúc trăng tròn đầy và mưa chỉ lay bay. Có lúc mưa là mưa dầm và trăng chỉ là trăng khuyết. Ngay trong bài 'Ta thấy hình ta những miếu đến', bài thơ đậm đà phong vị *Nam Hoa Kinh*, người ta vẫn bắt gặp một ý nghĩ lạc loài, rất xa lạ với Trang Tử: "Địa ngục người là, kẻ khác ơi!" Một câu nói của Jean-Paul Sartre. Rồi trong bài 'Em đã hoang đường từ cổ đại', một bài thơ rất xuân sắc, cũng hằn lên một thoáng ngậm ngùi. Ở cái chỗ, tuy tự nhủ là đừng buồn, đừng khóc, song Mai Thảo lại tự biết không thể không khóc khi ngay cả mưa cũng là nước mắt, không thể không buồn khi ngay cả đá cũng tang thương. Ngược lại, những lúc Mai Thảo buồn rầu và bế tắc nhất, trời đất cũng không vì thế mà tối sầm hẳn lại. Nhờ, đâu đó, trong tâm tưởng Mai Thảo, như một làn ao trong thơ Nguyễn Khuyến, vẫn lóng lánh bóng trăng loe.

Những cơn mưa trong thơ là một hiện tượng cũ càng. Chế Lan Viên: "Văn chiêu hồn từng thấm giọt mưa rơi." Huy Cận: "Giọt mưa cũ ố vàng thơ phú." Viết về nỗi buồn, lại viết bằng thể thơ rất cổ điển là thể thất ngôn tứ tuyệt, Mai Thảo phải chấp nhận nhiều thử thách để khẳng định được phong cách riêng. May, Mai Thảo thành công. Thơ ông, ngay ở những bài viết về cái già, cái chết, vẫn có giọng rất trẻ. Trẻ và mới.

Trẻ và mới ở cách dùng chữ: "Có khi đếch nghĩ điều chi hết." Trẻ và mới ở cách ngắt câu: "Tường. Ở bên kia có một nàng." Trẻ và mới ở cách sử dụng biện pháp bắc cầu và chữ 'và ' lửng lơ rất hiếm thấy trong thể thơ tuyệt cú: "Vàng đâu? Chỉ thấy tối thui và." Trẻ và mới ở cách nhìn: "Xuống thêm từng chút thêm từng chút/Ổ hoá đổi nương với núi rừng." Trẻ và mới ở cảm xúc: "Mười năm gặp lại trên hè phố/Cười tủm còn thương chỗ đặt nào."

*

Có lần, trong một cuộc trò chuyện, Mai Thảo bảo ông chỉ làm

thơ chơi thôi. Thì đành vậy. Ai mà chẳng làm thơ chơi thôi? Nguyễn Du viết *Kiều*, làm thơ chữ Hán cũng là làm chơi thôi chứ gì? Thế nhưng, hai câu thơ này là của Nguyễn Du đấy:

Tưởng rằng nói để mà chơi
Song le lại động lòng người lắm thay

1990

Đến với Võ Phiến

Mãi đến năm 30 tuổi, tôi mới đọc Võ Phiến, lần đầu. Cho đến bây giờ, tôi vẫn không hiểu lý do tại sao có cái sự muộn màng như thế. Tôi mê sách từ nhỏ. Ngay trong những năm đầu của trung học, tôi đã ngốn ngấu hầu như toàn bộ sách của Tự Lực Văn Đoàn cũng như của những tác giả thường được gọi là "tiền chiến", từ Nguyễn Tuân đến Nam Cao, Tô Hoài, Vũ Trọng Phụng, Bùi Hiển, Trần Tiêu, từ Xuân Diệu, Thế Lữ, Hàn Mặc Tử, Vũ Hoàng Chương đến Nguyễn Bính, Huy Cận, Hồ Dzếnh, v.v... Sau khi "nuốt" hết các tác phẩm được coi là kinh điển đối với học sinh trung học, tôi "tấn công" dần sang các tác giả nổi tiếng của miền Nam thuở ấy. Tôi đọc nếu không hết thì cũng gần hết tác phẩm của Mai Thảo, Chu Tử, Tuý Hồng, Nhã Ca, Thuỵ Vũ, Duyên Anh, Dương Nghiễm Mậu, Nguyễn Thị Hoàng, Nguyễn Đình Toàn, Nguyễn Mạnh Côn, v.v... Nhiều vô kể. Chỉ riêng Võ Phiến, tôi chưa đọc quyển nào.

Không phải lúc ấy tôi không biết ông. Có. Trên các tạp chí xuất bản tại Sài Gòn thời bấy giờ, tôi gặp tên ông hoài. Rồi trong các tập Giảng văn dùng ở trung học, tôi vẫn thường đọc nhiều đoạn văn trích từ tác phẩm của ông để làm mẫu cho học trò về nghệ thuật tả cảnh, tả vật, tả người. Nhiều đoạn, các thầy cô giáo bắt phải học thuộc lòng và tôi nhớ, tôi cũng rất vui vẻ học thuộc lòng những đoạn văn ấy. Vì thích. Vì phục. Có đoạn, đặc biệt là đoạn ông tả tật tham ăn của Bình trong truyện "Dung", nhiều năm sau tôi vẫn còn có thể đọc lại từng chữ:

Vừa đối diện với mâm cơm, bằng một cái liếc rất nhanh, hắn đã định ngay được giá trị từng món ăn, chọn ngay được món ăn ngon nhất. Và từ đầu đến cuối bữa ăn hắn tấn công vào trọng tâm một cách kiên nhẫn, tàn bạo, nhưng khôn ngoan lạ kỳ... Hắn tính toán chu đáo, gắp khắp các dĩa, nhưng tổng kết lại thì thế nào hắn cũng gắp được món ngon nhiều hơn cả. Và hắn theo dõi ngọn đũa của tất cả các thực khách, không dung thứ cho một người nào hơn mình. Hắn cạnh tranh kín đáo nhưng ráo riết... Bình thường thì ngọn đũa trí trá của hắn thu lại đầy ý thức chuẩn bị, rồi đột nhiên vụt phóng ra nhanh nhẹn lạnh lùng như một con cò già lão luyện phóng mỏ bắt ruồi, trăm lần không sai đích một lần...

Thích và phục như thế, vậy mà, không hiểu tại sao, tôi lại không bao giờ nghĩ đến chuyện tìm sách của ông để đọc. Hình như, tự thâm tâm, tôi thấy, qua các đoạn văn trích ấy, hay thì thật là hay, nhưng có cái gì cổ kính và xa xôi, như văn chương của cái thuở Tự Lực Văn Đoàn mà tôi đã đọc rồi và đã chán rồi. Hình như, lúc ấy tôi đã ngầm xếp ông vào loại những tác giả "cổ điển", nghĩa là những người mình sẵn sàng nhắc đến như những tên tuổi tiêu biểu và đầy thẩm quyền trong lãnh vực văn học để chứng tỏ trình độ học thức uyên bác của mình, nhưng trên thực tế thì mình lại không bao giờ cần đọc tác phẩm của họ cả. Như kiểu người ta vẫn thường nhắc đến Nguyễn Du, đến Victor Hugo, đến Leo Tolstoy, đến Shakespeare vậy mà...

Sau năm 1975, lên đại học, tôi ngạc nhiên thấy nhiều thầy giáo của mình từ miền Bắc vào - phần lớn đều là những người viết lách ít nhiều - khen Võ Phiến nức nở hoặc chửi bới Võ Phiến thậm tệ. Trong cả lời khen lẫn tiếng chê, tôi đều thấy thấp thoáng có chút gì như thán phục. Vì thán phục nên mới nghĩ là ông nguy hiểm, mới phong cho ông cái "chức" là "tên biệt kích văn nghệ hàng đầu". Một lần, tôi nghe chính Chế Lan Viên khen ngợi tuỳ bút của Võ Phiến sau khi kể chuyện Võ Phiến, từ Mỹ, viết thư về cho người thân ở Việt Nam, đã dẫn hai câu *Kiều*: "Thôi thôi còn nói chi con/Sống nhờ đất khách, thác chôn quê người." Với tôi lúc ấy, mới ngoài 20 tuổi, đang rất mê Chế Lan Viên, hiểu ngay là lời khen ngợi ấy hẳn là có giá trị đáng kể. Tôi ghi nhận lời khen ngợi ấy như ghi nhận một thứ tư liệu quý. Về Chế Lan Viên. Và về Võ Phiến nữa. Vậy mà, không hiểu tại sao, tôi lại vẫn không hề tò mò tìm sách của ông để đọc dù điều đó, ngay sau 1975, cũng khá dễ dàng: ghiền sách, tôi có thói quen thường xuyên la cà ở các bãi sách cũ dọc hè phố Sài Gòn và không phải không từng thấy sách ông bày bán ở đó với giá rẻ mạt.

Mãi đến năm 1986, khi đã vượt biển và định cư tại Pháp, một hôm, bước vào một tiệm sách Việt ngữ tại Paris, giữa mớ sách lèo tèo, tầm thường, không gợi lên được chút xíu hứng thú nào trong tôi, mắt tôi dừng lại ở cuốn *Tuỳ bút 1* của Võ Phiến vừa được nhà Văn Nghệ xuất bản tại California: chắc chắn đó là cuốn sách khá nhất trong cái bầy sách thưa thớt buồn xo ấy. Bèn mua. Một cách khá uể oải. Như là một sự chọn lựa miễn cưỡng. Vì không có cái gì khác nữa.

Về, định đọc nhẩn nha. Nhưng ngay ở mấy trang đầu, tôi đã bị cuốn hút. Đọc một lèo từ đầu đến cuối. Vừa thích vừa sững sờ thán phục. Suốt cả mấy tuần lễ liên tiếp, tôi cứ đọc đi đọc lại, vầy vò hoài một cuốn sách ấy. Có khi đọc vài bài, có khi đọc một bài và cũng có khi chỉ đọc nhảy lóc cóc từng đoạn, từng đoạn. Để nghe hơi văn. Để thích thú với một vài nhận xét thông minh và dí dỏm của tác giả. Từ đó, tôi trở thành một độc giả chăm chỉ và chăm chú của Võ Phiến. Cuốn sách nào của ông in ra, bài viết nào của ông đăng báo, tôi cũng đều đọc cẩn thận. Có cái đọc đi đọc lại nhiều lần.

Rồi năm 1989, nhân từ Pháp qua Mỹ tham dự một hội nghị được tổ chức tại Chicago; từ Chicago, tôi đi cùng với Nguyễn Mộng Giác về California chơi. Con gái anh Giác ra phi trường Los Angeles đón chúng tôi, và trước khi về nhà anh Giác, chúng tôi ghé thăm Võ Phiến. Chừng hai, ba tiếng đồng hồ gì đó. Thật ngắn ngủi. Câu chuyện quanh quẩn trong các đề tài văn nghệ. Võ Phiến hỏi thăm tôi vài điều về chuyện viết lách, rồi ông kể chuyện Hoài Thanh, chuyện Chế Lan Viên, những tên tuổi lớn từ trước năm 1945 mà ông quen biết từ thuở còn là học trò. Cách nói chuyện của ông thoải mái và chân tình khiến cho tôi, nhỏ hơn ông hơn một phần tư thế kỷ và lần đầu tiên gặp ông, không có chút xíu gì là bỡ ngỡ.

Không bỡ ngỡ, nhưng lại đầy cảnh giác. Võ Phiến có dáng người hơi thô, nụ cười hiền lành, giọng nói thật thà, nhưng đôi mắt, đôi mắt của ông thật lạ lùng: nó nhìn như xoi mói, lâu lâu lại ánh lên một tia sáng tinh nghịch ngấm ngầm, làm cho tôi đôi lúc có cảm giác như là ông vừa mới phát hiện điều gì đó không đẹp ở mình. Tôi đâm hoang mang. Tự nhiên lại nhìn xuống vạt áo mình, nhìn xuống đôi giày mình. Cực.

Thực tình, tôi không thích cái đôi mắt ấy. Bởi vậy, sau lần nói chuyện ngắn ngủi ấy, tôi không hề có cảm giác gần gũi hơn với Võ Phiến. Thỉnh thoảng tôi vẫn viết thư cho ông và nhận được thư của ông, nhưng cả thư đi lẫn thư lại đều ngắn. Thư tôi thường dừng lại trong khuôn phép. Riêng thư Võ Phiến, tuy ngắn, lại khá thân tình. Ông thường nhận xét về một bài viết hay quyển sách nào đó của tôi mới in một cách cởi mở. Dần dần, mặc dù không gặp ông lần nào nữa, chỉ qua thư từ, ấn tượng của tôi về ông khác đi. Tôi quên ánh mắt của ông. Mà chỉ nhớ đến nụ cười. Nụ cười thật lành. Và giọng nói nữa. Cũng thật lành.

Nhưng khi tôi đọc, có khi đọc lại, tác phẩm của ông, ánh mắt ấy lại hiện ra. Có điều, đó không phải là cái ánh mắt lâu lâu liếc quét lên người tôi mà là một ánh mắt khác lấp lánh trên từng dòng chữ, long lanh trên từng trang sách. Cái ánh mắt ấy, oái oăm thay, lại làm cho tôi vô cùng sảng khoái. Đọc, cứ bần thần. Trước, tôi thích văn ông. Sau, tôi nghiện văn ông. Lâu, không đọc ông, có cái gì như thể là nhớ nhung. Cuối năm 1990, sau khi hoàn tất chuyên luận *Văn học Việt Nam dưới chế độ cộng sản*, tự dưng có lúc tôi nôn nao muốn viết về ông.

Trong dự định ban đầu, việc phê bình Võ Phiến nằm trong một "dự án" lớn hơn: phê bình văn học hải ngoại nói chung. Có lúc, trước sự khuyến khích của bạn bè trong giới cầm bút, tôi đã suýt viết một cuốn tổng luận về văn học hải ngoại, trong đó, hai bài mở đầu, "Mười lăm năm văn học lưu vong: sự hình thành và phát triển" và "Mười lăm năm văn học lưu vong: bản chất và đặc điểm" đã được đăng tải trên tạp chí *Văn* và *Văn Học* tại California năm 1990, hình như được một số người thích, lâu lâu lại nhắc nhở và khen ngợi, đây đó, trên báo chí. Sau hai bài ấy, tôi không viết được gì thêm. Lý do là vì tôi đột nhiên khám phá ra là cách viết như thế, cũng như cái cách tôi viết quyển *Văn học Việt Nam dưới chế độ cộng sản* hay cách Võ Phiến viết quyển *Tổng quan văn học miền Nam*, có cái gì hơi hơi không ổn: viết tổng quan hay tổng luận là viết về những đặc điểm chính, những khuynh hướng nổi bật, những trào lưu chủ yếu, những cái chung nhất, phổ biến trong nhiều nhà văn, nhiều nhà thơ trong cùng một thời kỳ, trong khi diện mạo thực sự của một thời kỳ văn học lại được hình thành từ những tác giả lớn, chỉ từ những tác giả lớn; và diện mạo thực sự của những tác giả lớn ấy lại nằm ở những cái riêng của họ, những chỗ họ không giống với bất cứ ai khác. Như thế, viết tổng quan hay tổng luận theo kiểu cũ, chúng ta đối diện với một nghịch lý: bàn về văn học, nhưng chúng ta lại loại trừ những tài năng văn học lớn và đích thực, chỉ tập trung vào những cây bút trung bình hoặc dưới trung bình, những người khiêm tốn 'làm ăn' trên cái vốn chung, cái ý thức hệ chung, cái phong cách chung của cả một thời kỳ. Cách viết như thế, tuy có thể là bổ ích, có thể cung cấp cho người đọc một số kiến thức căn bản về phương diện văn hoá và xã hội, lại chẳng giúp được gì cho ai khi muốn tìm hiểu về văn học theo cái nghĩa là một cái gì mang tính chất sáng tạo: nó chỉ tái hiện được những cái cặn chứ không phải là những tinh hoa; nó chỉ vẽ lại nên được cái nền chứ không phải là những cái đỉnh.

Phê bình văn học một thời kỳ là phê bình những tinh hoa của thời kỳ ấy. Phê bình những tinh hoa là phê bình những cái chỉ một mình nó có, những cái nó không bắt chước ai và cũng không chia sẻ với ai cả. Trong ý nghĩ như vậy, tôi có ý định phê bình một số người. Mỗi người một cuốn sách, cỡ vừa thôi, một hai trăm trang gì đó. Điều này, ngoài lý do liên quan đến phương pháp luận như vừa trình bày, còn có cái lợi là thích hợp với điều kiện viết lách ở hải ngoại: quá ít thì giờ. Thì giờ để viết thường là thì giờ ăn cắp của gia đình: trốn những sinh hoạt chung với vợ con vào các buổi tối hay các ngày cuối tuần. Tập trung vào một số tác giả, do đó, trước hết, là một cách khoanh vùng tư liệu để khỏi phải đọc quá nhiều, quá rộng, quá lan man. Hơn nữa, cũng là một cách giảm bớt nguy cơ thiếu sót. Viết một tuyển tập phê bình cho cả thời kỳ, người ta đòi hỏi phải viết đầy đủ những gương mặt tiêu biểu. Thiếu một là hỏng một. Chọn cách viết mỗi người một quyển sách coi bộ khoẻ hơn. Viết được đến đâu hay đến đó. Không viết được nữa thì nghỉ. Chẳng sao cả.

Chọn Võ Phiến là người đầu tiên, ngoài lý do là tôi thích văn ông, tôi còn một số lý do khác nữa. Thứ nhất, với sáng kiến in *Toàn tập Võ Phiến* của nhà xuất bản Văn Nghệ, tài liệu cần thiết trong quá trình nghiên cứu về Võ Phiến hầu như đều có sẵn. Với một người làm công việc phê bình hay nghiên cứu văn học, không có để tài nào khác thuận lợi hơn. Thứ hai, vì tôi đọc ông một cách say mê và liên tục cả mấy năm liền, tôi hơi tự tin là có thể nói được vài điều mới mẻ về ông. Cuốn sách hy vọng là không đến nỗi nhảm.

Khi quyết định như thế, tôi liền viết thư cho Võ Phiến, hỏi xin ông thêm một ít tài liệu, chủ yếu là liên quan đến cuộc đời của ông. Ông trả lời ngay, rất vồn vã. Tôi cũng mừng. Nhưng ngay sau đó, do một sự tình cờ, tôi quyết định dời nhà sang định cư tại Úc. Thủ tục tiến hành cực nhanh: chỉ trong vòng mấy tháng sau là tôi đã rời Paris sang Melbourne. Xứ sở mới, công việc mới, văn hoá mới, ngôn ngữ mới... bao nhiêu cái "mới" ấy đòi hỏi tôi phải tập trung toàn bộ thì giờ và tâm sức để hội nhập, để thích nghi. Bận đến phát ngộp. Tôi chẳng còn tinh thần đâu mà nghĩ đến chuyện văn chương, chữ nghĩa. Sách báo bạn bè gửi tặng, tôi để nguyên phong bì cất lên kệ. Thư từ bạn bè từ xa gửi tới, tôi liếc sơ qua rồi cất vào ngăn kéo. Giữa lúc ấy, ngay giữa lúc ấy, tôi nhận được những bức thư gọi là "cung cấp tài liệu" của Võ Phiến. Đều đặn, thường là mỗi tháng một bức, có khi ông cao hứng, một tháng hai bức; chỉ khi nào ông bận bịu hay bệnh hoạn lắm mới hai tháng một bức. Bức nào cũng dày sáu trang giấy chi chít chữ. Sáu trang, đúng sáu trang, không hơn. Võ Phiến giải thích: để dễ dán tem, không cần phải chờ nhân viên bưu điện cân thư và tính tiền. Là người nghiên cứu văn học, quí tài liệu hơn cả một đứa keo kiệt quí tiền bạc, tôi biết rõ giá trị của những bức thư mình đang cầm: có bức kể về gia thế, có bức kể về bạn bè, có bức kể về tuổi thơ, có bức kể về những bước chập chững trên con đường đi vào nghệ thuật, có bức nói về một tác phẩm Võ Phiến tâm đắc, v.v... Tôi biết. Biết, nên tôi làm ngay bản sao từng bức thư để cất, phòng trường hợp rủi ro có thể thất lạc. Nhưng biết thế mà tôi vẫn không sao lắng mình để đọc cho kỹ, để toan tính một kế hoạch viết lách nghiêm chỉnh về ông. Có thời gian, tôi cứ nín thinh, bặt bặt, không thư từ gì với Võ Phiến cả. Như kiểu trốn nợ.

Mãi đến ba năm sau, tâm hồn mới tạm bình yên, tôi lại thập thò đến với văn thơ. Trước hết là thơ. Dù sao thì tôi cũng yêu thơ hơn văn. Viết về thơ bao giờ tôi cũng thấy 'đã' hơn là viết về văn. Bài đầu tiên tôi viết là bài về "Thơ con cóc" đăng trên *Hợp Lưu* số 17 ra vào tháng 6 và 7 năm 1994. Từ việc đánh giá lại bài "Thơ con cóc", tôi loé thấy nhiều vấn đề khác: ý nghĩa của bài thơ, quan hệ giữa bài thơ và tác giả, giữa thơ và hiện thực, vấn đề phê bình văn học, v.v... Tôi viết miên man. Và quên bẵng Võ Phiến.

Khoảng tháng 6. 1995, nhân đọc *Thế Kỷ 21*, thấy trong "Thư toà soạn" có thông báo sẽ làm số đặc biệt về Võ Phiến, tôi chợt thót mình nhớ lại lời hứa dạo nào, nhớ lại những thân tình ông dành cho tôi; nhớ lại những con mắt lấp lánh trên từng dòng chữ trong tác phẩm của ông mà tôi từng say mê, thích thú; nhớ lại những tư liệu quí báu mà ông gửi cho suốt mấy năm qua. Tôi quyết định tạm xếp loạt bài về "Thơ con cóc" lại để viết trước một bài gì đó về Võ Phiến. Coi như một cách trả nợ. Dạo ấy, tôi đang say mê nghiền ngẫm về các vấn đề liên quan đến lý thuyết văn học, cho nên, nghĩ đến chuyện viết về Võ Phiến, tôi liên tưởng ngay đến khía cạnh tư tưởng văn học của ông. Tôi viết bài "Võ Phiến, nhà lý luận văn học" khá nhanh. Chỉ trong hai, ba ngày gì đó. Viết xong, lại ấm ức. Bèn viết thêm bài "Nhà phê bình văn học". Cũng rất nhanh. Lại vẫn ấm ức. Viết thêm bài "Nhà tạp luận". Đến đây, không còn ấm ức nhưng tôi biết là mình không thể dừng lại được nữa: Võ Phiến đã trở thành một nguồn cảm hứng mới dạt dào, một cơn ngứa ngáy trong tâm hồn và một sự bứt rứt ở đầu ngón tay. Tính tôi vốn yếu đuối: không bao giờ tôi chống lại nổi một đam mê. Mỗi ngày, đi dạy về, cơm nước xong, chờ con cái đi ngủ hết, tôi lại chong mắt lên mà đọc mà viết. Say sưa. Chỉ sáu tháng sau, trong lúc vẫn tiếp tục viết mấy chương cuối cùng của cuốn *Thơ, v.v... và v.v...*, tôi đã hoàn tất cuốn *Võ Phiến*.[1]

---

[1] Sách dày 218 trang do Văn Nghệ xuất bản tại California năm 1996.

Khi cuốn *Thơ, v.v... và v.v...* được xuất bản, Võ Phiến viết thư ngay cho tôi, trong đó ông nêu ra nhận xét, đại khái: giọng văn của tôi trong cuốn sách ấy tếu, trẻ trung, nghịch ngợm và táo bạo khác hẳn mấy cuốn sách trước. Tôi băn khoăn. Một số bạn văn khác, sau đó, viết thư cho tôi, cũng nêu nhận xét tương tự. Tôi càng băn khoăn tợn. Tếu... trẻ trung... nghịch ngợm... những thứ ấy ở đâu thò ra vậy cà? Văn của tôi từ trước đến nay, tôi biết, tuy có chút xíu thơ mộng, chủ yếu là ở hình tượng và nhịp điệu, nhưng thường thì rất nghiêm trang, nghiêm trang đến phát chán lên được. Làm gì có nụ cười nào, dù thấp thoáng, trong những cuốn *Tìm hiểu nghệ thuật thơ Việt Nam* (1988), *Nghĩ về thơ* (1989) hay *Văn học Việt Nam dưới chế độ cộng sản* (1991) chứ? Tôi giật mình, nghĩ thầm: hay là... tại trong lúc viết cuốn *Thơ, v.v... và v.v...*, ngoài việc đọc thơ, các sách lý luận về thơ, tôi còn phải đọc đi đọc lại nhiều lần các tác phẩm của Võ Phiến? Chả lẽ cái cười cợt của ông nhiễm vào trong tôi lúc nào tôi không biết?

Tôi bỗng mừng: may mà tôi không đọc Võ Phiến lúc còn trẻ.

Đi tìm Võ Phiến

Đi tìm nhà văn Võ Phiến, tôi bắt gặp một nhà tuỳ bút. Đi tìm nhà tuỳ bút Võ Phiến, tôi bắt gặp một nhà nghiên cứu.

Phát hiện đầu không có gì đáng kể. Từ lâu, đã có nhiều người đã nhận ra là, một, sở trường của Võ Phiến nằm ở thể tuỳ bút; và hai, phong cách tuỳ bút bàng bạc trong mọi tác phẩm văn xuôi của ông. Thật ra, hai điểm này có quan hệ chặt chẽ với nhau. Đặc điểm nổi bật nhất của thể tuỳ bút, theo tôi, là ưu thế của giọng văn, hơn nữa, của thứ giọng văn giàu cảm xúc và, đặc biệt, giàu cá tính. Viết truyện, người ta có thể sử dụng lối văn gọn gàng, giản dị, vô ngã, không có màu sắc hay mùi vị gì cả để cho nhân vật dễ có được đời sống riêng với những cá tính riêng chứ không phải là những con rối hay những cái bóng mờ nhạt của tác giả. Chính vì vậy, đối với các nhà tiểu thuyết thời 1930-45, ngay cả các nhà tiểu thuyết lớn như Nhất Linh, Khái Hưng, Nam Cao hay Vũ Trọng Phụng, rất hiếm khi người ta để cập đến giọng văn. Không phải tại những tác giả ấy viết không hay. Hay, nhưng cái hay ấy không phải là yếu tố hàng đầu làm nên cái lớn của họ. Với các nhà tuỳ bút thì khác. Nhắc đến Nguyễn Tuân, chẳng hạn, hầu như ai cũng nhắc, trước hết, đến một giọng văn hết sức điệu đàng và khinh bạc. Sau này, nhắc đến Mai Thảo, người ta cũng nhắc đến một giọng văn mượt mà với những kiểu ngắt câu lạ, rất gần với thơ; nhắc đến Vũ Bằng, người ta cũng lại nhắc đến đến giọng văn tha thiết và sôi nổi của ông về từng món ăn hay từng kỷ niệm cũ. Với Võ Phiến, cũng thế; nhắc đến ông, người ta cũng lại nhắc đến một giọng văn phóng túng và dí dỏm, chứa đựng rất nhiều khẩu ngữ, như một lời trò chuyện linh động, duyên dáng, thân mật và vô cùng lôi cuốn.

Ưu thế của giọng văn, thực chất, là ưu thế của nhu cầu tự bộc lộ và tự thể hiện: viết tuỳ bút là một cách bày tỏ trực tiếp cảm xúc và thái độ của mình, là xem tính chất phong phú và độc đáo của sự liên tưởng là tiêu chuẩn thẩm mỹ chính của việc viết lách, là đặt cái tôi của mình vào vị trí trung tâm của tác phẩm, hay nói theo Nguyễn Mộng Giác, là làm "một người khoả thân ngay giữa chợ".[1] Nhu cầu tự bộc lộ và tự thể hiện ấy khiến nhà tuỳ bút dễ có khuynh hướng xâm phạm vào "quyền sống" và "quyền độc lập" của nhân vật, đẩy truyện ngắn và truyện dài đến gần với tuỳ bút và làm nhoè đi ranh giới giữa các thể loại. Điều này có thể thấy rõ ở Nguyễn Tuân qua các tác phẩm được gọi là truyện dài và ký sự, và càng rõ hơn nữa, ở Võ Phiến qua nhiều tác phẩm thuộc nhiều thể loại khác nhau. Dưới ngòi bút của Võ Phiến, không những truyện ngắn mà cả các bài phê bình và lý luận cũng đều phảng phất hình dáng của tuỳ bút; ở đâu cảm xúc cũng tràn lên giọng văn; ở đâu giọng văn cũng nổi lên như một yếu tố chủ đạo trong phong cách; và ở đâu

---

[1] Nguyễn Mộng Giác, "Lời vào tập" in trong cuốn *Đó đây* của Trúc Chi (1999), California: Văn Học, tr.10.

phong cách cũng trở thành trung tâm của nghệ thuật ngôn từ. Có thể nói, đằng sau nhà văn, nhà phê bình và nhà lý luận văn học Võ Phiến đều có một nhà tuỳ bút. Đằng sau cây bút bình luận chính trị, xã hội, ngôn ngữ và văn hoá Võ Phiến cũng có một nhà tuỳ bút. Nhà tuỳ bút ấy chi phối toàn bộ cách hành ngôn và giọng điệu của nhà văn Võ Phiến.

Nhưng đằng sau nhà tuỳ bút Võ Phiến là ai?

Theo tôi, đó là một nhà nghiên cứu.

Tôi ngờ người đầu tiên phản đối "phát hiện" này không chừng là chính Võ Phiến. Ông đã nhiều lần công khai phủ nhận, thậm chí, cười cợt tư cách nghiên cứu, phê bình cũng như lý luận ngay cả trước khi người ta kịp gán cho ông các danh hiệu ấy. Trong "Lời nói đầu" cuốn *Văn học Miền Nam, tổng quan*, xuất bản lần đầu năm 1986, Võ Phiến khẳng định ngay ông "không phải là một nhà phê bình, nhà biên khảo gì ráo".[2] Trong bài "Nằm chơi", viết năm 1997, sau khi nêu ra một phát hiện thú vị: cái võng mà người Việt Nam ta ngày trước thường nằm đung đưa không có nguồn gốc từ Trung Hoa nhưng dường như lại có quan hệ khá mật thiết với nhiều dân tộc khác ở Đông Nam Á và Nam Mỹ, Võ Phiến đã than thở "Rắc rối quá lắm!" Rồi tiếp theo, ông phân trần: "Vả lại mình biết phận mình: Có nghiên có khảo gì tới nơi tới chốn được đâu? Chẳng qua nhón lấy vài sự kiện trong tầm tay, nêu lên để gợi ý các bậc cao minh vậy thôi."[3] Lúc nào và ở đâu Võ Phiến cũng chỉ nhận

[2] Võ Phiến (2000), *Văn học miền Nam, tổng quan* (bản in lần thứ 3), California: Văn Nghệ, tr. 17.

[3] Võ Phiến (1999), *Cảm nhận*, California: Văn Mới, tr. 71.

là một tay ngang, một kẻ ngoại cuộc, một người "không có một chút vốn kiến thức chuyên môn", lâu lâu mới "có dịp rón rén ghé mắt nhìn vào công việc gian nan của các học giả."[4]

Chuyện danh hiệu, hay ngay cả thái độ khiêm tốn trong văn chương, đôi khi, cũng chỉ là một cách nói. Nói cho nhẹ nhàng. Như một kiểu tu từ nhằm làm tăng sức thuyết phục và từ đó, ảnh hưởng của tác phẩm. Nhưng theo tôi, đó không phải là trường hợp của Võ Phiến. Trong cuộc đời cầm bút dài hơn nửa thế kỷ của ông, Võ Phiến đã nhiều lần né tránh những chữ như nghiên cứu, biên khảo hay khảo luận. Né thật. Tránh thật. Chứ không phải là giả vờ. Cuốn *Chúng ta qua cách viết*, khi được đưa vào *Toàn tập Võ Phiến*, sắp vào loại "tiểu luận", thoạt kỳ thuỷ, trong ấn bản đầu tiên ở Sài Gòn năm 1972, được ghi là "tuỳ bút". "Bút" chứ không phải là "luận", cho dù chỉ là "tiểu luận". Nhưng ngay cả khi gọi *Chúng ta qua cách viết* cũng như *Tiểu thuyết hiện đại* là "tiểu luận", chúng ta vẫn thấy có cái gì như nỗ lực tự thu nhỏ mình lại ở Võ Phiến. Cuốn *Chúng ta qua cách viết* cũng như cuốn *Tiểu thuyết hiện đại* đều dày trên 200 trang, có cấu trúc chặt chẽ và có tính hệ thống cao, rõ ràng là những công trình biên khảo hoàn chỉnh và khá dài hơi, vượt hẳn ra ngoài khuôn khổ của các bài tiểu luận thông thường. Cả với cuốn *Văn học Miền Nam, tổng quan*, ấn bản mới nhất dày đến gần 500 trang, Võ Phiến cũng có thái độ e dè như thế. Ông không xem đó là công trình phê bình hay nghiên cứu có tính văn học sử. Trong cuộc phỏng vấn đăng trên tạp chí *Văn Học* năm 2000, khi bị hỏi dồn về thể loại của cuốn sách ấy, ông vẫn loay

[4] Võ Phiến (1996), *Sống và viết*, California: Văn Mới, tr. 164-153

hoay tìm cách né tránh. Đến lúc không né tránh được, ông mới rụt rè thừa nhận là cuốn sách ấy "đại khái có liên hệ với phê bình và khảo luận, qua loa thôi, nhẹ nhàng thôi."[5]

Tác giả có thể khiêm tốn, nhưng người đọc và giới phê bình thì phải công minh. Chưa nói đến chuyện hay hay không hay, sâu sắc hay không sâu sắc, bất kể tác phẩm nào được hình thành từ kết quả của quá trình đọc và phân tích một khối lượng lớn các tài liệu liên hệ đến một đề tài nhất định nhằm chứng minh cho một luận điểm nào đó chưa được công nhận là một chân lý hiển nhiên đều được gọi là một công trình biên khảo. Trong ý nghĩa như thế, không còn hoài nghi gì cả, những tác phẩm như *Tiểu thuyết hiện đại* (1963), *Văn học Nga-xô hiện đại* (1965), *Chúng ta qua cách viết* (1972) và *Văn học miền Nam, tổng quan* (1986) đều thuộc thể loại biên khảo. Ngoài ra, Võ Phiến còn viết hàng mấy chục bài tiểu luận về văn học và văn hoá, sau, tập hợp trong cuốn *Tạp luận* (1987), *Tạp bút* (1989) và một phần trong các cuốn *Tiểu luận* (1988), *Sống và viết* (1996), và *Cảm nhận* (1999). Tất cả, với những mức độ khác nhau, đều có thể được xem là biên khảo. Là tác giả của những tác phẩm biên khảo đầy đặn như thế, nếu Võ Phiến không phải là một nhà nghiên cứu thì còn là một cái gì nữa chứ?

Hơn nữa, nếu chỉ căn cứ vào số lượng, với những tác phẩm kể trên, có lẽ Võ Phiến là một trong những người viết biên khảo nhiều nhất trong số những cây bút chuyên về sáng tác tại Việt Nam. Nhiều hơn hẳn Xuân Diệu, người có khuynh hướng bình

---

[5] Võ Phiến (2003), *Đàm thoại*, California: Văn Mới, tr. 182.

hơn là khảo. Nhiều hơn cả Chế Lan Viên, người có khuynh hướng luận hơn là khảo. Cũng nhiều hơn Bình Nguyên Lộc, người chỉ tập trung chủ yếu vào ngôn ngữ học lịch sử với hai công trình nổi tiếng *Nguồn gốc Mã Lai của dân tộc Việt Nam* và *Lột trần Việt ngữ*, và cả Nguyễn Văn Xuân, người nghiên cứu về cuộc Nam tiến, về phong trào Duy Tân và về dịch giả của bản *Chinh phụ ngâm* hiện hành. Có thể ngang ngửa với Sơn Nam, người, theo Võ Phiến, sự nghiệp chia đều ra hai phần: khảo luận và sáng tác[6] và cũng là người, cùng với Vương Hồng Sển, được xem như nhà Nam bộ học có uy tín hàng đầu ở Việt Nam trong gần trọn nửa sau của thế kỷ 20.

Nhưng Võ Phiến không chỉ là nhà nghiên cứu khi viết biên khảo; ông còn là nhà nghiên cứu ngay cả khi ông viết phê bình và tuỳ bút nữa. Viết phê bình, cần nghiên cứu, đã đành. Không có nhà phê bình thực sự nào mà lại không phải là một nhà nghiên cứu: phê bình chủ yếu là đánh giá; đánh giá chủ yếu là so sánh; so sánh chủ yếu là phát hiện các quan hệ; độ chính xác của các phát hiện ấy tuỳ thuộc chủ yếu vào hai yếu tố: sự nhạy bén và tầm nhìn vừa rộng rãi vừa tỉ mỉ: cái rộng rãi và cái tỉ mỉấy chủ yếu đến từ kinh lịch và từ sự học hỏi. Tuy nhiên, nếu quan hệ giữa nhà nghiên cứu và nhà phê bình khá hiển nhiên, có thể được nhìn thấy khắp nơi, ngay trong chữ "bình khảo" thông dụng, mối quan hệ giữa nhà nghiên cứu và nhà tuỳ bút phức tạp và tế nhị hơn, dường như chỉ đặc biệt nổi rõ trong trường hợp của Võ Phiến. Có thể nói, ngoài giọng

---

[6] Võ Phiến (1999), *Văn học Miền Nam: Truyện*, tập 2, California: Văn Nghệ, tr. 1344.

văn, chính tư cách nhà nghiên cứu là một trong những điểm mạnh nhất của nhà tuỳ bút Võ Phiến, yếu tố góp phần làm cho tuỳ bút của Võ Phiến khác hẳn tuỳ bút của những người khác. Như Nguyễn Tuân hay Vũ Bằng, chẳng hạn.

Sự khác biệt này đã được Võ Phiến nhận thấy khi ông tự so sánh ông với Nguyễn Tuân và Vũ Bằng. Theo ông, cả Nguyễn Tuân lẫn Vũ Bằng đều viết "tuỳ bút tâm tình" và đều "chủ về cái tâm, không phải cái lý".[7] Thật ra thì không phải bài tuỳ bút nào của Võ Phiến cũng thiên về cái lý. Tuỳ bút của ông rất đa dạng về để tài cũng như về hình thức: ông có những bài tuỳ bút gần với thơ văn xuôi; một số bài tuỳ bút khác gần với truyện ngắn và khá nhiều bài tuỳ bút gần với tiểu luận. Ở hình thức nào Võ Phiến cũng có những thành tựu nhất định. Khó nói được đâu là sở trường của ông. Chỉ biết, về số lượng, hình thức thứ ba nhiều nhất: chiếm nguyên cả tập *Tuỳ bút 1* (1986), trong khi hai hình thức trên được gộp chung, cùng với một số bài thơ, vào tập *Tuỳ bút 2* (1987). Hơn nữa, dường như đó cũng chính là nơi dấu ấn của Võ Phiến đậm nhất. Và cũng sắc nhất.

Làm nên dấu ấn ấy có công lao của một nhà nghiên cứu.

Thử nêu một ví dụ: cả ba người, Nguyễn Tuân, Vũ Bằng và Võ Phiến đều thích viết về các món ăn và thức uống nhưng cách viết của Võ Phiến khác hẳn hai người kia. Trong khi Nguyễn Tuân và Vũ Bằng thường xem các món ăn và thức uống như một nghệ thuật hoặc một kỷ niệm, Võ Phiến lại xem chúng như những phản

---

[7] *Văn học Miền Nam, tổng quan*, sđd, tr. 359.

ánh của tâm hồn một địa phương, một dân tộc hay một thời đại; trong khi Nguyễn Tuân và Vũ Bằng say sưa mô tả cảm giác và cảm xúc của họ về những món ăn và thức uống ấy, Võ Phiến lại đăm đăm nghĩ ngợi về ý nghĩa văn hoá và lịch sử của chúng; trong khi Nguyễn Tuân và Vũ Bằng cảm, Võ Phiến luận; trong khi Nguyễn Tuân và Vũ Bằng lúc nào cũng tỏ ra là những kẻ thưởng ngoạn sành sỏi, tài hoa và hào hoa, Võ Phiến hiện ra trên trang viết như một người hay tư lự, đọc nhiều và nhận xét tinh tế; trong khi Nguyễn Tuân và Vũ Bằng chủ yếu khai thác độ nhạy bén và sự giàu có trong tâm hồn, Võ Phiến chủ yếu khai thác sự rộng rãi của kiến thức và sự sắc sảo của trí tuệ. Nói cách khác, tuỳ bút của Nguyễn Tuân và Vũ Bằng có tính chất phản tỉnh (reflective); tuỳ bút của Võ Phiến, ngay cả những bài tuỳ bút gần với truyện ngắn nhất, cũng hơi nghiêng về tính chất phân tích (analytical): hoặc phân tích một vấn đề, một hiện tượng hoặc phân tích một tính cách nhân vật trong chiến tranh, giữa những biến động khốc liệt của lịch sử.

Một ví dụ nữa: có lần Nguyễn Tuân và Võ Phiến cùng viết về một đề tài giống nhau: Hội An. Nguyễn Tuân viết về Hội An, nơi có bãi biển Cửa Đại, như một du khách, hay nói theo chữ của ông, một "gã lữ thứ"[8]: ông đến, thưởng thức cảnh sinh hoạt lạ mắt ở phố xá vào sáng sớm, ngắm ánh trăng và lắng nghe tiếng gió thổi lồng lộng trong đêm ngủđò, tấm tắc trước bãi biển Cửa Đại "chưa bị hoen ố bởi những tấm biển quảng cáo" và cũng chưa có "tiếng âm

---

[8] Nguyễn Đăng Mạnh (biên tập) (1981), *Tuyển tập Nguyễn Tuân*, tập 1, Hà Nội: Văn Học, tr. 164.

nhạc hỗn xược của nhà khiêu vũ hay của khách sạn" như ở Đồ Sơn hay Sầm Sơn. Trong cảnh đẹp ít nhiều hoang dã ấy, ông đâm khó chịu hẳn khi nhìn thấy, trên chiếc xe ngựa ông đi, một phụ nữ có vẻ như hành nghề mại dâm, hay nói theo chữ của ông, "một thứ đàn bà tồi" với "hai con mắt đục tố cáo rõ sự mệt mỏi của xác thịt bị vầy vọc nhiều và bộ ngực xọp xẹp [...] nhắc cho mình nghĩ đến những cái gì sắp vữa ra."[9] Ông xem sự hiện diện của người phụ nữ ấy như "để ám sát cái hiền lành của một chuyến xe ngựa rất nên thơ".[10] Cách tiếp cận của Võ Phiến với thành phố Hội An hoàn toàn khác. Ông có vẻ như không bận tâm đến vẻ đẹp hay những khiếm khuyết của thành phố: dường như, với ông, đó không phải là điều quan trọng. Ông chỉ ghi nhận và lý giải những đặc trưng lịch sử và văn hoá của nó: cảnh vật thì hoang sơ, thành phố thì cổ kính, người thì hừng hực đam mê chính trị. Dường như tất cả những đặc điểm này đều có quan hệ chặt chẽ với nhau: là một cửa biển phát triển sớm, giao thương với ngoại quốc sớm, Hội An có nhiều điều kiện thuận lợi để tiếp nhận các nguồn tư tưởng cách mạng mới mẻ từ Trung Hoa sớm hơn các địa phương khác ở Việt Nam. Ông dẫn chứng lịch sử, ông phân tích, ông quy nạp, ông rút ra những kết luận vừa bất ngờ vừa có tính thuyết phục cao. Nguyễn Tuân đến Hội An như một nghệ sĩ nhạy cảm và đa cảm, dễ vui và dễ buồn; Võ Phiến đến Hội An như một nhà nghiên cứu đăm đăm nghĩ ngợi với kho tư liệu dồi dào về thành phố ấy. Đọc Nguyễn Tuân, người ta thấy Hội An đẹp, một vẻ đẹp đơn sơ và

---

[9] Như trên, tr. 167.

[10] Như trên, tr. 168.

hoang sơ; đọc Võ Phiến, người ta thấy Hội An có bề dày lịch sử thăm thẳm, chứa đựng nhiều bí ẩn và thường xuyên tác động lên tính cách của người dân địa phương.[11]

Nói cách khác, giá trị lớn nhất ở tuỳ bút Nguyễn Tuân là những phát hiện có tính thẩm mỹ; ở Vũ Bằng là những phát hiện có tính tâm tình và ở Võ Phiến là những phát hiện có tính nhận thức. Viết về cái gì, Nguyễn Tuân cũng chú ý, trước hết, đến khía cạnh mỹ thuật; Vũ Bằng chú ý, trước hết, đến các kỷ niệm và Võ Phiến chú ý, trước hết, đến ý nghĩa văn hoá.

Có thể nói đặc điểm nổi bật nhất trong diện mạo văn học của Võ Phiến chính là sự kết hợp hài hoà giữa tư cách nhà nghiên cứu và nhà tuỳ bút. Sự kết hợp này tạo ra sự sâu sắc cho nhà tuỳ bút Võ Phiến và sự duyên dáng cho nhà nghiên cứu Võ Phiến. Viết biên khảo, hiếm khi Võ Phiến kìm được cảm xúc và giữ được sự nghiêm nghị vốn được xem như một quy ước có tính thể loại của phong cách nghị luận. Ông không những ghi nhận và phân tích tư liệu hay sự kiện mà còn xuýt xoa trầm trồ, thán phục hay than thở, cảm khái, đôi khi, một cách khá ồn ào. Giọng văn ấy làm cho các tác phẩm biên khảo của Võ Phiến trở thành nhẹ nhàng và hấp dẫn lạ lùng: ấn tượng nhẹ nhàng và hấp dẫn ấy khiến người đọc dễ ngỡ Võ Phiến đang nói chuyện phiếm, một cách tuỳ hứng, từ trực giác và kinh nghiệm, chứ không phải đang trình bày kết quả của một quá trình tích luỹ và phân tích tư liệu lâu dài và vất vả của ông. Từ cảm giác ấy, oái oăm thay, người ta đâm ngờ vực tư cách nhà

---

[11] Bài "Hội An" của Võ Phiến được in lại trong tập *Tuỳ bút* 1, tr. 197-218.

nghiên cứu của Võ Phiến. Sự ngờ vực ấy không hề thấy khi người ta đọc Bình Nguyên Lộc, Nguyễn Văn Xuân hay Sơn Nam. Các thao tác nghiên cứu của những cây bút ấy đúng theo quy định của giới hàn lâm hơn Võ Phiến chăng? Không đâu. Sự khác biệt chỉ đến từ giọng văn. Giọng văn của một nhà tuỳ bút. Nó tạo ấn tượng là Võ Phiến đang... *khảo chơi.*

Chữ "khảo chơi" này là chữ của Võ Phiến khi ông giới thiệu Lê Văn Lân, một bác sĩ y khoa chuyên viết về văn hoá và nhân học (anthropology), lại viết một cách "ung dung, khinh khoái", "chập chờn khắp nơi" và "di chuyển thoăn thoắt" từ đề tài này sang đề tài khác. Rồi Võ Phiến bênh vực giùm cho Lê Văn Lân:

Nhưng ai bảo cái khảo chơi không quan trọng bằng cái khảo thiệt? Những nhà nghiên cứu cặm cụi đo từng cái xương sọ của người ta, hì hục khai quật di chỉ xưa, mần mò nhặt nhạnh từng lưỡi búa mũi tên v.v... để tìm về nguồn gốc dân tộc, chắc gì khỏi mừng rơn khi có người nhờ lai rai đi nếm mắm mà chợt phát giác ra mối liên hệ gốc gác giữa các dân tộc từ bắc đến nam Á châu? chợt nhờ mắm mà thấy ngay sự sai lầm của các sử gia từng chủ trương rằng dân Việt có nguồn gốc Hoa? Đi khảo thiệt với cái búa khảo cổ lăm lăm trong tay thì trông khả kính; nhưng kẻ tài hoa đi khảo chơi, chỉ mang theo chiếc lưỡi giấu trong mồm, trông khả ái biết bao. Và gần gũi chúng ta biết bao.[12]

Đọc, tôi cứ ngỡ như Võ Phiến đang nói về chính ông.

Lòng ham hiểu biết của Võ Phiến cũng vô cùng mãnh liệt. Có lần,

---

[12] *Sống và viết*, sđd, tr. 163.

ông thú nhận "bất luận về khía cạnh sinh hoạt nào của nhân loại cũng có những đổi thay thu hút trí tò mò."[13] Trong câu văn vừa dẫn, có một chữ đáng lưu ý: "những đổi thay". Có lẽ đó là ám ảnh lớn xuyên suốt toàn bộ cõi viết của Võ Phiến. Bất cứ sự đổi thay nào, ngoài cái bản thể còn lại, bao giờ cũng bao gồm hai khía cạnh căn bản: một cái gì đang mất đi và một cái gì đang xuất hiện. Tuỳ bút của Võ Phiến tập trung chủ yếu vào khía cạnh thứ nhất: từ lâu, với tuỳ bút, ông được xem là nhà thơ của sự phôi pha và của những chuyện bọt bèo. Trong biên khảo, quân bình hơn, ông tìm hiểu cả chuyện quá khứ lẫn chuyện hiện tại và tương lai, cả những hiện tượng sắp hoặc đã tàn phai như thể truyện thơ, bài chòi hay hình tượng người nông dân trong văn học lẫn những trào lưu tư tưởng vừa mới chớm ở đâu đó trên thế giới.

Cũng với một sức đọc thật rộng, một cặp mắt thật tinh tế, và với "chiếc lưỡi giấu trong mồm", Võ Phiến đã phát hiện ra vô số những điều thú vị trong ngôn ngữ, văn học và văn hoá Việt Nam. Có những phát hiện, thoạt nhìn, dễ ngỡ là hiển nhiên, nhưng nếu không nhạy bén, không thể nào thấy được, chẳng hạn: "Các nghệ sĩ triết nhân của chúng ta ngày xưa thiếu đi chút hóm hỉnh tinh quái", hay "người miền Trung không có hội hè",[14] hay "những người Việt Nam sành ăn đều ăn bằng... mùi",[15] hay "Đọc tiểu thuyết bây giờ, nhận thấy nhân vật ít ăn hơn trước. Có nhà hàng, có tiệc tùng; nhưng người đọc tiểu thuyết chỉ thường thấy họ uống.

---

[13] Võ Phiến (1989), *Tạp bút*, California: Văn Nghệ, tr. 146-7.

[14] Võ Phiến (1986), *Tuỳ bút* 1, California: Văn Nghệ, tr. 244.

[15] Như trên, tr. 82.

Uống thì thật dữ [...] Nhưng ăn thì quả thực họ chẳng ăn bao nhiêu",[16] v.v...

Những phát hiện nho nhỏ nhưng thú vị như thế giúp chúng ta hiểu rõ hơn đời sống muôn màu muôn vẻ và không ngừng chuyển động chung quanh. Trong cái gọi là đời sống ấy, một trong những mối quan tâm chính của Võ Phiến là ngôn ngữ mà chúng ta sử dụng hằng ngày. Đã đành người cầm bút nào cũng ít nhiều say mê ngôn ngữ nhưng có lẽ hiếm có ai bị ngôn ngữ ám ảnh một cách thường xuyên và đầy khắc khoải như Võ Phiến. Trước năm 1975, sau khi hoàn tất cuốn *Chúng ta qua cách viết*, Võ Phiến bắt đầu viết cuốn *Chúng ta qua tiếng nói*. Một số bài đầu đã được đăng tải trên tạp chí *Thời Tập* và *Văn* ở Sài Gòn nhưng biến cố 4-1975 đã làm cho dự án ấy bị gián đoạn. Gián đoạn chứ không biến mất. Lâu lâu, đây đó, rải rác trong những bài viết khác nhau, ông lại luận bàn về tiếng Việt. Lúc thì ông theo dõi những thay đổi trong lời ăn tiếng nói hằng ngày, nắm bắt những từ mới xuất hiện, tìm kiếm những biến chuyển chính trị và xã hội đằng sau những sự thay đổi ấy. Lúc khác, ông cố gắng nhận diện những đặc điểm nổi bật nhất của tiếng Việt. Ở đâu ông cũng có phát hiện. Không phải phát hiện nào cũng có ý nghĩa lớn lao. Nhưng phát hiện nào cũng thú vị. Ví dụ, ông nêu lên sự giàu có của lớp từ vựng chỉ việc chế biến bằng lửa các món ăn mặn trong tiếng Việt: nấu, nướng, chiên, kho, hầm, hâm, ninh, hấp, rán, ran, chưng, luộc, chần, trụng, lùi, trui, phi, xào, xáo, quay, um, tráng (chả), đổ (bánh bèo), rim, tiềm, đồ, xôi, thổi, đun, hun, nhúng, khử, đổ, chấy, thắng, đúc (bánh), bung, sao,

---

[16] Võ Phiến (1973), *Tạp luận*, Sài Gòn: Trí Đăng, tr. 37.

hui, (thịt) hon, khìa, thưng, thuôn (thịt), om (cà), tần (với thuốc bắc), ám (cá), v.v... Sau đó, ông nhận xét: "hầu hết là tiếng thuần Việt" và bàn tiếp: "Trong các lãnh vực văn học, triết học, hành chánh, kỹ thuật nông nghiệp... ta phải mượn vô số tiếng của người, kho ngôn ngữ ta lổn nhổn đầy tiếng Hán Việt. Nhưng khi vào bếp thì ta ngẩng cao đầu, không cần học theo ai, không mượn tiếng nói của ai cả." Từ đó, ông ghi nhận vai trò của người phụ nữ: "Vẻ vang thay người nội trợ tiền bối của chúng ta, tự buổi ban đầu xa lắc xa lơ của lịch sử đã nghênh ngang tung hoành đầy tự tín, giữa làn khói thơm tho ngào ngạt trong gian nhà bếp."[17]

Lần khác, ông ghi nhận sự giàu có bất ngờ của lớp từ vựng liên quan đến bệnh ghẻ:

Ta phân biệt ghẻ với chốc, với mụt, với nhọt, với lát, với giời, với sài, với đẹn, với mề đay, với chùm bao. Ta phân biệt ra bao nhiêu là thứ ghẻ: ghẻ nước, ghẻ ngứa, ghẻ tàu, ghẻ bọc, ghẻ phỏng, ghẻ hờm, ghẻ ruồi, ghẻ cóc, ghẻ cái, ghẻ đen, ghẻ khoét v.v... Ta có bao nhiêu tiếng để diễn tả những việc liên quan đến ghẻ: ngứa, gãi, nặn (mủ) v.v..., để theo dõi chứng bệnh: sưng, lở, loét, sẹo, rụng, rần, mưng, nung (mủ), cái kèn, cái cối, mạch lươn v.v... Tất cả đều là từ thuần Việt.[18]

Những hiện tượng ngôn ngữ như thế có tiết lộ điều gì về lịch sử hay văn hoá Việt Nam hay không? Võ Phiến không trả lời. Và thú thực, tôi cũng không biết. Có điều chắc chắn là những phát hiện ấy

---

[17]*Sống và viết*, sđd, tr. 156-7.

[18]*Tuỳ bút 1*, sđd, tr. 65-6.

có khả năng gây ngạc nhiên, khích động sự tò mò và củng cố tình yêu của chúng ta đối với tiếng Việt.

Nhưng rõ ràng là Võ Phiến không dừng lại ở những hiện tượng ngôn ngữ riêng lẻ như thế. Ông bị ám ảnh bởi những vấn đề lớn hơn. Vấn đề bản chất của tiếng Việt, chẳng hạn. Dường như, với Võ Phiến, cái bản chất ấy có thể được quy vào một điểm: tính cụ thể. Biểu hiện đầu tiên của tính cụ thể là vai trò của cảm quan: về phương diện ngữ âm, trong rất nhiều trường hợp, người Việt không những nói mà còn biểu diễn cái mình muốn biểu đạt; về phương diện cú pháp, câu tiếng Việt được cấu trúc theo nguyên tắc liên tục, cái gì được giác quan ghi nhận trước thì được diễn tả trước; về phương diện từ vựng, trong tiếng Việt có rất ít từ trừu tượng; và về phương diện tu từ, người Việt thích những lối nói đầy hình ảnh, mang tính khả xúc và khả giác.[19] Võ Phiến gọi chung đó là xu hướng "đố kỵ cái trừu tượng" của người Việt. Vì xu hướng ấy, việc phát triển của văn học và văn hoá Việt Nam bị mất cân đối: phần luận thuyết và học thuật nói chung kém hẳn phần nghệ thuật.[20]

Nhưng những phát hiện mà tôi tâm đắc nhất ở Võ Phiến là những phát hiện trong lãnh vực văn học.

Từ lâu, đã có nhiều người, trong đó có Hoài Thanh, đã nhận ra: cũng là bảy chữ, nhưng câu thơ thất ngôn Việt Nam khác rất xa câu thơ thất ngôn của Trung Hoa. Khác, chủ yếu, ở nhịp ngắt:

---

[19] Võ Phiến (1988), *Tiểu luận*, California: Văn Nghệ, tr. 334, 339, 340.

[20] *Cảm nhận*, tr. 39-55.

trong khi câu thơ thất ngôn Trung Hoa ngắt theo nhịp chẵn/lẻ (hoặc 4/3 hoặc 2/2/3), câu thơ thất ngôn truyền thống Việt Nam, ví dụ trong thể song thất lục bát, ngược lại, ngắt theo nhịp lẻ/chẵn (hoặc 3/4 hoặc 3/2/2). Dễ thấy nhất là hãy so sánh câu thơ "Tầm Dương giang đầu/dạ tống khách" trong nguyên tác bài "Tỳ bà hành" của Bạch Cư Dị với câu thơ dịch ra tiếng Việt của Phan Huy Vịnh "Bến Tầm Dương/canh khuya đưa khách". Võ Phiến đi xa hơn, cho câu thất ngôn truyền thống ấy không phải chỉ xuất hiện trong thể song thất lục bát mà còn cả trong thể nói lối của các tuồng hát bộ.[21] Hơn nữa, Võ Phiến còn cho chính câu thất ngôn truyền thống ấy là tiền thân của câu thơ tám chữ thịnh hành trong phong trào Thơ Mới thời 1930-45. Theo Hoài Thanh, trong cuốn *Thi nhân Việt Nam*, thể thơ tám chữ ấy xuất phát từ ca trù. Theo Dương Quảng Hàm, thể ca trù (hay hát nói) là biến thể của lục bát

---

[21] Ví dụ:
Rượu giao hoan/mùi đã mặn nồng
Tình phân ngoại/cớ sao bạc bẽo
Dây dưới nguyệt/đã đành dan díu
Chim ven trời/đòi đoạn cao bay (Tạp bút, tr. 249)

Kiểu ngắt nhịp lẻ/chẵn này cũng có thể thấy trong các bài hát Cửa Đình (tức bài hát thờ). Ví dụ bài Giáo trống:

Gió hoà mưa thuận
Biển lặng sông trong
Đã dẹp xong/lũ kiến đàn ong
Nay vô cửa/tôi xin giáo trống
(*Tuyển tập thơ trù* do Ngô Linh Ngọc và ngô Văn Phú biên soạn, Hà Nội: Văn Học, 1987, tr. 19).

và song thất.[22] Tổng hợp hai giả thuyết ấy, Võ Phiến cho thể thơ tám chữ trong phong trào Thơ Mới thực chất là sự mở rộng của câu thơ thất ngôn Việt Nam.[23] Cả hai đều có khuôn nhịp chính giống nhau: lẻ/chẵn, thường là 3/4 trong câu thất ngôn ("Trống Tràng thành/lung lay bóng nguyệt", *Chinh phụ ngâm*) và 3/3/2 ("Hỡi Thượng đế/tôi cúi đầu/trả lại; Linh hồn tôi/đã một kiếp/đi hoang; Sầu đã chín/xin Người/thôi/hãy hái; Nhận tôi đi/dù địa ngục/thiên đàng", thơ Huy Cận). Với cách nhìn như vậy, lịch sử câu thơ tám chữ trong phong trào Thơ Mới bỗng dài ra, gần với truyền thống hơn, và điều này cũng góp phần giải thích tại sao nó lại hoàn chỉnh nhanh và được chấp nhận nhanh đến như vậy: chỉ trong vòng có mấy năm, nó trở thành một thể thơ chính của cả một phong trào thơ rầm rộ và rực rỡ nhất trong lịch sử Việt Nam.

Nhưng những công trình nghiên cứu lớn nhất của Võ Phiến là thuộc về văn học đương đại.

Trong giới sáng tác Việt Nam, Võ Phiến là người đầu tiên nghiên cứu một cách có hệ thống về phong trào Tiểu Thuyết Mới ở Pháp[24] mặc dù chưa bao giờ ông tự nhận hoặc được xem là thuộc trường phái Tiểu Thuyết Mới cả. Trong cả giới sáng tác lẫn giới nghiên cứu, ông là người đầu tiên nghiên cứu về vai trò của khẩu ngữ và

---

[22] Dương Quảng Hàm (1968), *Việt Nam văn học sử yếu*, Sài Gòn: Trung Tâm Học Liệu (tái bản), tr. 154.

[23] *Tạp bút*, tr. 250.

[24] Với cuốn *Tiểu thuyết hiện đại* xuất bản lần đầu năm 1963. Về Tiểu Thuyết Mới, trước đó một năm, đã có cuốn *Xây dựng tác phẩm tiểu thuyết* của Nguyễn Văn Trung.

thoại ngữ trong loại văn chương nhật trình ở Sài Gòn, qua đó, ghi nhận rất sớm ảnh hưởng của nền văn hoá đại chúng, chủ yếu dựa trên thị giác, và nhu cầu giải trí đối với văn học Việt Nam đương đại. [25] Võ Phiến cũng là người đầu tiên ghi nhận những biến chuyển lớn lao trong đời sống xã hội thời hậu hiện đại với ưu thế của kỹ thuật, của tốc độ và của văn hoá thị giác, những biến chuyển sẽ có tác động sâu sắc đến diện mạo của văn học từ những thập niên cuối cùng của thế kỷ 20 trở đi. [26] Võ Phiến cũng lại là người đầu tiên, và cho đến bây giờ, là người duy nhất nghiên cứu về văn học Miền Nam thời kỳ 1954-75 từ góc độ văn học với bộ *Văn học Miền Nam*, trong đó, đáng kể nhất là tập đầu, cuốn *Văn học Miền Nam, tổng quan*. Cho đến nay, đây là cuốn sách gây nhiều tranh cãi nhất của Võ Phiến. Tuy nhiên, mọi tranh cãi đều tập trung vào phần *bình*, phần đánh giá từng tác giả, tác phẩm và hiện tượng văn học cụ thể. Chưa thấy ai phê phán phần *khảo*, tức phần tập hợp, phân tích và hệ thống hoá tư liệu, vốn là phần quan trọng nhất trong cuốn tổng quan này. Mà cũng không thể phê phán được: trong tình trạng mất mát và phân tán của tư liệu về văn học Miền Nam hiện nay, mỗi chi tiết được ghi nhận, cho dù chỉ là năm sinh và năm mất của một tác giả nào đó, cũng đã là một nỗ lực phi thường. Huống gì Võ Phiến lại còn có tài tổng hợp: lần đầu tiên bức tranh sinh hoạt văn học Miền Nam với những đổi thay phức tạp và đa dạng về tuổi tác và phái tính của người đọc và những vấn để như mức sống, lối sống, nghề nghiệp, năng suất và

---

[25] Với cuốn *Chúng ta qua cách viết*, nxb Giao Điểm, Sài Gòn, 1972.

[26] Với cuốn *Viết*, nxb Văn Nghệ, California, 1993.

thế giá của giới cầm bút được phác hoạ. Lần đầu tiên những nỗ lực sáng tác của cả mấy trăm người cầm bút trong khoảng thời gian hai mươi năm được bước đầu phân loại và phân cấp. Lần đầu tiên những đặc điểm nổi bật nhất trong văn hoá văn chương Miền Nam được nhận diện: tính cách chính trị, tính cách tôn giáo và triết học, tính cách cực đoan, tính cách tự do và vai trò của miền Nam.

Trong lãnh vực nghiên cứu, làm người đầu tiên là một vinh hạnh nhưng đồng thời cũng là một nguy hiểm: người ta không những đối diện với những thách thức mang tính học thuật như tình trạng thiếu tư liệu, từđó, sự hạn hẹp trong tầm nhìn và sự thiếu chính xác trong nhận định mà còn dễ tạo cảm giác gây hấn đối với một số niềm tin và thành kiến của xã hội, từ đó, dẫn đến những ý kiến tranh luận, phản bác hoặc lên án, có khi, một cách rất gay gắt.

Bởi vậy, khi đi tìm nhà nghiên cứu Võ Phiến, tôi đã nghe, ngoài những tiếng khen ngợi, còn có những tiếng động gì nghe om sòm, như tiếng cãi vã, tiếng vật nhau huỳnh huych, thậm chí, có cả lên đạn và tiếng gào thét: "Phản động! Biệt kích!"[27] nữa.

Thì cũng thường thôi.[28]

---

[27] Võ Phiến luôn luôn bị những giới lãnh đạo văn nghệở miền Bắc trước và sau năm 1975 kết án là một trong những "tên biệt kích văn nghệ" nguy hiểm nhất ở miền Nam thời 1954-75. Sau 1975, toàn bộ tác phẩm của ông bị cấm ở Việt Nam. Ghi chú thêm vào năm 2014: Gần đây, một số cuốn tùy bút của Võ Phiến đã được in lại trong nước nhưng tên tác giả bị đổi thành Tràng Thiên, một bút hiệu Võ Phiến thường dùng trong các bài báo trên tờ Bách Khoa trước năm 1975.

[28] Viết lại từ bài nói chuyện trong buổi ra mắt cuốn *Tuyển tập Võ Phiến* được tổ chức tại toà soạn nhật báo Người Việt (California) vào ngày 28.1.2007.

Đọc Võ Đình

Đọc văn Võ Đình, tôi có cảm giác như đang tắm suối.

Thật ra, tôi chỉ được tắm suối có một lần, ở một con suối nào đó trên Ngũ Hành Sơn, Đà Nẵng, khoảng đầu thập niên 70, trong một dịp du ngoạn do một trường trung học tổ chức. Tôi quên tất cả các chi tiết của buổi du ngoạn, chỉ nhớ độc một cảm giác lúc tắm suối: nước thật mát, hơn nữa, thật tươi, hơn thế nữa, có cái gì như rờn rợn. Ngỡ như nước, mới từ lòng đất vọt lên, chưa hề bị ô nhiễm bởi những bùn, phèn dưới hạ lưu, vẫn còn tươi roi rói. Ngoài ra, mùi lá mục, tiếng nước reo lẫn với tiếng chim hót, tiếng lá rì rào, và cuối cùng, khung cảnh hoang dã của núi non khiến việc tắm suối trở thành một thứ phiêu lưu. Chỉ cần vắng tiếng cười tiếng nói của bạn bè một chút là đã nghe... sờ sợ.

Đọc Võ Đình, tôi cũng có cảm giác y như thế. Cũng thấy chữ thật tươi. Lạ, xa Việt Nam đã hơn nửa thế kỷ, kể từ lúc chưa tới 20 tuổi, vậy mà vốn từ tiếng Việt của Võ Đình vẫn còn vô cùng giàu có. Không những giàu có, chúng còn được dùng một cách tinh tế. Mà không những tinh tế, chúng còn rất sống và rất động. Ở phần lớn các nhà văn được xem là tài hoa của Việt Nam, ngôn ngữ hiện hình như một thứ đồ vật được chạm trổ một cách kỳ khu: chúng như có gai, rất sắc, khiến người đọc thỉnh thoảng lại giật thót cả người, nhìn sững. Loại ngôn ngữ ấy có thể được xem là điêu luyện hay chải chuốt, nhưng khó nói được là tươi. Văn Võ Đình thì quả là... tươi thật. Tươi ở giọng văn: cấu trúc câu của Võ Đình thường hơi lỏng, có lúc gần như khẩu ngữ, tạo khoảng trống vừa đủ cho các con chữ... thở, từ đó, làm cho giọng văn ông lúc nào cũng phập phồng những cảm xúc. Tươi ở chữ: trong những cấu trúc câu như thế, nổi lên từ một giọng văn như thế, các chữ Võ Đình dùng, dù rất quen thuộc, thậm chí, có khi đã mòn, bỗng trẻ lại và có sức lôi cuốn lạ lùng.

Trước sức lôi cuốn ấy, nhiều người tự nhiên trở thành bất công đối với Võ Đình: họ bị cuốn theo cái điều Võ Đình kể mà quên chú ý đến cái cách ông kể; ở cái cách Võ Đình kể, họ quá say mê trước những cái quen mà quên ghi nhận những yếu tố thật mới và thật lạ không dễ dàng tìm thấy trong văn chương Việt Nam. Nói chung, theo tôi, cho đến nay, mặc dù nổi tiếng trong cộng đồng văn học Việt Nam ở hải ngoại, dường như Võ Đình vẫn chưa được đánh giá đúng mức. Nhắc đến ông, người ta vẫn nhắc, trước hết, đến tư cách một hoạ sĩ, sau đó, mới đến tư cách một nhà văn; trong tư cách là một nhà văn, điều người ta nhắc nhở nhiều ở Võ Đình chủ yếu là những bài tuỳ bút hay tiểu luận vốn được ông gọi là "chuyện" hơn là các truyện ngắn của ông. Tôi chưa có dịp xem nhiều tranh của Võ Đình và cũng không tự tin lắm vào kiến thức, kinh nghiệm cũng như sự nhạy cảm của mình trong lãnh vực nghệ thuật tạo hình nên không biết giữa hội hoạ và văn chương, nơi nào tài hoa của Võ Đình được thể hiện trọn vẹn và sắc nét hơn. Tôi chỉ tin chắc một điều là Võ Đình đã bước vào thế giới văn học Việt Nam một cách đàng hoàng như một cây bút chuyên nghiệp với tất cả sự thận trọng trong thái độ, sự chín chắn trong kiến thức, sự am tường các kỹ thuật viết lách để có thể biến mọi cái viết của mình thành những cái viết nghệ thuật, và quan trọng hơn hết, một tài hoa để làm cho những cái viết nghệ thuật ấy có một bản sắc độc đáo và có sức sống lâu dài.

Trong thế giới văn học này, Võ Đình sử dụng bốn thể loại chính: phê bình, tiểu luận, tuỳ bút và truyện ngắn. Về phê bình và tiểu luận, ông viết tương đối ít, chỉ có một số bài in trong tập *Sao Có Tiếng Sóng...* (Văn Nghệ, 1991). Sau đó, các ý kiến về văn nghệ của ông được phát biểu dưới hình thức gần với tuỳ bút hơn là tiểu luận: ông gọi chung đó là "chuyện". Hầu hết các "chuyện" này đều dễ đọc, vừa uyên bác vừa duyên dáng, vừa sâu sắc vừa nhẹ nhàng, do đó, thu hút khá nhiều độc giả. Khen ông, trên báo chí, người ta chủ yếu khen các bài gọi là "chuyện" này. Tuy nhiên, theo tôi, đó không phải là mặt mạnh, càng không phải là mặt mạnh nhất của Võ Đình: về ý tưởng, ông ít đi đến tận cùng các mạch lý luận, do đó, tuy uyên bác và sâu sắc, ông hiếm khi có được một phát hiện nào có ý nghĩa lớn về cả phương diện lý thuyết lẫn phương diện thực tiễn văn học và nghệ thuật; về văn phong, tính chất duyên dáng và nhẹ nhàng của ông chưa đủ sắc và mạnh để tạo thành hẳn một giọng điệu riêng không những không lẫn với bất cứ ai khác mà còn nổi bật lên hẳn từ vô số các giọng điệu khác. Mặt mạnh của Võ Đình, theo tôi, nằm ở thể truyện ngắn.

Trong truyện ngắn của Võ Đình, yếu tố nổi bật nhất nằm ở

phương diện kỹ thuật.[1] Trong kỹ thuật viết truyện ngắn của Võ Đình, đặc điểm đáng kể nhất là tính chất tân kỳ. Trong các yếu tố được xem là tân kỳ ấy, theo tôi, một yếu tố cần được chú ý nhất: vai trò của cái huyễn (the fantastic).

Xin nói ngay, cái huyễn, thật ra, không phải là cái gì mới lạ. Nó đã xuất hiện trong văn học ngay từ thuở sơ khai, trong các huyền thoại, các truyền thuyết, các anh hùng ca hay truyện cổ tích nói chung. Nó cũng kéo dài đến tận ngày nay, đặc biệt trong các tác phẩm thường bị xem là có rất ít tính văn chương như truyện khoa học giả tưởng, truyện chưởng hay truyện ma quái, v.v... Ở những thể loại này, cái huyễn là cả một thế giới, ở đó, mọi hiện tượng đều được vận hành trên một nguyên tắc có tính siêu nhiên, nghĩa là mọi thứ đều được phép, mọi cái gọi là bất khả trong kinh nghiệm thông thường của con người đều có mặt: loài vật biết nói, người biết bay, thần linh và con người trần tục có quan hệ mật thiết và dễ dàng với nhau. Đó là một thế giới khác, nói theo J. R. R. Tolkien, là "thế giới cấp hai" (secondary world), khác hẳn với thế giới hiện thực chúng ta đang sống. Đi vào thế giới ấy, để có thể thưởng thức trọn vẹn những sự ly kỳ do trí tưởng tượng của tác giả bày ra, chúng ta phải biết quên đi những câu hỏi "tại sao": như một điều

---

[1] Một số người cho đặc điểm nổi bật trong truyện ngắn của Võ Đình là tính chất tuỳ bút. Điều đó quả không sai. Tuy nhiên, tôi ngờ đó là đặc điểm chung của đông đảo nhà văn Việt Nam, không riêng gì Võ Đình. Một trong những đặc điểm nổi bật của văn học Việt Nam là ở chỗ: trong văn xuôi, thấp thoáng chất thơ; vànhư là một hệ quả của điều ấy, trong truyện, thấp thoáng chất tuỳ bút. Tôi cho những gì thoát ra ngoài những đặc điểm chung này mới có thể vànên được xem là đặc điểm của cá nhân.

kiện căn bản, chúng ta phải chấp nhận, ngay từ đầu, là thế giới ấy có những quy luật khác. Không chấp nhận điều đó, chúng ta không thể là một độc giả đúng nghĩa của thể loại này được.[2]

Tuy nhiên, cái huyễn không phải chỉ có mặt trong các tác phẩm thuộc văn hoá bình dân nặng tính chất giải trí mà còn có mặt cả trong cái gọi là văn học thực sự nghiêm túc và có giá trị thẩm mỹ cao. Theo Kathryn Hume, phần lớn văn chương thế giới đều thấp thoáng những cái huyễn, ngay cả trong các tác phẩm chủ yếu nhắm đến việc tái hiện hiện thực.[3] Theo Marguerite Alexander, cuối thế kỷ 20, cái huyễn đã phục sinh và phát triển mạnh mẽ nhất kể từ thời Trung Đại.[4] Có điều, dưới ngòi bút của nhiều nhà văn hiện đại và hậu hiện đại, đặc biệt các nhà văn thuộc trường phái hiện thực thần kỳ, cái huyễn không xuất hiện như một thế giới bao trùm mà chỉ như một thủ pháp nghệ thuật với một số chi tiết điểm xuyết trên cái nền hiện thực hoặc như một ảo giác hoặc như một biểu tượng. Trong cả hai trường hợp, cái huyễn không dẫn người đọc đi vào một thế giới cấp hai nào cả. Người đọc vẫn tiếp tục ở lại trên cuộc đời này. Chút huyễn hoặc loé lên bất ngờ chỉ đóng vai trò một sự gợi mở về ý nghĩa để người đọc nhìn hiện thực một cách khác hoặc nhìn thấy, từ hiện thực quen thuộc, một kích thước

---

[2] J. R. R. Tolkien, "On Fairy Stories", in trong tập *The Tolkien Reader*, New York: Ballatine, 1974, đặc biệt trang 37.

[3] Kathryn Hume (1984), *Fantasy and Mimesis, Responses to Reality in Western Literature*, New York: Methuen, tr. 22.

[4] Marguerite Alexander (1990), *Flights from Realism: Themes and Strategies in Postmodernist British and American Fiction*, London: Edward Arnold, tr. 13

khác. Thế thôi.

Trong các nhà văn Việt Nam đương đại, những người sử dụng cái huyễn như một thủ pháp nghệ thuật nhiều nhất có lẽ là Võ Phiến, Nguyễn Huy Thiệp, Phạm Thị Hoài, Bùi Hoằng Vị, Trần Vũ, v.v... nhưng có lẽ không ai sử dụng một cách thường xuyên trong nhiều tác phẩm như Võ Đình.

Không phải tất cả, nhưng phần lớn các truyện ngắn của Võ Đình đều bàng bạc những yếu tố huyễn hoặc. Ngay cả ở những truyện, từ đầu đến cuối, mọi sự kiện đều diễn biến bình thường, Võ Đình vẫn cố tình đưa vào một hai chi tiết, có khi rất nhỏ, ngỡ như vu vơ, để trên cái nền hiện thực rất thực, bỗng dưng như thoáng có chút gì như là phi thực, khiến người đọc đâm ra hoang mang và ngỡ ngàng. Chẳng hạn, truyện ngắn "G." in trong tập *Xứ Sấm Sét*. Thì cũng chỉ là một con chim thôi, con chim lớn và đẹp, bất ngờ bay đến vườn nhà nhân vật xưng "tôi" trong truyện, nhưng khi được gọi là Gabrielle, thậm chí, gọi bằng tên tắt G., con chim ấy bỗng có nét gì hao hao như thần thoại.

Hay, cái truyện ngắn, thật ngắn, nhan đề "Cò" in trong tập *Lẩu Xép*. Cũng chẳng có gì cả. Chỉ là cảnh hai vợ chồng già, một hôm, trong lúc dừng xe ở một ngã ba chờ đèn đỏ, chợt thấy một con cò trắng đứng bơ vơ trên một bãi cỏ; vài ngày sau, lại tình cờ nhìn thấy một xác con chim trắng nằm chết khô ở một cây xăng. Thế thôi. Không có gì chắc con cò kia và con chim này là một. Thế nhưng, với câu kết bâng quơ, dường như không dính dáng gì đến câu chuyện đã kể, "Đêm hôm đó, trời trở lạnh bất thường", người đọc lại cảm thấy có cái gì không bình thường trong câu chuyện.

Cái "không bình thường" ấy là gì?

Không biết. Không biết, nhưng cứ băn khoăn mãi.[5]

Ở nhiều truyện ngắn khác, Võ Đình càng đi xa hơn vào cái huyễn. Trong tập *Xứ Sấm Sét*: một người đàn bà "làm tình" với một cây sồi già ("Xứ sấm sét"); trong tập *Huyệt Tuyết*, một người đàn bà khác làm tình với một con rùa ("Án mạng"). Hình ảnh con rùa ấy lại xuất hiện trong một truyện ngắn in trong tập *Lầu Xép*: một người đàn bà cũng yêu một con rùa, lần theo vết bò của con rùa ra tới biển, rồi sau khi cởi hết quần áo, bước từ từ xuống biển. Từ từ. Cho đến khi mái tóc cũng từ từ chìm khuất dưới mặt nước. Mất dạng. Sau đó, một con rùa đá ở Huế bỗng dưng nẻ một đường dài; "từ vết nẻ ấy một mùi tanh tưởi bốc lên: nước thối ri rỉ chảy ra, đỏ bầm" ("Phòng sau"). Trong truyện "Luân hồi trong một đêm tuyết", khi hai vợ chồng đang ăn nằm với nhau, người đàn bà dạng hai chân ra và "toàn thân" - xin lưu ý, Võ Đình dùng chữ "toàn thân" - người chồng "tuôn trợt" vào thân thể người đàn bà, "tuốt luột mất hút" vào trong thân thể người đàn bà; sau đó, người đàn bà lại "dạng hai đùi ra thật rộng" và toàn thân người chồng lại "trôi tuột ra ngoài, nhể nhại như một đứa sơ sinh".[6] Trong các truyện

---

[5] Đặc điểm này cũng có thể tìm thấy trong hai truyện ngắn khác trong tập *Lầu Xép*: truyện "Người chạy bộ" và "Hai vợ chồng người đào vàng". Ở truyện trên, yếu tố "bất bình thường" nằm ở đoạn kết, khi tác giả, từ ánh mắt của một người thiếu phụ đẹp gặp gỡ trên các chuyến xe lửa, liên tưởng đến đôi mắt hấp hối của một con nai bị bắn mấy chục năm trước. Ở truyện sau, nó nằm ở "cục vàng" bằng khoảng ba viên gạch ông Hank đào được, suốt mấy chục năm trời, bỏ nằm lăn lóc dưới ngưỡng cửa số.

[6] *Xứ Sấm Sét*, California: Văn Nghệ, 1987, tr. 158-9.

ngắn khác, một người đàn ông ngồi một mình trong căn phòng trống, "nhìn thấy" một người đàn bà tình cờ gặp thoáng trên đường cả hơn mười năm trước ("Hoặc"); một người đàn ông khác "nhìn thấy" một người đàn bà nằm chết trên tuyết, nhưng đến khi cảnh sát đến tìm thì lại không hề thấy dấu vết gì cả ("Huyệt tuyết"); một người đàn ông khác nữa ăn nằm với một người đàn bà xa lạ có vẻ như là ma ("Đoá dị thường"), v.v...

Đàn bà. Trong các câu chuyện tôi vừa nêu, hầu hết các cái huyền đều gắn liền với phụ nữ. Tại sao? Võ Đình tin ở mỗi người phụ nữ đều có một cái gì bí ẩn, khó hiểu, thậm chí vượt ra ngoài lý tính bình thường ư? Có thể lắm, ít nhất ở một số truyện nào đó. Như, chẳng hạn, trong truyện ngắn "Xứ Sấm Sét", người đàn "làm tình" với cây sồi già được mô tả như "một cánh rừng già về chiều, mênh mông thu hút, nhưng bàng bạc một nỗi hoang vu bất trắc".[7] Nghĩ về bà, người chồng, sau bốn mươi năm chung sống, vẫn có cảm giác như người "ở trái đất đứng nhìn mặt trăng. Gần gũi nhưng xa xôi, yêu kiều mà lạnh lẽo: mặt trăng lúc nào cũng chỉ xoay một khuôn mặt về trái đất".[8] Nhưng còn lý do nào khác không? Chắc có. Thế nào cũng có. Nhưng mà... thôi, cứ để cho các nhà nữ quyền Việt Nam sau này có việc mà làm.

Riêng Võ Đình thì... im lặng. Khác với phần lớn các nhà văn Việt Nam khác, Võ Đình hiếm khi giải thích các sự kiện nêu ra trong truyện. Ông chỉ kể. Ông không giải thích. Thiếu một lời giải thích,

---

[7] *Xứ Sấm Sét*, tr. 114.

[8] Như trên, tr. 115.

nhiều khi một câu chuyện có vẻ bình thường cũng đâm ra như có cái gì huyền hoặc. Như truyện "Đầu đồng" trong tập *Huyệt Tuyết*, chẳng hạn. Chuyện kể một người đàn ông bị rắn đầu đồng cắn chết. Hai mươi năm sau, con gái của người ấy, nhớ lại cái chết của cha mình, bỗng đâm ra thắc mắc: tại sao cha của cô lại bị rắn cắn ở cườm tay? tại sao ông không cố lết vào nhà gọi điện thoại cấp cứu dù chỗ bị rắn cắn rất gần nhà ở? Bao nhiêu chữ "tại sao" được nêu lên. Rồi bị bỏ lửng. Không có câu giải đáp. Mà cũng chẳng có ai bận tâm tìm cho ra lời giải đáp. Nhưng niềm nghi hoặc thì cứ ám độc giả mãi. Cái chết, thoạt đầu, có vẻ như một tai nạn; sau, thấp thoáng chút gì hao hao như một vụ tự tử hay một vụ án.

Võ Đình không giải thích ngay cả khi ông kể những sự kiện có vẻ như phi thực. Một số các nhà văn Việt Nam khác thỉnh thoảng cũng kể những chuyện có vẻ phi thực nhưng trong phần lớn các trường hợp, tác giả giải thích ngay, một cách trực tiếp hay gián tiếp, đó chỉ là một ảo ảnh hoặc một ẩn dụ, được sử dụng như một phương tiện để nói lên một cái gì khác thuộc phạm trù tâm lý hoặc triết lý. Trong truyện "Xong cả",[9] Võ Phiến sử dụng thủ pháp ấy: một nhân vật mơ thấy mình hoá ra con chim, lại là chim gõ kiến, lại là con chim gõ kiến trống si tình, đeo đuổi mãi một con chim mái. Bị những giấc mơ ấy ám ảnh đến độ, suốt ngày ông ngồi gõ tay lắc cắc trên mặt bàn. Ông không bỏ được thói quen gõ tay nhưng lại vẫn biết chuyện mình hoá thành con chim gõ kiến chỉ là một huyễn tưởng. Các nhân vật khác cũng biết đó là một huyễn tưởng. Họ cố tìm cách giải thích nguyên nhân cũng như ý nghĩa

---

[9] In trong tập *Truyện Thật Ngắn*, California: Văn Nghệ, (1995), tr. 139-179.

của cái huyễn tưởng ấy. Võ Đình thì khác. Trong truyện ngắn của ông, mọi sự kiện dù lạ lùng đến mấy, cũng được kể một cách tự nhiên như nhiên. Dường như ông không hề có chút hoài nghi gì cả. Dường như ông không tin vào những sự phân biệt giữa cái thực và cái phi thực, giữa cái siêu nhiên và cái tự nhiên. Dường như với ông, những thế giới ấy, ít nhất trong một lúc nào đó, chỉ là một. Với cách nhìn và cách tả như thế, có thể xem Võ Đình là một nhà văn thuộc trường phái hiện thực thần kỳ (magical realism), một trường phái vốn xuất hiện từ giữa thế kỷ 20 và đến nay vẫn còn khá thịnh hành ở nhiều nơi trên thế giới, chủ yếu là tại các nước châu Mỹ La Tinh và Ấn Độ, được hình thành trên nền tảng sự kết hợp giữa hai yếu tố ngỡ như tương phản nhau: một mặt, giống các nhà văn hiện thực và khác các nhà văn thuộc khuynh hướng quái dị kiểu *Liêu Trai Chí Dị*, truyện chưởng hay khoa học giả tưởng, nó tôn trọng cái nhìn có tính chất duy lý về hiện thực; mặt khác, khác các nhà văn hiện thực và giống các nhà văn thuộc khuynh hướng quái dị, nó chấp nhận sự hiện hữu của những yếu tố siêu nhiên ngay trong đời sống thường nhật. Ở Việt Nam, Võ Đình không phải là người duy nhất sử dụng kỹ thuật hiện thực thần kỳ nhưng không chừng ông là người đầu tiên: truyện "Xứ Sấm Sét" của ông được sáng tác từ năm 1978.

Được sử dụng như một phương pháp sáng tác, ở Võ Đình, tính chất hiện thực thần kỳ không chỉ dừng lại ở các chi tiết. Nó còn lan ra cả trong cách cấu trúc của truyện. Ở sự xoá nhoà ranh giới thời gian và không gian. Trong truyện "Phòng sau", khung cảnh Việt Nam và ngoài Việt Nam cứ xen kẽ vào nhau. Trong truyện "Đoá dị thường", nhân vật nữ, thoạt đầu là một "thiếu phụ", sau đó, biến thành một "người con gái"; nhân vật nam, ngược lại, thoạt đầu là một "người con trai", sau đó, trở thành một trong "hai người bạn già". Câu chuyện bắt đầu ở Huế và kết thúc ở đâu đó, ngoài Việt Nam. Có thể gọi đây là tính không gian kép (dual spatiality), ở đó không gian như được lai ghép: nó vừa ở-đây lại vừa ở-đó, vừa thực vừa ảo. Tính không gian kép này, một lần nữa, cũng lại là đặc điểm chung của chủ nghĩa hiện thực thần kỳ. [10] Thế nhưng trong khi tính không gian kép trong các tác phẩm hiện thực thần kỳ ở châu Mỹ La Tinh hoặc Ấn Độ thường gắn liền với chủ nghĩa hậu thực dân, xuất phát từ nhu cầu tâm lý và văn hoá nhằm phân biệt không gian của kẻ cai trị và không gian của người bị trị, một không gian "trắng" và một không gian "màu", vàng hoặc đen, một không gian trung tâm đầy quyền lực và một không gian ngoại biên yếu ớt, một không gian bản địa tiền hiện đại và một không gian đã được kỹ nghệ hoá; trong truyện của Võ Đình, tính không gian kép này dường như không gắn liền với quan hệ đế quốc và thuộc địa mà chỉ gắn liền với quan hệ giữa trong và ngoài quê hương, xuất phát từ tâm thế của một người lưu vong. Trong mối quan hệ này, một vấn đề nổi cộm lên: vấn đề bản sắc.

Liên quan đến vấn đề bản sắc, hình như cách tiếp cận của Võ Đình không giống với phần đông các nhà văn Việt Nam cùng thời và cũng không giống phần đông các nhà văn hậu thực dân hay

---

[10] Về khái niệm "dual spatiality" cũng như về mối quan hệ giữa chủ nghĩa hiện thực thần kỳ và chủ nghĩa hậu thực dân, có thể xem bài "Binarisms and duality: magic realism and postcolonilaism" của Zuzanne Baker, in trên tạp chí *SPAN* số 36 năm 1993 (có thể xem trên:

wwwmcc.murdoch.edu.au/ReadingRoom/litserv/SPAN/36/Baker.html).

hiện thực thần kỳ trên thế giới. Sống với và sống giữa các mâu thuẫn chính trị triền miên, giới cầm bút Việt Nam, nói chung, hay có khuynh hướng tự định nghĩa mình theo các tiêu chuẩn chính trị xã hội: theo hay chống hay quay lưng lại trước một chế độ hay một ý thức hệ thống trị trong xã hội. Các nhà văn hậu thực dân và hiện thực thần kỳ trên thế giới, nói chung, vẫn tiếp tục tự định nghĩa họ trong tương quan với các quốc gia, về phương diện chính trị, đã từng thống trị họ trong quá khứ, và về phương diện văn hoá, vẫn tiếp tục khống chế cách nhìn và tầm nhìn của họ trong hiện tại, do đó, ít nhiều tự xem họ như một cái "khác", một cái "Other". Võ Đình thì khác. Mặc dù ông rời Việt Nam khi Việt Nam vẫn còn là một thuộc địa của Pháp nhưng quá khứ ấy đã quá xa xăm, hơn nữa, lại bị trùm lấp bởi một mâu thuẫn khác lớn hơn và nhức nhối hơn: mâu thuẫn trong nội bộ người Việt Nam với nhau. Tuy nhiên, Võ Đình lại không trực tiếp sống với những mâu thuẫn nội bộ ấy: suốt thời gian từ 1954 đến 1975, ông sống ở ngoại quốc, thoạt đầu ở Pháp, sau, sang Mỹ. Thành ra, các vấn đề chính trị không phải là một ám ảnh lớn của ông, ít nhất ở vào cái thời điểm ông chính thức tham gia vào sinh hoạt văn học: sau năm 1975. Thế vào đó, ông có khuynh hướng nhìn vấn đề bản sắc từ góc độ siêu hình, nặng màu sắc triết lý, có lẽ, trong đó, đậm nhất là triết lý Phật giáo: ở nhiều truyện ngắn của ông, ranh giới giữa ta và người, giữa ngôi thứ nhất và ngôi thứ ba bị xoá nhoà hẳn. Ví dụ trong truyện "Đoá dị thường" nhắc ở trên, đoạn cuối, có hai nhân vật xuất hiện, "hai người bạn già mệt mỏi". Tuy nhiên, người đọc cứ có cảm giác hai người mà thật ra chỉ là một: trong cách mô tả của Võ Đình, hết "bạn nói" thì đến "bạn nhăn mặt", rồi "bạn cười thoải mái", và "bạn nói, không cười", cuối cùng, "người bạn trở về chung cư của mình". Có trời mới biết cái gọi là "bạn" ấy là bạn nào. Trong truyện ngắn "Luân hồi trong một đêm tuyết", một truyện ngắn giản dị trong ngôn ngữ, táo bạo trong chi tiết, điêu luyện trong kỹ thuật và thâm trầm trong tư tưởng, hơn nữa, theo tôi, là một trong những truyện ngắn hay của Võ Đình đồng thời của văn học Việt Nam ở hải ngoại từ sau năm 1975, nhân vật xưng "tôi" có khi là người chồng nhưng cũng có khi là người vợ, và có khi cả người chồng lẫn người vợ đều bị đẩy ra xa, thành ngôi thứ ba, trong những đoạn văn trần thuật, dưới mắt nhìn của một người nào đó, ở ngoài. Thủ pháp này được lặp lại trong truyện "Anne" in trong tập *Lầu Xép*: ở đoạn 1, nhân vật được gọi là Anne, ngôi thứ ba; đến đoạn 2, Anne tự nhiên biến thành "tôi", ngôi thứ nhất; đoạn 3, vẫn là "tôi"; nhưng đến đoạn 4 và đoạn 5 thì "tôi" lại biến thành Anne. Cuối truyện là một "Bị chú" in chữ lớn, cùng khổ với các đoạn trên, giải thích một số chữ tiếng Pháp được sử dụng trong truyện. Đoạn này, không có đại từ xưng hô, hẳn là của tác giả, người có thẩm quyền hơn ai hết để xưng là "tôi". Cái "tôi" thầm lặng này làm cho cái "tôi" chỉ Anne trước đó trở thành một cái "tôi" giả. Câu chuyện, trở thành một câu chuyện được kể: tự bản chất, nó không có thật. Mà đã không có thật thì "tôi" hay "Anne" thì cũng thế. Chả có gì khác nhau cả.[11]

---

[11]Các truyện ngắn được giới thiệu trong bài này in trong các tập: *Xứ Sấm Sét* (Văn Nghệ, 1987), *Lầu Xép* (Văn Nghệ, 1997), và *Huyệt Tuyết* (Văn Nghệ, 2002).

Việc đổi ngôi của nhân vật, từ ngôi thứ nhất đến ngôi thứ ba hoặc ngược lại, không phải chỉ là một sự xoá nhoà ranh giới giữa ta và người, một thái độ hoài nghi đối với vấn đề bản sắc của cá nhân mà còn là một nỗ lực nhìn ngắm hiện thực từ nhiều góc độ khác nhau, từ bên ngoài, một cách khách quan, đến bên trong, sâu kín trong nội tâm, một cách chủ quan, qua thứ ngôn ngữ có tính tự bạch hơn là trần thuật. Có vẻ như Võ Đình muốn miêu tả hiện thực một cách toàn diện. Chỉ có vẻ thôi, bởi, tôi đoán, qua cách viết của ông, ông không tin lắm vào những cái gọi là toàn diện ấy. Đối với hiện thực, ông thường có thái độ bất quyết. Hiện thực, dưới mắt ông, bao giờ cũng có vẻ bất định và thấp thoáng chút gì như huyền bí, ở đó, bên cạnh những điều có thể dễ dàng giải thích, có những điều không thể giải thích được; ở đó, có một không gian khá rộng cho những cái huyền.

Cần chú ý là trong truyện Võ Đình, những cái huyền như thế không dẫn người đọc đi vào một thế giới khác nào cả. Trên căn bản, giống như mọi nhà văn hiện thực thần kỳ, Võ Đình trước hết là một nhà văn hiện thực: điều ông bận tâm đầu tiên là tái hiện thế giới này, cuộc đời này. Tuy nhiên, khác với các nhà văn hiện thực cổ điển hay hiện đại, ở Võ Đình, giữa bức tranh hiện thực bỗng dưng, có lúc, xẹt ngang những tia chớp kỳ ảo. Nó xẹt ngang rồi nó biến mất. Võ Đình không giải thích, hơn nữa, còn có vẻ như không hề ngạc nhiên, thậm chí, không hề chú ý đến những tia chớp huyền hoặc ấy. Thái độ bình thản của ông khiến người đọc có cảm giác là những tia chớp ấy không phải từ ngoài đến mà từ trong lòng hiện thực bùng lên. Chúng là một phần của hiện thực. Chúng giống như núi lửa nằm âm thầm dưới lòng đất. Chính cái phần âm thẳm ấy làm cho hiện thực trở thành huyền bí hẳn. Nó trở thành đa tầng, đa phương và đa thanh, ở đó, quá khứ và hiện tại cứ đan cài vào nhau, Việt Nam và thế giới chồng lấp lên nhau, cái thực và cái hư nhoà lẫn vào nhau, tự nhiên và siêu nhiên rất gần nhau, nội tâm và ngoại giới cứ chập chùng ngỡ như là một, biên cương giữa cái khả và cái bất khả rất mờ nhạt. Cuộc đời, nhờ thế, trở thành một kết cấu phức tạp, trùng trùng điệp điệp, hết lớp này đến lớp khác, đầy bất ngờ và đầy bí ẩn. Câu chuyện, nhờ thế, trở thành thăm thẳm như không có đáy. Đọc, thoạt đầu, ngỡ như hiểu; sau, ngờ ngợ như cái hiểu của mình chưa hẳn đã chính xác và nhất là, chưa chắc đã đến tận cùng. Đọc lại, vẫn phân vân giữa niềm tự tin và nỗi nghi hoặc ấy. Đọc lại lần nữa, vẫn thế. Vẫn phân vân.

Cứ thế, tôi đọc đi đọc lại Võ Đình không biết bao nhiêu lần. Lần nào cũng có cảm giác vừa tươi mát vừa rờn rợn. Như cái cảm giác tắm suối ngày nào. Đã lâu lắm.

11.2002

Về Lê Thành Nhơn

1. Ấn tượng Lê Thành Nhơn

Điều tôi thích nhất ở Lê Thành Nhơn[1] là sự say mê của anh đối với những cái lớn lao và hùng vĩ. Làm gì Lê Thành Nhơn cũng muốn làm thật lớn. Tranh, anh thích vẽ những bức mỗi bề hai thước. Vẫn chưa thoả mãn. Lâu lâu có chút tiền đủ để mua sơn và mua bố, anh tăng kích thước các bức tranh lên: chiều cao hai thước, còn chiều dài thì ba hay bốn thước, tuỳ. Cũng vẫn chưa thoả mãn. Khoảng giữa thập niên 1990, Lê Thành Nhơn dùng toàn bộ số tiền hưu trí mà anh dành dụm suốt mười mấy năm làm việc tận tuỵ, phần lớn là lao động chân tay, tại Úc để mua sơn và bố vẽ bộ *Tứ Đại* gồm bốn bức, "Gió", "Nước", "Lửa" và "Đất", mỗi bức cao hai thước

---

[1] Lê Thành Nhơn (1940-2002) là một hoạ sĩ và điêu khắc gia, định cư tại Úc từ năm 1975. Trong các tác phẩm điêu khắc của anh, được chú ý nhất là bức tượng Phan Bội Châu tại Huế, bức tượng Phật Thích Ca tại chùa Huệ Nghiêm, Sài Gòn, bức "Joy" dựng trước sân trường đại học Monash ở Melbourne. Một bức tượng Phật của anh được lưu giữ tại Viện Bảo Tàng Quốc Gia Úc. Có thể tìm thêm các chi tiết liên quan đến cuộc đời, sự nghiệp và tác phẩm của Lê Thành Nhơn trên trang nhà Tiền Vệ (http://tienve.org) và tạp chí *Văn* tại California số 72 ra vào tháng 12.2002.

và dài sáu thước. Tổng cộng, cả bộ *Tứ Đại* dài 24 thước.[2]

Tôi nhớ, lần ấy, tôi đã tìm cách ngăn Lê Thành Nhơn. Tôi lý luận là những bức tranh như thế không những không bán được mà còn không thể bày được ngay cả ở các *galleries* bình thường. Lê Thành Nhơn nghe tôi nói xong, trầm ngâm một chút, rồi đáp:

Tôi biết. Nhưng nói thực là vẽ tranh nhỏ, tôi không thấy 'đã'. Với lại, chơi với tôi mấy năm nay, ông thấy đó, vẽ nhỏ tôi bán cũng không được bao nhiêu... Nhỏ hay lớn đều không bán được. Thôi thì, cứ vẽ thật lớn cho nó... đã tay.

Đầu năm 2002, khi bắt đầu ngã bệnh, Lê Thành Nhơn hay mơ ước một ngày nào đó, khoẻ lại, anh sẽ bắt tay thực hiện một khu vườn mỹ thuật, ở đó, anh sẽ dựng những tác phẩm điêu khắc thật lớn. Thú thực, bị ám ảnh bởi căn bệnh ung thư của anh, tôi không tin là sẽ có một ngày như thế. Tuy nhiên, để nuôi dưỡng sự lạc quan ở anh, tôi cũng bàn vào, ra vẻ rất hào hứng. Tôi khuyên anh, sau cơn bệnh ngặt nghèo, còn yếu, nên tập trung vào việc vẽ tranh hơn là làm điêu khắc. Anh phản đối:

Vẽ tranh thì tôi cũng thích nhưng thực bụng mà nói thì vẽ tranh không 'đã' bằng làm điêu khắc. Làm điêu khắc, mình có cảm giác như đụng được vào sự đồ sộ, sự to tát một cách cụ thể và trực tiếp hơn là vẽ tranh.

Say mê điêu khắc là thế, nhưng sự nghiệp chính của Lê Thành

---

[2] Có thể xem một số tranh tượng của Lê Thành Nhơn trên website: http://tienve.org.

Nhơn trong mấy chục năm định cư tại Úc, theo tôi, là hội hoạ chứ không phải là điêu khắc. Đã đành anh có một số tác phẩm điêu khắc được dựng và bày ở những nơi đầy uy tín như Viện Bảo Tàng Quốc Gia Úc, Viện Bảo Tàng Di Dân tiểu bang Victoria, trường đại học Monash ở thành phố Melbourne, trường đại học Tasmania ở tiểu bang Tasmania. Đành vậy. Nhưng rõ ràng là số lượng không nhiều so với thời gian anh định cư tại Úc: 27 năm. Nhớ, ngày xưa, ở Việt Nam, chỉ trong vòng năm năm, từ 1970, lúc anh giải ngũ đến năm 1975, lúc anh di tản, anh làm được biết bao nhiêu công trình. Mà công trình nào cũng đồ sộ. Ở Huế và ở Sài Gòn. Điều này, thật ra, không có gì là khó hiểu: để làm điêu khắc, người ta cần nhiều điều kiện vật chất hơn là hội hoạ. Những điều kiện ấy hầu như vượt ra ngoài khả năng của một cá nhân: không phải chỉ cần có đủ tiền để đúc (chất liệu thường là đồng) mà còn cần một không gian rộng rãi và thích hợp để dựng. Đáp ứng được các điều kiện đó thường là các cơ quan chính phủ, các tổ chức tôn giáo hay cộng đồng. Tại Úc, tôi biết thỉnh thoảng có một số ngôi chùa hay các trung tâm sinh hoạt cộng đồng muốn dựng một công trình điêu khắc hay thiết kế của Lê Thành Nhơn. Nhưng ngân sách của họ thường có giới hạn, phần lớn được hình thành bằng con đường quyên góp từ năm này qua năm khác. Dường như chưa bao giờ Lê Thành Nhơn ý thức được những giới hạn này: các đồ án anh đưa ra bao giờ cũng nhiều gấp năm, gấp mười ngân sách mà người ta có thể có. Chùa phải thật mênh mông, ở đó, mỗi cái cột phải là một tác phẩm điêu khắc tuyệt hảo. Tượng Phật phải cao năm, bảy thước và phải đúc... đồng. Có dự án trong đó bức tượng Phật cao đến 25 thước. Những phác hoạ như thế, ai cũng khen đẹp. Nhưng ai cũng lắc đầu quầy quậy. Các giấc mộng lớn của

Lê Thành Nhơn cứ nằm mãi trên trang giấy.

Ít khi có dịp làm điêu khắc được thì anh vẽ tranh. Số lượng tranh của Lê Thành Nhơn trong mấy chục năm ở Úc có lẽ lên đến hàng trăm bức. Bức nào cũng có vẻ như một công trình điêu khắc: sơn thật dày, quánh lại từng tảng, lởm chởm trên khung bố. Nhiều bức, nhìn nghiêng, trông như một bức phù điêu được đắp nổi bằng sơn dầu. Mà có lẽ Lê Thành Nhơn vẽ tranh trong tâm thức của một người đang đắp phù điêu: anh chỉ muốn tác phẩm của mình phủ đầy lên các bức tường. Phần lớn các tranh của anh có kích thước hai thước trên hai thước không chừng là vì thế. Khi anh vung tay vẽ các bức dài đến bốn, năm, hay sáu thước, tôi đoán, không chừng anh đang nghĩ đến các bức tường mênh mông trong các viện bảo tàng. Khi tôi đem điều đó hỏi anh, anh chỉ cười. Có hơi chút bẽn lẽn.

Sau năm 1975, hội hoạ của Lê Thành Nhơn không những phong phú mà còn, theo tôi, đa dạng hơn hẳn điêu khắc. Tượng của anh ít thay đổi. Trừ các bức tượng đá anh chạm trong nhà một người bà con ở Paris vào giữa thập niên 1990, các bức tượng khác của Lê Thành đều có hình thể khá rõ ràng và, nói chung, khá cổ điển. Đẹp. Nhưng đó là những cái đẹp khá cổ điển. Tranh của Lê Thành Nhơn thì khác. Anh đi từ hình thể đến phi hình thể. Càng về sau anh càng có khuynh hướng vẽ tranh phi hình thể. Và, hình như, vẽ đẹp. Tôi muốn nói, nếu đừng vì quá dè dặt: rất đẹp.

Mà thôi. Tôi không định phê bình tranh hay tượng của Lê Thành Nhơn. Tôi chỉ muốn dừng lại ở một ấn tượng nổi bật nhất mà Lê Thành Nhơn để lại trong tôi sau hơn mười năm chơi với nhau khá thân, gặp gỡ nhau thường xuyên hàng tháng, hay có thời gian, hàng tuần. Đó là ấn tượng về nỗi đam mê nồng nhiệt đối với những cái lớn lao và hùng vĩ. Kể cả trong những cơn đau đớn.

Vâng, ngay khi bị đau, Lê Thành Nhơn cũng thích những cơn đau lớn. Những cơn đau có thể cắt đứt sự sống của anh. Tôi nhớ lần cuối cùng tôi nói chuyện dông dài với Lê Thành Nhơn trước khi anh ngã bệnh nặng là vào chiều chủ nhật, ngày 27 tháng 10, 2002, tức hơn một tuần trước khi anh qua đời. Lúc ngồi nói chuyện với hai vợ chồng tôi, thỉnh thoảng Lê Thành Nhơn hơi hơi ưỡn mình ra đằng trước và lấy tay xoa xoa trên bụng. Tôi hỏi: "Đau hả?" Anh gật đầu. Tôi lại hỏi: "Đau sao?" Anh đáp: "Thường thì đau râm ran nhưng lâu lâu 'ảnh' chơi cho một cú điếng cả người."

'Ảnh' mà Lê Thành Nhơn nói ở đây là cái khối ung thư đang nằm trong lá gan của anh. Nói xong, Lê Thành Nhơn cười. Tôi lúng túng không biết phản ứng làm sao trước tiếng cười của anh thì anh lại nói tiếp:

"Thấy 'ảnh' làm dữ như vậy, tôi mừng lắm, ông ạ."

Tôi ngạc nhiên hỏi: "Sao vậy?" thì anh ung dung trả lời:

"Mỗi lần đau dữ như vậy thì tôi biết là tôi đi nhanh lắm."

Nói xong, anh lại cười. Thú thực, lúc ấy, tôi ngồi lặng người, không biết phản ứng ra làm sao cả. Cười theo bạn thì thấy bất nhẫn, nhưng tìm cách an ủi bạn thì lại thấy là vô duyên. Tôi lúng túng quay sang nhìn vợ tôi: vợ tôi quay mặt ngó ra ngoài cửa sổ.

Ngoài ấy, chạy dọc theo bờ rào, mấy bóng cây đang lao xao nắng. Hình như gió rất to.

6.11.2002

2. Nhớ Lê Thành Nhơn

Hôm nay là ngày giỗ thứ tư của Lê Thành Nhơn, một trong những hoạ sĩ và điêu khắc gia lớn nhất của Việt Nam định cư tại Úc sau năm 1975. Anh vĩnh viễn ra đi ngày 4 tháng 11 năm 2002.

Năm ngoái, ngày mãn tang anh, không hiểu tại sao, tôi lại quên. Quên bẵng. Quên một cách lạ lùng: trước đó không lâu, Võ Quốc Linh từ Sydney xuống Melbourne chơi, trong một lần chuyện trò, có nhắc đến Lê Thành Nhơn. Tôi dẫn Linh và một số người bạn của anh từ Mỹ qua đến một quán ăn Ý trước đây Lê Thành Nhơn và tôi thường ngồi ăn tối với nhau; ở đó, chúng tôi lại nhắc đến Lê Thành Nhơn. Và tất cả đều ngậm ngùi. Vậy mà, chỉ một, hai tuần sau, ngày giỗ Lê Thành Nhơn trôi qua trong thầm lặng và hoàn toàn quên lãng. Tôi không nhớ. Bạn bè chung quanh tôi hình như cũng không có ai nhớ.

Nếu con người có linh hồn và linh hồn Lê Thành Nhơn còn lảng vảng đâu đó để có thể biết được sự quên lãng này của những người bạn thân nhất của anh, hẳn anh sẽ... buồn và thất vọng ghê lắm. Tôi có cảm tưởng không có ai sợ sự quên lãng cho bằng giới văn nghệ sĩ. Hy sinh cả đời cho nghệ thuật, hầu hết các văn nghệ sĩ, không ít thì nhiều, đều mơ ước tác phẩm của mình sẽ trường tồn với thời gian, qua đó, tên tuổi của mình cũng sẽ còn lại mãi. Những nghệ sĩ càng tự tin vào tài hoa của mình và càng phải chịu đựng nhiều thiệt thòi trong đời sống để theo đuổi nghệ thuật càng mơ ước điều đó. Nghe, dễ ngỡ như một sự hão huyền. Nhưng, nghĩ cho cùng, có ai sống mà không nghĩ đến một cái gì mai sau chứ? Tôi tin những người thực sự chỉ biết có hiện tại hiếm lắm. Càng lớn tuổi, nỗi ám ảnh về một sự sống khác sau cái chết càng nặng nề và càng day dứt. Không phải ngẫu nhiên mà các nhà thờ hay chùa chiền đều đầy những người... già cả. Và cũng không phải ngẫu nhiên mà không có văn nghệ sĩ nào không từng thắc thỏm lo lắng cho tác phẩm của mình.

Theo kinh nghiệm riêng của tôi, lo nhất không chừng là các nghệ sĩ tạo hình. Chắc không phải là vô cớ. Khái niệm "tác phẩm", trong từng loại hình nghệ thuật, có nội dung khác hẳn nhau. Trong thế giới văn chương, "tác phẩm" là một cái gì vô cùng trừu tượng. *Truyện Kiều* của Nguyễn Du, chẳng hạn. Từ trước đến nay, "tác phẩm" ấy xuất hiện dưới vô số những hình thức khác nhau, từ chữ Nôm đến chữ quốc ngữ và nhiều ngoại ngữ khác; chúng được in dưới nhiều phông chữ khác nhau, trên nhiều loại giấy, với những cách trình bày khác hẳn nhau. Vậy mà, bất kể sự đa dạng ấy, tất cả đều được xem là một "tác phẩm" duy nhất: *Truyện Kiều*. Ngày xưa, thời còn chép tay, người ta còn phân biệt bản gốc với bản sao chép; thời kỹ thuật in ấn còn thô sơ và giấy còn quá đắt, người ta còn phân biệt ấn bản đặc biệt và ấn bản thường; hiện nay, mọi ấn bản đều bình đẳng. Mỗi lần nhận được sách mới do nhà xuất bản gửi, tôi đều biết rõ một điều: tác phẩm ấy được in ra rất nhiều bản và những bản mà tôi - với tư cách là tác giả - có, cũng là những bản mà một số người đọc, đâu đó, cũng đang cầm trên tay. Không có gì khác nhau cả. Cũng loại giấy ấy. Cũng những chữ và những ý ấy. Tuyệt đối không có gì khác nhau. Thành ra, tác phẩm văn học vừa trừu tượng lại vừa cụ thể; vừa đa dạng lại vừa đơn nhất; vừa biến hoá lại vừa cố định.

Trong thế giới nghệ thuật tạo hình, đặc biệt giới hội hoạ và phần nào, điêu khắc, thì khác. Ở đó, mỗi tác phẩm, khi hoàn tất, chỉ có một hình thức tồn tại duy nhất, một bản gốc duy nhất. Tranh, chỉ có một bản gốc. Bản chụp hay bản in đều là những bản phụ, không thể thay thế được bản gốc. Phần lớn các tác phẩm điêu khắc cũng thế. Cũng chỉ có một bản gốc. Tôi thường chứng kiến cảnh một số bạn bè nghệ sĩ – trong đó có Lê Thành Nhơn - lúng túng một cách đầy nghịch lý trước tác phẩm của chính họ. Vẽ hay tạc xong, ai cũng nôn nao muốn bán. Không bán được, lòng cứ áy náy như là mình thất bại. Nhưng bán thì lại tiếc. Người ta có cảm tưởng như là đánh mất đứa con của mình. Khách hàng mua về sẽ để bức tranh hay bức tượng ấy ở đâu? Có trân trọng nó không? Ngoài họ, có ai khác đến ngắm nghía nó không? Tất cả những người thưởng ngoạn ấy nghĩ gì về tác phẩm của mình? Ờ, mà tác phẩm ấy có đẹp không nhỉ? Hoang mang, nhưng người nghệ sĩ sẽ không bao giờ dám chắc cả. Tác phẩm ấy chỉ còn lại trong họ như một hoài niệm. Họ không còn được nhìn thấy tác phẩm "gốc" để có thể đánh giá một cách chính xác tác phẩm ấy nữa.

Một số người hay nói đến nỗi cô đơn của người cầm bút: họ không bao giờ có khán giả. Người đọc bao giờ cũng đọc một mình và trong lặng thầm, ở ngoài tầm mắt của tác giả. Hiếm có nhà văn hay nhà thơ nào may mắn được tận mắt chứng kiến cảnh người đọc đang say sưa nghiền ngẫm tác phẩm mình, lòng bồi hồi theo từng ý tưởng, từng chi tiết hay từng nhịp văn trầm bổng của mình. Ngay cả khi đưa cho vợ con đọc; vợ con cũng chỉ thích chui vào phòng đọc một mình. Ở phương diện này, người hoạ sĩ hay điêu khắc gia có vẻ như may mắn hơn: trong ngày triển lãm, hắn có thể thấy được ánh mắt ngưỡng mộ của người xem; nghe được tiếng trầm trồ của người này hay của kẻ nọ. Thế nhưng, ở một phương diện khác, người hoạ sĩ hay điêu khắc gia lại "bất hạnh" hơn: khi cuộc triển lãm kết thúc, bức tranh hay bức tượng bị khách hàng mang đi, hẳn có cảm giác như đánh mất một cái gì. Cái hẳn còn lại trong tay chỉ là một bản chụp hay một bản sao vừa không có giá trị lại vừa không... thực. Những bức tranh không bán được, mang ngược về nhà, ít nhiều bị xem là... chưa thành công trọn vẹn.

Lúc Lê Thành Nhơn còn sống, mỗi lần tôi đến nhà anh, một trong những công việc chúng tôi thường làm nhất là ngắm tranh. Kể từ khi anh bị bệnh, không có tranh mới, chỉ ngắm đi ngắm lại tranh cũ. Không biết bao nhiêu lần. Tôi có cảm tưởng Lê Thành Nhơn cần có người cùng xem và cùng trầm trồ. Để biết chắc là những tác phẩm ấy đang hiện hữu. Ngay trong nhà mình.

Trong đám tang của anh, tôi đặt lên bụng anh cuốn sách tranh của anh trước khi nắp quan tài được đậy lại. Đó là cuốn sách tranh do tôi và Hoàng Ngọc-Tuấn cùng một số bạn bè của anh soạn vàin khi nghe tin anh mắc phải cơn bệnh ngặt nghèo.

Cuốn sách, sau đó, bị thiêu ra tro.

Cũng như anh, cùng lúc ấy, thành tro.

Tro thành bụi.

Bụi bay đi đâu?

2006

3. Uống rượu, nhớ bạn

Đọc bài "Về yêu xứ Quảng" của Trần Vũ trên Tiền Vệ năm ngoái,[1] tự nhiên tôi thấy thèm... rượu.

"Thành tích" uống rượu của tôi cũng đã được Trần Vũ nhắc đến trong một lần nói chuyện với Thuỵ Khuê về Mai Thảo trên đài RFI năm 2008:

Buổi tối đó, chúng tôi tiễn Nguyễn Hưng Quốc đi Úc, trong cái quán nhỏ gần bờ sông Seine. Mai Thảo ăn ít. Chúng tôi uống với ông. Bình thường anh Quốc không uống rượu. Nhà phê bình, giống hầu hết giới phê bình, muốn tỉnh táo, mà điều này sáng tác ghét thậm tệ. Tuy nhiên, tối đó, Nguyễn Hưng Quốc cố gắng theo chúng tôi. Anh không gìn giữ, không chiếu lệ, mà uống thật tình, vì anh cũng thương Mai Thảo. Nếu lý trí Nguyễn Hưng Quốc gần với Võ Phiến, tình cảm anh dành cho Mai Thảo. Uống chia tay, như một vĩnh quyết. Đến một lúc, anh ngã bật ra bàn và nôn thốc tháo, rồi bất tỉnh. Chúng tôi kêu hầu bàn thay khăn, kêu thêm rượu. Khuya lắm, đến khi quán đóng cửa, phải ra về, tôi khiêng vai Nguyễn Hưng Quốc, trong lúc Mai Thảo khiêng hai chân, chúng tôi khiêng dọc bờ sông phủ hơi ẩm của đêm hè. Chúng tôi khiêng trong im lặng. Không ai nói với ai lời nào. Cho đến khi ra xe, tôi muốn chở Mai Thảo về trước, nhưng ông lắc đầu: 'Đưa Quốc về nhà.' Gương mặt ông nhăn nhúm vì buồn.[2]

---

[1] http://tienve.org/home/activities/viewThaoLuan.do?action=viewArtwork&art workId=8932

[2] http://thuykhue.free.fr/stt/m/NC-TranVu-2008.html

Thú thực, tôi không rõ Trần Vũ có "hư cấu" gì thêm hay không. Tối đó, say quá, tôi chẳng nhớ gì cả. Tôi chỉ biết một điều: đó không phải là lần duy nhất tôi say đến ngất ngư. Ở Paris, tôi cũng từng say quắc cần câu một hai lần khác nữa. Nguyên nhân giống nhau: Bình thường tôi không uống rượu, nhưng một dịp nào đó, vì lý do nào đó, tôi uống nhiều hơn lượng rượu mà cơ thể mình cho phép. Hậu quả: Lần nào cũng lăn đùng ra nằm, xụi lơ.

Nghĩ lại, có một điều tôi vẫn không giải thích được, ít nhất với chính mình, hiện tượng này: Tôi chỉ không thích uống rượu khi sống ở Pháp. Rượu: Không thiếu. Rượu ngon: Cũng không thiếu. Vậy mà lại không muốn uống. Kỳ lạ: Cho đến nay, Pháp vẫn nổi tiếng là nơi sản xuất ra nhiều loại rượu ngon nhất thế giới. Và cũng là nơi dân chúng tiêu thụ lượng rượu nhiều nhất thế giới. Tôi biết. Biết vậy mà vẫn không uống.

Lúc ở Việt Nam thì tôi có uống. Không nhiều và không thường xuyên. Nhưng có. Thời ấy, toàn uống rượu đế. Ăn thịt cầy thì uống rượu nếp than.

Liên quan đến chuyện uống rượu ở Việt Nam, chuyện này khắc sâu trong ký ức tôi nhất: Một lần, đâu như cuối năm 1979, lúc mới tốt nghiệp và được giữ lại làm cán bộ giảng dạy ở trường Đại Học Sư Phạm, tôi dẫn đám sinh viên năm thứ tư đến Củ Chi để thực tập. Tối, đám sinh viên nam hay tụ tập uống rượu, dưới những ngọn đèn dầu leo lét. Món nhắm rất đơn giản: xí quách, tóp mỡ hoặc vài ba trái cóc. Nhưng rượu thì nhiều. Rượu đế ở Củ Chi rất nặng. Mà tửu lượng của tôi lại thấp. Uống chút đã thấy choáng váng mặt mày. Có điều ham vui nên không chịu rời bàn.

Một đêm, đang nhậu, tôi ra ngoài đi tiểu. Thời ấy, ở miền quê, làm gì có toilet. Muốn tiểu tiện, cứ ra ngoài vườn. Tôi thấy rõ ràng là, dưới ánh trăng vằng vặc, mình bước qua khỏi khung cửa, đi qua hiên, bước xuống bậc tam cấp, xuống sân, đi hết khoảng sân rộng, đến lùm cây rậm; và đứng dưới lùm cây, tôi kéo quần xuống. Đang tè, một tên sinh viên chạy ra, kề tai tôi, giọng hốt hoảng: "Thầy! Đi ra xa xa chút chứ sao lại đứng trước hiên nhà người ta đái vậy!" Vừa nói nó vừa đẩy tôi ra xa.

Sau lần đó, tôi tởn, bỏ rượu một thời gian.

Nhưng ở Việt Nam muốn bỏ rượu hẳn không phải là điều dễ. Nhất là sau này, khi tôi đi vượt biên, bị bắt, bị ở tù, và ra tù, bị mất chỗ dạy ở trường Đại Học Sư Phạm. Thì giờ rảnh nhiều, lại buồn, lâu lâu tôi lại tấp vào quán rượu.

Trong những người thỉnh thoảng tôi uống chung, có một người thầy cũ. Một lần hai thầy trò cùng ngà ngà, ông thầy tôi khuyên tôi: "Cậu nên tìm cách vượt biên đi. Với lý lịch của cậu bây giờ, không hy vọng gì tiến thân được ở Việt Nam đâu. Tài của cậu mà ở đây thì chỉ phí đi thôi." Tôi rất ngạc nhiên, đến bây giờ, thú thực, vẫn còn ngạc nhiên: Về phương diện chính trị và tư tưởng, thầy của tôi là một người nổi tiếng rất bảo thủ. Không phải bảo thủ mà là rất bảo thủ. Bảo thủ và giáo điều. Dù vậy, tôi vẫn tin lời nói ấy xuất phát từ tâm chứ không phải từ rượu.

Năm 1985, vượt biên, sang Pháp, không hiểu sao, tôi lại không còn thấy mặn mà với rượu nữa. Công việc đầu tiên tôi làm trong mấy tháng đầu tiên ở Nice là trong một tiệm ăn Việt Nam mà chủ nhân là người trong gia đình. Rượu muốn uống bao nhiêu cũng được. Thằng em vợ tôi, đầu bếp chính, cứ uống rượu tì tì từ sáng đến tối thay nước. Vậy mà tôi vẫn không uống. Tuyệt đối không uống.

Sau, ở Paris, hầu như weekend nào cũng gặp Trần Vũ, trong khi Vũ uống rượu, hầu như lúc nào cũng uống rượu, tôi chỉ uống cà phê và nước lạnh.

Sang Úc, hai người bạn thân nhất của tôi ở Melbourne là Lê Thành Nhơn và Lê Văn Tài. Cả hai đều là hoạ sĩ và cả hai đều thích uống rượu. Trong khi họ uống rượu hoặc uống bia, tôi uống nước và hút thuốc lá. Nhiều lần Lê Thành Nhơn xin hút ké. Sau, anh không xin nữa: Anh tự đi mua, lúc nào cũng kè kè một gói 555 trong túi. Nhưng lúc ấy, tôi lại bỏ thuốc. Nhiều lúc, hút một mình, buồn, anh than thở: "Ông lừa tôi. Ông làm cho tôi ghiền thuốc lá rồi ông lại bỏ, để tôi phải hút một mình!"

Tôi áy náy. Nhưng vẫn không hút thuốc. Và không uống rượu.

Sau đó, Lê Văn Tài bỏ Melbourne đến Perth, rồi về Sydney sống. Cuối năm 2002, Lê Thành Nhơn qua đời. Ở Melbourne, trong giới văn nghệ, hầu như tôi không còn ai là bạn nữa. Tối, ngồi đọc sách hay viết lách lăng nhăng, tôi lại lấy chai rượu đỏ ra uống. Tối nào cũng thế. Nhiều lần, nói chuyện qua điện thoại, nghe tiếng tôi khui rượu lục cục, Hoàng Ngọc-Tuấn hỏi: "Uống rượu hả?" Tôi ừ. Tuấn nói: "Ông chờ tôi một lát để tôi đi tìm chai rượu!"

Thế là, cách nhau gần một ngàn cây số, hai đứa vừa nói chuyện vừa uống rượu.

Những lúc ấy, không lần nào tôi không nhớ đến Lê Thành Nhơn.

2010

4. Nhớ Lê Thành Nhơn, nghĩ về sự sống của người nghệ sĩ

Giống như mọi người, người nghệ sĩ, dù tài hoa đến mấy, một lúc nào đó cũng sẽ chết. Có khi hắn còn chết sớm hơn vô số người bình thường khác. Tuy nhiên, với những nghệ sĩ có tài năng lớn, chúng ta hay dùng chữ "bất tử". Là sống mãi. Vậy, sự sống của hắn nằm ở đâu? Câu trả lời đơn giản: ở tác phẩm. Chỉ ở tác phẩm.

Tác phẩm chứ không phải là tiếng tăm. Ở không hiếm người, tiếng tăm lớn hơn tài năng thực sự của họ. Nhưng tiếng tăm, không gắn liền với độ bền vững của tác phẩm, chỉ là những giai thoại phù du. Một lúc nào đó, chúng sẽ biến mất. Như bọt. Tiếng tăm không cứu được tác giả; và tác giả không cứu được tác phẩm. Ngược lại: chỉ có tác phẩm mới cứu được tác giả và tác giả mới cứu được tiếng tăm. Đó là một con đường ngược chiều với những cách hiểu thường tình.

Nghệ sĩ có thể biết mình nổi tiếng hay không và nếu nổi tiếng, nổi tiếng đến độ nào. Nhưng không ai dám chắc về độ lớn của tác phẩm của mình. Một số người có thể tự tin và tự hào. Nhưng chỉ cần tỉnh trí một chút, mọi niềm tự tin và tự hào ấy đều gắn liền với nỗi bất an.

Ví dụ cho những nỗi bất an ấy nhiều vô cùng. Ở Việt Nam cũng như trên thế giới. Nhưng ở thời điểm này, tôi đang nhớ đến bạn tôi, tôi xin lấy bạn tôi làm ví dụ: Lê Thành Nhơn (1940-2002).

Lúc còn trẻ và khỏe, nhất là những lúc uống rượu ngà ngà, Lê

Thành Nhơn thường say sưa nói về tác phẩm của mình; một số tác phẩm mà anh tin là sẽ còn lại mãi. Như bức tượng Phật được lưu giữ trong Viện bảo tàng Quốc gia Úc ở thủ đô Canberra. Hay bức tượng Phan Bội Châu ở Huế. Nhìn về tương lai, Lê Thành Nhơn cũng ăm ắp những ước mơ như thế: anh mơ trang trí một ngôi chùa nào đó với phù điêu và những cái trụ thật cao và thật lớn, đầy những hình ảnh đẹp để có thể cạnh tranh với thế giới. Anh mơ dựng một bức tượng Phật uy nghi cao cả hàng chục thước trên những đỉnh núi sừng sững để, đứng cách mấy cây số, người ta cũng có thể nhìn thấy và ngưỡng mộ. Anh mơ vẽ những bức tranh sơn dầu dài cả chục thước để có thể phủ kín nguyên một bức tường trong viện bảo tàng...

Sau, lớn tuổi, nhất là lúc bị bệnh hiểm nghèo, giọng nói của anh về tác phẩm của chính mình cũng như về những mơ ước của mình bớt sôi nổi dần. Lúc anh phát hiện mình bị ung thư cũng là lúc anh phải dời nhà. Các con của anh muốn đập căn nhà cũ để dựng lên một ngôi nhà mới hai tầng. Công việc xây cất kéo dài gần cả năm. Trong thời gian ấy, gia đình anh phải thuê một chỗ ở khác. Dời chuyển đồ đạc từ nhà cũ đến chỗ ở mới là một gánh nặng. Nhưng khó xử nhất là, trong vườn cũng như trong nhà chứa xe của anh lại đầy những tác phẩm dở dang, bao gồm nhiều bức tượng, phù điêu và trụ cột bằng thạch cao. Trước, anh cứ để ngổn ngang, với hy vọng một lúc nào đó sẽ có cơ hội đúc đồng và xây xi măng để bày hoặc dựng đâu đó. Những tác phẩm ấy quá lớn và quá nặng để có thể chuyển đến căn nhà mới thuê. Anh bảo tôi muốn lấy gì thì lấy. Tôi không nhận. Chỉ để nghị anh tặng bức tượng Phật cao gần hai thước trong nhà chứa xe cho một người bạn chung của chúng tôi: Võ Quốc Linh.

Linh là một Phật tử thuần thành, rất thương Lê Thành Nhơn, lại có một ngôi nhà rộng, trên ngọn đồi cao nhìn xuống một dòng sông ở Sydney. Tôi nghĩ đó là nơi thích hợp nhất để bày bức tượng Phật ấy. Nghe tôi nói, Nhơn đồng ý ngay. Tôi liên lạc với Võ Quốc Linh để chuyển bức tượng ấy từ Melbourne đến Sydney. Mấy ngày sau, khi đến thăm anh lại, tôi thấy khu vườn của anh đã quang đãng hẳn. Tôi hỏi Nhơn về các tác phẩm còn lại. Anh cho biết công ty xây cất đã dọn dẹp xong hết. Rồi tiếp: "Tro bụi lại về tro bụi!"

Dạo ấy, cứ vài ba ngày tôi lại đến chở Lê Thành Nhơn ra ngoài ăn uống cho đỡ buồn. Nhiều lần chạy ngang qua căn nhà cũ đã bị san bằng của anh, cả anh lẫn tôi đều thấy chạnh lòng. Một lần, Lê Thành Nhơn nói: "Tôi ở đó bao nhiêu năm, chưa bao giờ thấy khu vườn nhà mình rộng đến vậy." Rồi gật gù, nói tiếp, giọng như đang triết lý: "Rộng nhờ không còn gì cả."

Những tháng cuối đời của Lê Thành Nhơn, không phải anh, mà chính tôi, mới là người hay nói về sự trường tồn của các tác phẩm của anh. Tôi nói vì muốn an ủi bạn. Tôi biết là Lê Thành Nhơn biết rõ anh đang đối diện với cái chết. Tôi không muốn anh nghĩ chết là mất tất cả. Nhưng Lê Thành Nhơn không mặn mà với những viễn tượng đẹp đẽ ấy. Ngay cả những lúc không mệt mỏi lắm, anh cũng khá hờ hững. Dường như anh thấy những chuyện ấy đều vô nghĩa. Hoặc anh đã mất một phần niềm tự tin về tác phẩm của chính mình.

Rồi Lê Thành Nhơn qua đời.

Sự ra đi của người nghệ sĩ nào cũng buồn. Sự ra đi của một nghệ sĩ lưu vong lại càng buồn. Có cái gì thật dửng dưng và cũng thật hiu hắt. Nước mắt và nỗi xúc động chỉ chảy ra từ một số, thật ít ỏi, những người trong gia đình và bạn bè thân thiết. Xã hội chung quanh, vốn xa lạ, vẫn tiếp tục xa lạ. Mấy năm sau, khi tôi và một số bạn bè liên lạc đây đó để tổ chức một cuộc triển lãm nhằm trưng bày các tác phẩm còn lại của Lê Thành Nhơn, chúng tôi đều gặp phải một sự lạnh lùng đến kinh người. Nỗ lực ấy, cuối cùng, thất bại. Không đến đâu cả.

May, tác phẩm của Lê Thành Nhơn vẫn còn. Mỗi lần có dịp đến trường Đại học Monash ở Melbourne, tôi cũng đều thấy bức tượng "Joy" của anh trước sân trường. Bức tượng Phật cao gần hai thước tặng cho Võ Quốc Linh được Linh đặt một cách trang trọng giữa nhà. Để có một vị trí như vậy, Linh phải sửa nhà, yêu cầu kiến trúc sư và kỹ sư thiết kế một căn phòng riêng, trên lầu, để đặt bức tượng nặng gần cả tấn ấy. Bức tượng uy nghiêm nhìn xuống dòng sông, nơi Lê Thành Nhơn, lúc còn sống, khi ghé thăm, thường ngắm với sự thích thú đặc biệt của một người nghệ sĩ say mê thiên nhiên và cảnh đẹp.

Các tác phẩm khác của Lê Thành Nhơn ở Việt Nam trước 1975, trừ những gì đã bị phá hủy, đang dần dần được sưu tập lại. Bức tượng Phan Bội Châu cao 4,5 thước và nặng cả 7 tấn, suốt cả mấy chục năm, gần như bị quên lãng trong một góc vườn ở Huế, bây giờ đã được dựng trên bờ sông Hương cho mọi người chiêm ngưỡng. Bức tượng Thiếu nữ Việt Nam bằng xi măng trắng, suốt cả mấy chục năm trời, nằm quạnh quẽ trong vườn nhà một người thân ở Sài Gòn, cuối cùng, cũng được chở ra dựng ven sông Hương. Bây giờ, thăm Huế, đi dọc theo sông Hương, mọi người đều có thể nhìn thấy hai tác phẩm ấy của Nhơn. Và thêm một tác phẩm thứ ba nữa:

tượng Phật Quan Thế Âm ở Trung tâm Liễu Quán, gần đường Lê Lợi. Và cũng gần cả bờ sông.

Cái dòng sông ấy, thời trẻ, trong vài năm ngắn ngủi sống và làm việc ở Huế, Nhơn yêu vô cùng. Bây giờ, nó trở thành một trong những không gian anh sống.

Vĩnh viễn.

2012

Về Phạm Công Thiện

1.

Phạm Công Thiện ao ước trở thành một nghệ sĩ lớn, như Rimbaud, trong khi nhiều người cầm bút khác lại ca tụng Phạm Công Thiện như là một triết gia. Tôi thì tôi coi Phạm Công Thiện chủ yếu là một nhà thơ và một nhà tuỳ bút. Nói cách khác, theo tôi, Phạm Công Thiện là một nhà thơ trước khi là một nhà tuỳ bút; là một nhà tuỳ bút trước khi là một nhà văn; là một nhà văn trước khi là một nhà tư tưởng; là một nhà tư tưởng trước khi là một người phá phách và là một người phá phách trước khi là một kẻ lập dị. Suốt mấy chục năm nay, Phạm Công Thiện luôn luôn chịu đựng một sự đánh giá bất công cũng như những sự khen ngợi oan ức khi người ta nhìn ông theo một chiều hướng khác, ngược lại.

Phạm Công Thiện có một cái tài đặc biệt rất hiếm người có là ông có thể làm cho độc giả đọc ông một cách thích thú, say mê và thán phục mặc dù, khi gấp sách lại, người ta hoàn toàn không hiểu là ông nói cái gì cả. Bởi vậy, mặc dù tác phẩm của ông nổi tiếng là khó hiểu, ông vẫn có một lượng độc giả khá lớn, khá trung thành, và đôi khi khá bình dân. Nói như thế cũng có nghĩa là nói thế mạnh đầu tiên và nổi bật nhất của Phạm Công Thiện chính là ở khả năng diễn đạt, hay nói cách khác, ở giọng văn của ông. Đó là một giọng văn có sức hấp dẫn lạ lùng, một giọng văn vừa uyên bác vừa sôi nổi, vừa rất trí tuệ và lại rất giàu chất thơ.

Đã đành trong giọng văn của hầu hết các nhà văn của Việt Nam đều ít nhiều có chất thơ, tuy nhiên, có lẽ, ít ở đâu mà chất thơ lại đậm đặc như là trong văn xuôi của Phạm Công Thiện. Có điều, Phạm Công Thiện làm thơ không nhiều. Đến nay, ông chỉ có một tập thơ duy nhất được xuất bản: *Ngày sinh của rắn*, trước, do Hoa Nắng in tại Paris, sau, An Tiêm in lại tại Sài Gòn năm 1966 và, Trần Thi in lại tại California năm 1988. Ở lần in nào, tập thơ ấy cũng đều mỏng manh, chỉ có 12 bài, phần nhiều là ngắn và tự do. Nói chung, bài nào cũng có nét riêng, có thể nói là khá hay, đặc biệt là một bài thơ hai câu có sức ngân rất sâu:

Mưa chiều thứ bảy tôi về muộn
Cây khế đồi cao trổ hết bông[1]

Tuy nhiên, đó không phải là những cái hay lớn đủ để biến Phạm Công Thiện thành một nhà thơ có tầm vóc nổi bật so với những nhà thơ cùng thời. Tôi thích hơn, ở Phạm Công Thiện, là những

---

[1] Sau khi viết bài này, đọc một bài viết của Đặng Tiến về Phạm Công Thiện, tôi mới được biết ở bài này, Phạm Công Thiện chịu ảnh hưởng của Hoàng Trúc Ly:http://www.art2all.net/tho/dangtien/dt_nhothuongphamcongthien.html

Mưa chiều thứ bảy tôi về muộn,
Em ngủ một mình đêm gió mưa.

bài thơ ông hoàn thành sau này, chủ yếu là sau năm 1975. Chúng không nhiều, về số lượng, và cũng không đều, về chất lượng, nhưng trong đó, có hai bài rất hay, theo tôi, xứng đáng được xếp ngang hàng với những bài thơ hay nhất trong nền thơ Việt Nam hiện đại: "Trường giang Mỹ tho" và "Thơ cho khoảng trống". Cả hai bài đều đẹp, trong ngôn ngữ và mới mẻ, trong kỹ thuật.

Làm thơ ít, hồn thơ của Phạm Công Thiện tràn vào cõi văn xuôi của ông. Biện pháp tu từ được ông sử dụng nhiều nhất trong văn xuôi là ẩn dụ. *Mặt trời không bao giờ có thực* là một ẩn dụ. *Bay đi những cơn mưa phùn* là một ẩn dụ. Trùng trùng ẩn dụ trong từng trang viết của Phạm Công Thiện. Điều đó làm cho hầu hết các bài viết văn xuôi của Phạm Công Thiện đều trở thành những bài tuỳ bút. Tôi nghĩ, rất nhiều tác phẩm triết lý của Phạm Công Thiện sẽ trở thành dễ hiểu và tuyệt vời vô cùng nếu chúng được đọc như những bài tuỳ bút. Ví dụ tập *Bay đi những cơn mưa phùn* trong đó có bài "Thấp thoáng bóng huỳnh trên con sông tàn bạo" cứ làm cho tôi, khi đọc lại - gần đây- thấy ngẩn ngơ thật lâu. Giọng văn của ông thật phóng khoáng, thật độc đáo và thật đẹp. Từ bài văn ấy, đọc lại các tác phẩm khác của Phạm Công Thiện, tôi phát hiện ra một điều khá bất ngờ, hình như chưa ai nói đến: không chừng Phạm Công Thiện là một trong những nhà tuỳ bút xuất sắc của Việt Nam.

"- Thiền học và Thiền tông là gì?

Câu hỏi không được trả lời. Tất cả còn lại chỉ là những câu thần chú chữ Phạn và một con bướm màu trắng băng qua đại dương."

Đoạn văn trên, tôi tình cờ nhặt được ở trang cuối cùng của quyển

Bay đi những cơn mưa phùn. Câu thần chú chữ Phạn. Cánh bướm trắng bay qua đại dương. Rồi đây, có lẽ sẽ có người có thẩm quyền hơn tôi tìm hiểu và đánh giá câu thần chú chữ Phạn ấy. Hôm nay, tôi chỉ muốn dừng lại và giới thiệu Phạm Công Thiện như một cánh bướm bay qua cái cõi đại dương thơ bao la của Việt Nam.

1998

2.

Phạm Công Thiện là một trong vài tác giả cũ trước 1975 thỉnh thoảng tôi vẫn đọc lại. Và vẫn thấy thích. Có điều hiếm khi nào tôi đọc lại trọn vẹn một tác phẩm nào đó từ đầu đến cuối. Thường, tôi chỉ đọc lóc cóc từng đoạn. Như đọc thơ. Mỗi lần cầm sách ông lên, cứ mở đại một trang nào đó, đọc; xong, gấp sách lại mà không cần làm dấu. Lần sau, lại mở sách một cách hoàn toàn ngẫu nhiên, không chọn lọc. Tôi để ý: hình như, trong văn xuôi, ngoài Võ Phiến, chỉ với Phạm Công Thiện, tôi mới đọc như thế. Điều đó chứng tỏ cách đọc ấy không đến từ thói quen đọc sách của tôi mà chủ yếu đến từ phong cách viết văn của ông. Nói cách khác, theo tôi, cách viết của Phạm Công Thiện không đòi hỏi, thậm chí, không khuyến khích người ta đọc trọn. Có cảm tưởng ông không quan tâm nhiều đến tính hệ thống và cấu trúc chung của cuốn sách. Rất hiếm, nếu không muốn nói là không có, cuốn nào của ông có một bố cục thật chặt chẽ. Phần lớn, nếu có, chỉ chặt chẽ được phần đầu. Sau đó, là những ý rời, những đoạn rời. Là phóng bút. Là viết theo sự đưa đẩy của cảm hứng.

Mà cảm hứng của Phạm Công Thiện thì hình như bao giờ cũng dào dạt. Nó cuồn cuộn. Nó tràn bờ; nó vượt ra ngoài mọi khuôn khổ quen thuộc. Nó tạo nên đặc điểm đầu tiên và rất dễ nhận thấy trong văn phong Phạm Công Thiện: nồng nhiệt. Trong văn như có lửa. Lúc nào ông cũng ném hết tâm hồn và nhiệt huyết vào câu chữ. Không cần dè dặt. Đã tin, tin hết lòng. Đã thích, thích hết mực. Khen ai, ông khen không tiếc lời. Những từ ngữ như "đại thi hào", "đại văn hào" "hay nhất", "lớn nhất"... được dùng một cách thật hào sảng. Năm 1967, trong cuốn *Im lặng hố thẳm*,[2] ông xem Nguyễn Du là một trong năm nhà thơ vĩ đại nhất của phương Đông; năm 1996, trong cuốn *Nguyễn Du, đại thi hào dân tộc*,[3] ông đi xa hơn một chút nữa, cho Nguyễn Du là một trong ba nhà thơ vĩ đại nhất của nhân loại, bên cạnh Hoelderlin và Walt Whitman. Ngoài ba nhà thơ ấy, có còn ai đáng kể nữa không? Hình như là không. Đó là "ba thiên tài lớn nhất của nền thi ca nhân loại trong hai ngàn năm hoang vu trên mặt đất." Với Nguyễn Du, viết thế, dù sao, cũng được: Ở Việt Nam, Nguyễn Du là một biểu tượng; mà đối với một biểu tượng, người ta không cần đặt ra những giới hạn. Nhưng với nhiều nhà thơ khác, Phạm Công Thiện cũng hào sảng như thế. Trong cuốn *Hố thẳm của tư tưởng*,[4] xuất bản năm 1967, Phạm Công Thiện viết về Quách Tấn:

Quách Tấn là thi sĩ vĩ đại nhất của Việt Nam hiện giờ; Quách

---

[2]Phạm Công Thiện (1967), *Im lặng hố thẳm*, Sài Gòn: An Tiêm; tái bản lần thứ hai (1969). [Xem **bản điện tử** do talawas thực hiện]

[3]Phạm Công Thiện (1996), *Nguyễn Du, đại thi hào dân tộc*, California, USA: Viện Triết Lý Việt Nam và Triết Học Thế Giới.

[4]Phạm Công Thiện (1967), *Hố thẳm của tư tưởng*, Sài Gòn: Phạm Hoàng xuất bản. [Xem **bản điện tử** do talawas thực hiện].

Tấn là người đã đánh dấu thi ca tiền chiến và thành tựu thi ca hậu chiến qua hai tập thơ *Đọng bóng chiều* và *Mộng ngân sơn*.

Hơn nữa,

Quách Tấn là một thi sĩ duy nhất của Việt Nam, đã thành tựu tất cả những gì mà Nguyễn Du còn để dở dang; còn tất cả những thi sĩ khác, kể cả Hàn Mặc Tử, kể cả Xuân Diệu, Huy Cận, v.v... đều là những thi sĩ thiên tài, nhưng không có đủ tất cả tính kiện hay kiện *tính* trong thơ họ để *tính* dưỡng và thành tựu thi cuộc mà Nguyễn Du đã mở đầu cho thi ca Việt Nam.

Cũng trong cuốn ấy, Phạm Công Thiện viết về Hàn Mặc Tử:

Hàn Mặc Tử vỗ cánh phượng hoàng và bay xuống đậu giữa Thiên Thanh, Rimbaud và Hoelderlin đứng dậy chắp tay, đứng về phía trái; Keats và Leopardi đứng dậy chắp tay, đứng về phía mặt; Hàn Mặc Tử bay sà xuống đậu ngay chính giữa; ngay lúc ấy, lập tức hai Thi Sĩ bên trái và hai Thi Sĩ bên mặt quì xuống lạy ba triệu lạy; khi bốn Thi Sĩ lạy xong và ngước mặt lên thì Hàn Mặc Tử đã vụt biến mất và hoả diệm sơn biến thành một quả trứng phượng hoàng khổng lồ: quả trứng phượng hoàng cô liêu xoay tròn năm vòng và thu hình nhỏ lại thành trái đất; từ ấy, trái đất liên tục xoay tròn giữa vũ trụ vô biên và con người không còn làm thơ nữa.

Những kiểu phát ngôn như thế này rất phổ biến trong văn chương Phạm Công Thiện:

Chỉ một câu thơ của Nguyễn Du cũng đủ phá huỷ trọn tư tưởng *Nam hoa kinh* của Trang Tử. Một bài thơ của Trần Cao Vân (bài *Vịnh tam tài*) đủ thu gọn tất cả Tống Nho. Một vài câu thơ Hàn Mặc Tử đủ nói hết trọn sự nghiệp tư tưởng thánh Thomas d'Aquin và thánh Augustin. Một câu thơ của Rimbaud hay một dòng văn của Henry Miller đủ nói hết Kierkegaard, Paul Tillich hay Heidegger.

Với những tên tuổi lớn, Phạm Công Thiện vung bút như thế, kể cũng dễ hiểu. Với một số nhà thơ có tầm vóc nhỏ hơn, chỉ hơn mức trung bình một tí, Phạm Công Thiện cũng rất hào phóng lời khen ngợi. Trong cuốn *Khơi mạch nguồn thơ thi sĩ Seamus Heaney, giải Nobel văn chương 1995*, nhắc đến hai câu thơ của Hoài Khanh "Con sông nào đã xa nguồn/Thì con sông ấy sẽ buồn với tôi", ông hạ bút: "Câu thơ bất hủ"; nhắc đến bốn câu "Tôi đứng bên này bờ dĩ vãng/Thương về con nước ngại ngùng xuôi/Những người con gái bên kia ấy/Ai biết chiều nay có nhớ tôi" của Hoàng Trúc Ly, ông bình: "bốn câu thơ bát ngát như đất trời quê hương" (tr. 29).

Phạm Công Thiện là như thế. Lúc nào cũng nồng nhiệt. Lúc nào cũng rộng rãi. Lúc nào cũng cực đoan.

Có người cực đoan vì đần. Phạm Công Thiện cực đoan nhưng vẫn toát lên vẻ thông minh và rất thông thái. Sự cực đoan ở nhiều người khác gợi lên ấn tượng hẹp hòi và hung bạo. Phạm Công Thiện cực đoan một cách hồn nhiên và vô hại. Bao trùm lên tất cả, ông cực đoan một cách chân thành và duyên dáng. Đọc, thấy ngay ông cực đoan, nhưng không ai nỡ bắt bẻ. Bắt bẻ, tự nhiên có cảm giác là mình tỉnh táo một cách nhỏ nhen.

Một trong những đặc điểm nổi bật khác của Phạm Công Thiện là ám ảnh về hình ảnh và ám ảnh về chữ. Văn Phạm Công Thiện có nhiều hình ảnh và ẩn dụ. Đoạn văn viết về Hàn Mặc Tử ở trên là một ví dụ. Phượng hoàng và hoả diệm sơn. Ở những nơi khác, hết núi lửa thì đến hố thẳm, hết ngày sinh của rắn thì đến những con chim biết nói tiếng Phạn, hết đòi giết các con kiến trong ý thức thì đến giao cấu mặt trời sinh ra mặt trăng, v.v... Đâu đó, Phạm Công Thiện tự nhận "ngôn ngữ của tôi là ngôn ngữ của thi sĩ. Ai muốn hiểu sao thì hiểu." Là ngôn ngữ của thi sĩ, giọng văn của Phạm Công Thiện lúc nào cũng thơ mộng. Thơ mộng ngay cả khi ông bàn chuyện triết lý hay Phật pháp. Thơ mộng ngay cả khi ông hục hặc gây hấn phản kháng, thậm chí, chửi bới ầm ĩ. Sự thơ mộng ấy đến, một phần, từ hình ảnh, nhưng phần khác, quan trọng hơn, theo tôi, từ nhạc điệu. Văn của Phạm Công Thiện rất giàu nhạc tính. Câu văn của ông biến hoá đa dạng, thường thì dài hơn mức cần thiết. Để cho chữ có âm vang. Ông không ngại lặp lại, dưới hình thức này hay hình thức khác, dường như để những âm vang ấy không bị tắt quá sớm. Thấy rõ nhất là qua các câu văn dịch của Phạm Công Thiện. Trong cuốn *Khơi mạch nguồn thơ thi sĩ Seamus Heaney*,[5] ông dịch chữ "recollections" của Yeats thành "hồi tưởng, truy tưởng, hoài tưởng, mặc tưởng, nhớ tưởng"; (tr. 14); câu "The end of art is peace" thành "Cứu cánh của nghệ thuật là sự hoà bình, sự an bình, thanh bình" (tr. 46). Dịch, như thế. Ông viết cũng thế. Thiếu một chút cô đúc. Bù lại, câu văn trở thành nhẹ nhàng và vang hưởng.

Tôi có cảm tưởng một trong những ám ảnh lớn nhất của Phạm

---

[5]Phạm Công Thiện (1996), *Khơi mạch nguồn thơ thi sĩ Seamus Heaney, Giải Nobel Văn Chương 1995*, California, USA: Viện Triết Lý Việt Nam và Triết Học Thế Giới.

Công Thiện là chữ. Rải rác trong nhiều bài viết khác nhau, chẳng hạn, trong cuốn *Đi cho hết một đêm hoang vu trên mặt đất* (1988),[6] ông nói về sự say mê học tiếng và học chữ của ông. Quả thật, khả năng học tiếng và học chữ của Phạm Công Thiện là một kỳ tích ở Việt Nam. Cho đến nay có lẽ cũng chưa có ai vượt qua ông được. Tuy nhiên, ở đây, tôi chỉ xin giới hạn trong phạm vi văn chương: ở Phạm Công Thiện, ám ảnh về chữ có thể thấy rõ trong cách viết văn. Có thể nói văn Phạm Công Thiện có khi chỉ là một dòng liên tưởng bất tận gợi lên từ những con chữ. Chữ này gọi chữ nọ. Ngỡ như chữ chứ không phải là ý đóng vai trò quan trọng trong việc định hình cấu trúc của đoạn văn. Nhưng chữ, dưới ngòi bút của Phạm Công Thiện, thật ra, cũng tức là ý. Chữ đẩy đưa, luyến láy nhưng không thừa thãi. Cũng trong cuốn *Khơi mạch...* ông viết:

> Thơ là linh hồn của tất cả âm nhạc; hình ảnh của Thơ là vô hình đột chuyển thành ra *hiện* hình và *hiện* ảnh: *hiện* hình và *hiện* ảnh của Thơ chính là *hiện* cảnh linh động và *hiện* thực hơn tất cả cảnh sắc và phong cảnh *hiện* tiền. (tr. 7)

Xin lưu ý: những chữ "hiện" trong đoạn này cũng như các đoạn sau là do tôi in nghiêng. Để độc giả dễ thấy. Ám ảnh về từ tố "hiện" ấy kéo dài sang mấy trang sau:

> Một bài thơ hốt nhiên xuất *hiện*, đột *hiện*; một tia chớp ngang trời, một sự xuất *hiện* thình lình như tiếng sét bất ngờ. Thơ là xuất nhập, tất cả rạng ngời của một sự Xuất *Hiện*, tất cả oai lực

---

[6]Phạm Công Thiện (1988), *Đi cho hết một đêm hoang vu trên mặt đất*, California, USA: Trần Thi.

lặng lẽ của sự Linh *Hiện*. Sự Xuất *Hiện*, Linh *Hiện* là suối nguồn của tất cả mọi ý nghĩa, ban bố ý nghĩa và khai mở vạch đứt giữa mọi ý nghĩa và mọi vô nghĩa. Từ đó có vô hạn nghĩa. (tr. 9)

Chưa hết, sau đó, nhắc đến mấy câu thơ của Archibald MacLeish: "... wordless/as the flight of birds.../A poem should not mean/but be." Ông viết:

Cái chữ 'be' đơn sơ ở trên xuất đầu lộ diện như một tiếng sét, cái 'là' *hiện* hữu, nói lên sự xuất *hiện* của Tính thể và Thể tính: sự *hiện* thể, *hiện* tính, *hiện* tính thể của chính tính thể, sự *hiện* thân nguyên vẹn, sự *hiện* diện sung mãn của cái 'là', cái 'có'; sự *hiện* diện ở đây chính là sự thị *hiện* bất ngờ từ cái không đến cái có, từ cái không là đến cái là, thoáng *hiện*, thoáng mất như tia chớp. [...] Bài thơ là sự *hiện* diện, *hiện* tính, thị *hiện*; sự *hiện* diện chẳng những là *hiện* diện của chính sự *hiện* diện mà lại còn *hiện* diện ngay cả sự khiếm diện, ngay cả sự mất tích và xa vắng. (tr. 10-11)

Cách viết như thế đã xuất hiện ngay từ *Ý thức mới trong văn nghệ và triết học* (1965),[7] một trong những tác phẩm đầu tay của ông. Sau khi nêu lên năm chữ: *chay, cháy, chày, chảy* và *chạy* trong tiếng Việt, Phạm Công Thiện viết:

Tất cả tư tưởng triết lý đạo lý của Việt Nam đã nằm trong năm chữ trên. Con đường của tinh thần Việt Nam phải đi trên năm

---

[7]Phạm Công Thiện (1965), *Ý thức mới trong văn nghệ và triết học*, Sài Gòn: An Tiêm; tái bản lần thứ ba (1966). [Xem **bản điện tử** do talawas thực hiện].

bước tuần tự: trước nhất phải trong sạch thuần khiết, phải giữ nguyên tính thuần tuý, sạch sẽ, không pha trộn với ngoại chất (CHAY), nhờ thế thì sức mạnh tâm linh mới bừng cháy dậy như cơn hoả hoạn thiêng liêng thiêu đốt cho tan hết mọi nhỏ nhoi tầm thường rác rưởi (CHÁY) và nhờ ngọn lửa thiêng liêng bùng cháy trong tim cho nên sống hồn nhiên liều lĩnh, không cần tranh đua lý sự gì nữa cả, vượt lên trên mọi dự trù tính toán và lồng lộng phăng phăng, ngang dọc, đầu đội trời chân đạp đất, liều lĩnh, không sợ hãi (CHÀY), vì sống như thế, nên sức sống ào ạt phăng mạnh như nước lũ (CHẢY) cho nên không vướng mắc gì nữa, không vấp, không kẹt vào trong bất cứ cái gì trên đời này (CHẠY).

Không cần phải đọc Platon, Aristote, Kant, Hegel hay Karl Marx, không cần phải đọc Khổng Tử và Lão Tử, không cần phải đọc *Upanishads* và *Bhagavad Gita*, chúng ta chỉ cần đọc lại ngôn ngữ Việt Nam và nói lại tiếng Việt Nam và *bỗng nhiên nhìn thấy rằng* tất cả đạo lý triết lý cao siêu nhất của nhân loại đã nằm sẵn trong vài ba tiếng Việt đơn sơ như CON và CÁI, như CHAY, CHÁY, CHÀY, CHẢY, CHẠY và còn biết bao nhiêu điều đáng suy nghĩ khác mà chúng ta đã bỏ quên một cách ngu xuẩn. (tr. xi-xii)

Thì cũng yêu chữ, nhưng ở nhiều cây bút khác, chúng ta chỉ được dẫn đến những điệu ầu ơ cũ rích. Ở Phạm Công Thiện, chúng ta bắt gặp những ý tưởng thật thâm trầm và thú vị. Rõ ràng bên cạnh tình yêu đối với chữ, ông còn có một tình yêu gì khác nữa. Đó là tình yêu gì? Giới hạn trong phạm vi văn học, không chừng đó là tình yêu đối với cái khó, cái phức tạp và cái trừu tượng. Trong tập

Mặt trời không bao giờ có thực (1967)[8] của ông, tôi thích hai đoạn này:

Cái gì làm tôi không hiểu nổi, cái ấy làm tôi say sưa yêu dấu. (Số XXXVI)

và:

Tôi yêu những gì khó khăn, những gì khô khan, những gì rắc rối. Tôi yêu đọc những quyển sách khó hiểu và nặng nề. Tôi thích đọc những quyển tiểu thuyết khô khan lượm thượm dài dòng, tôi ưa những cánh cửa đóng kín, những hàng rào cao. (Số XXXVIII).

Nói đến chuyện khó hiểu, không thể không nghĩ ngay đến chính các cuốn sách của Phạm Công Thiện. Không ít người vẫn cho văn của Phạm Công Thiện là tối tăm. Tôi nghĩ ngược lại. Vấn đề không chừng là ở cách đọc. Có thể vận dụng kinh nghiệm đọc Kafka của Phạm Công Thiện vào việc đọc chính Phạm Công Thiện: "Một thi sĩ đọc tác phẩm của Kafka sẽ hiểu gấp ngàn lần hơn một triết gia, học giả hay nhà phê bình." Lâu nay, tôi vẫn đọc Kafka từ góc độ của một nhà nghiên cứu và nhà phê bình. Và tôi không chắc các nhà thơ trung bình có thể biết và hiểu Kafka nhiều hơn tôi. Nhưng riêng với Phạm Công Thiện thì tôi tin cách đọc từ góc độ một nhà thơ sẽ có hiệu quả lớn.

Tôi đã đọc (lại) các tác phẩm của Phạm Công Thiện như đọc

---

[8] Phạm Công Thiện (1967), *Mặt trời không bao giờ có thực*, Sài Gòn: An Tiêm. [Xem **bản điện tử** do talawas thực hiện].

những bài thơ. Với một tâm cảm thơ. Và tôi thấy mọi thứ đều dễ dàng. Trong vắt.

2009

Nguyễn Xuân Hoàng
và mỹ học của cái phù phiếm

Nếu tôi phải làm một tuyển tập những truyện ngắn hay nhất ở hải ngoại sau năm 1975, trong số các tác phẩm được chọn, nhất định phải có truyện ngắn "Tự truyện một người vô tích sự" của Nguyễn Xuân Hoàng. Đó là một cuốn tiểu thuyết được nén lại thành một truyện ngắn. Nó rất cô đọng và vì cô đọng nên vô cùng mạnh mẽ. Nó là một thứ bonsai. Lại là thứ bonsai không có hoa, thậm chí, không có lá. Chỉ có cành thôi. Cành, xương xẩu và gai góc, đâm tua tủa nhưng nhìn chung, lại theo một trật tự khá hài hoà. Không những hay, đó là một trong những truyện ngắn tiêu biểu; ngay trong nhan đề, đã thâu tóm được hai yếu tố vốn là đặc trưng nổi bật nhất trong phong cách của Nguyễn Xuân Hoàng: "tự truyện" và "vô tích sự".

Theo tôi, mọi tác phẩm của Nguyễn Xuân Hoàng, từ truyện dài đến truyện ngắn, đều bàng bạc tính chất tự truyện. Đã đành tính chất tự truyện, với những mức độ nhiều ít khác nhau, rất dễ tìm thấy ở hầu hết các tác giả văn xuôi, nhưng có lẽ ít có ở đâu, nó lại nhiều và đậm đặc như ở Nguyễn Xuân Hoàng. Ở phương diện này,

Nguyễn Xuân Hoàng rất gần với Mai Thảo: Các nhân vật nam trong tác phẩm của cả hai thường là những người đàn ông đẹp trai, hào hoa và đào hoa. Chỉ khác một điểm: bao quanh các nhân vật ấy, ở Mai Thảo, là một không khí thấp thoáng màu sắc lãng mạn chủ nghĩa, với những tình yêu nhiều say đắm; ở Nguyễn Xuân Hoàng, lại có chút hiện sinh chủ nghĩa, lúc nào cũng xa cách, chán nản, dửng dưng, nói chung, "vô tích sự".

Trong tiểu thuyết truyền thống, các nhân vật thường theo đuổi một cái gì đó hay ít nhất cũng làm một cái gì đó, một cách lý thú hay dằn vặt khổ sở. Ngay cả Chí Phèo cũng làm một cái gì đó, chẳng hạn, đòi nợ và ăn vạ; sau đó, cũng theo đuổi một cái gì đó, chẳng hạn, tình yêu với Thị Nở; và một ước mơ, ước mơ làm một người lương thiện. Ngay anh Bốn Thôi trong truyện của Võ Phiến, tuy bị bệnh bất lực, cũng không ngớt theo đuổi mùi hương của phụ nữ, hết cưới người vợ này đến cưới người vợ khác để lại nhìn cảnh hết người này đến người khác lần lượt ra đi hoặc, nếu không, cũng ngoại tình. Nhân vật các nhà văn khác, bao gồm hầu hết các nhà văn hiện thực, và nhất là, hiện thực xã hội chủ nghĩa, thì lúc nào cũng hùng hục tranh đấu và phản – tranh đấu.

Còn nhân vật của Nguyễn Xuân Hoàng? Thường, họ chẳng làm gì cả. Họ có nghề nghiệp, có tiền bạc, có điều kiện để đi cà phê, đi nhảy đầm, đi du lịch, nhưng dường như họ chẳng gắn bó gì với công việc của họ. Họ là thường là những trí thức hay trăn trở về thời cuộc nhưng dường như họ không bao giờ có được một lựa chọn nào thật dứt khoát. Họ sống lãng đãng, bềnh bồng bên trên dòng chảy của thời cuộc nhưng không bao giờ cố tình bơi ngược hay lặn sâu xuống đáy. Họ hay triết lý nhưng hầu hết đều chỉ triết lý vặt, không theo đuổi hay say mê bất cứ một hệ thống tư tưởng nào. Họ có nhiều tình nhân, thường ăn nằm với các tình nhân ấy, nhưng cũng không thực sự tha thiết lắm. Họ, nói theo chữ của Nguyễn Xuân Hoàng, như những "người đi trên mây". Tất cả đều phù phiếm. Phù phiếm từ cảm xúc đến ý nghĩ và hành động. Không có gì thực sự có ý nghĩa chính trị, xã hội hay văn hoá. Mọi thứ đều lơ mơ, phất phơ.

Ngay trong sổ tay, Nguyễn Xuân Hoàng cũng chỉ quan tâm đến những điều khá phù phiếm. Sổ tay là một hình thức bút ký. Bút ký vốn là một thể loại mang tính báo chí, và với tư cách báo chí, nó gắn liền với thời sự; mà bản chất của thời sự là sự kiện, là biến cố. Sổ tay của Nguyễn Xuân Hoàng lại rất ít biến cố. Chúng toàn là những chuyện hết sức bâng quơ và vu vơ. Đọc các bài gọi là sổ tay ấy, chúng ta không mấy khi thấy bức tranh mang tính xã hội học của văn học. Chúng ta thường chỉ bắt gặp một số cảm nghĩ thoáng hiện nhẹ nhàng. Chúng không phải là những tư tưởng lớn, đã đành. Chúng cũng không liên thông được với một hệ thống tư tưởng lớn nào cả. Chúng lửng lơ. Chúng chơi vơi. Chúng hoàn toàn có tính phù phiếm.

Không nên lẫn lộn tính phù phiếm với sự hời hợt. Hời hợt liên quan đến tầm tư duy trong khi phù phiếm liên quan đến ý nghĩa văn hoá. Hời hợt là một khuyết điểm trong khi phù phiếm là một chọn lựa; trước hết, đó là sự lựa chọn một thế đứng: ngoại cuộc; sau nữa, một cách sống: hờ hững; cuối cùng, một giọng điệu: lạnh nhạt. Hai chọn lựa đầu có thể tìm thấy ở khá đông trí thức ở miền Nam trước 1975. Nhưng, ít nhất trong giới cầm bút, không có mấy người đi tiếp đến chọn lựa thứ ba. Nguyễn Xuân Hoàng là một trong số ít ấy. Bằng một giọng văn cố tình tiết chế cảm xúc, ông biến sự phù phiếm từ một trạng thái sống thành một phong cách văn học, ở đó, tính chất phù phiếm bỗng dưng có sức nặng của sự khái quát: Nó thể hiện được tâm trạng của một thế hệ bất lực trước vô số các xung đột dữ dội hầu hết đều vượt ra ngoài tầm nhận thức và kiểm soát của họ. Trong ý nghĩa đó, tính chất phù phiếm, ở Nguyễn Xuân Hoàng, là một phát hiện; trước hết, đó là một phát hiện mang tính lịch sử: nhận diện đặc điểm tâm lý của một thời đại, sau nữa, một phát hiện mang tính mỹ học: biến phù phiếm trở thành một cái đẹp: cái đẹp của sự phù phiếm. Giống cái đẹp của mây. Hay, đúng hơn, của khói.

Sau này, khi bao nhiêu sóng gió của thời cuộc lắng xuống, bình thản hơn, nhìn lại giai đoạn 1954-75 cũng như sau đó, biết đâu người ta sẽ thấy không phải chỉ có những "mùa lũ" hay những "mùa biển động" như những nhan đề hai bộ trường thiên tiểu thuyết của Nguyễn Mộng Giác mà còn có, bên cạnh đó, những khoảng trống, rất rộng, thuộc về thế giới của những "người đi trên mây". Lúc nào cũng phất phơ, lơ mơ. Và lửng lơ.

Như khói.

Kinh nghiệm viết *văn*

1. Viết và lách

Lâu nay nghĩ đến chuyện viết lách là người ta nghĩ ngay đến tình trạng vừa viết vừa lách dưới chế độ cộng sản, ở đó, giới cầm bút, nói như Nguyễn Minh Châu, trong bài "Hãy đọc lời ai điếu cho một giai đoạn văn nghệ minh họa" đăng trên báo *Văn Nghệ* tại Hà Nội số 49 & 50,[1] "muốn viết một câu trung thì phải viết một câu nịnh [...] Mỗi khi ngồi trước trang giấy là cùng một lúc phải cầm hai cây bút: một cây bút để viết cho người đọc bình thường, cho đời, một cây bút khác viết cho đạo, lo việc che chắn, viết cho lãnh đạo văn nghệ đọc".

Nghĩ đến chuyện lách trong viết lách, chúng ta cũng nghĩ ngay đến sự thất bại của giới cầm bút và của văn học nói chung. Của giới cầm bút: không giữ được sĩ khí. Hay nói như Nguyễn Minh Châu, trở thành hèn. Cũng trong bài viết vừa dẫn, Nguyễn Minh Châu tự

---

[1] Ra ngày 5.12.1987. In lại trong cuốn *Trang giấy trước đèn*, Tô Phương Lan sưu tầm, tuyển chọn và giới thiệu, nxb Khoa học Xã hội, Hà Nội, 2002, tr. 127-139.

sỉ vả mình và cả giới mình: "Hèn, hèn chứ? Nhà văn nước mình tận trong tâm can ai mà chẳng thấy mình hèn? Cái sợ nó làm mình hèn." Cái hèn ấy không trừ ai cả, kể cả những người vốn được xem là những đại thụ sừng sững trên văn đàn. Như "một nhà văn đàn anh nâng chén rượu lên giữa đám đàn em: 'Tao còn sống, còn cầm bút được đến bây giờ là nhờ biết sợ!', nói rồi ngửa mặt lên trời cười rung giường, nước mắt tuôn lã chã, giọt đổ xuống đất, giọt đổ vào lòng."

Nhiều người nói nhà văn đàn anh ấy là Nguyễn Tuân.

Vì cái sợ và vì cái hèn ấy, cũng nói theo Nguyễn Minh Châu, người ta phải "tự mài mòn đi mọi cá tính và tính trung thực trong ngòi bút". Hậu quả là nhà văn thì "đánh mất cái đầu" và tác phẩm văn học thì "đánh mất tính tư tưởng"; cả nền văn học biến thành một nền văn học minh hoạ rập khuôn, giả dối và nghèo nàn.

Những lời nhận định đầy chua xót, hơn nữa, đau đớn của Nguyễn Minh Châu nhất định là đúng. Càng ngày người ta càng thấy là nó đúng. Hiện nay, ngay ở Việt Nam, dường như hiếm có ai dám quả quyết là những chính sách độc đoán và thô bạo của đảng cộng sản không làm huỷ hoại nhân cách và tài năng của cả mấy thế hệ văn học, từ những người đã cầm bút và nổi tiếng lừng lẫy trước năm 1945 và những người sinh ra và lớn lên dưới chế độ xã hội chủ nghĩa ở miền Bắc.

Tuy nhiên, không nên quên là hiện tượng viết lách, viết và lách, không phải chỉ có dưới chế độ cộng sản.

Cộng sản độc tài? Đã đành. Nhưng đó không phải là chế độ độc tài đầu tiên hay duy nhất. Công bằng mà nói, lịch sử văn học viết của nhân loại, kéo dài gần ba ngàn năm, hầu như lúc nào cũng diễn ra dưới những sự áp chế của đủ loại độc tài. Tự do, chứ không phải độc tài, mới là ngoại lệ.

Thời xưa có độc tài của thời xưa. Thời nay có độc tài của thời nay. Khó nói được tính chất độc tài ngày xưa dễ chịu hơn độc tài dưới chế độ cộng sản.

Nguyễn Du chỉ mới viết "Dọc ngang nào biết trên đầu có ai" mà, theo giai thoại, đã bị Tự Đức đòi nọc cổ ra đánh đòn (nếu ông còn sống!). Nguyễn Thuyên chỉ làm một bài thơ vớ vẩn mà cũng bị chém đầu, và cha ông, Nguyễn Văn Thành, một đại công thần, bị buộc uống độc dược chết.

Ai dám bảo là những Nguyễn Trãi, Nguyễn Du, Hồ Xuân Hương, Cao Bá Quát, Nguyễn Công Trứ... ngày xưa không hề lách khi viết? Ngay cả Lý Bạch ở Trung Hoa, nghênh ngang là thế, chắc gì đã không lách? Bắt quan lại cởi dây giày cho mình thì được. Làm thơ ca ngợi cung phi thì được. Nhưng thử phê phán vua chúa xem sao. Chưa chắc cái đầu đã còn, đừng nói gì đến bàn tay cầm bút.

Có thể nói viết lách, viết và lách, là một hiện tượng phổ biến, thậm chí, phổ quát, trong lịch sử.

Hơn nữa, theo tôi, đó cũng là điều cần thiết. Hơn thế nữa, theo tôi, đó còn là yếu tính của văn học: Viết tức là lách. Sáng tạo, nói chung, cũng có nghĩa là lách. Chỉ có vấn đề là lách cái gì. Lách những cấm kỵ về chính trị. Lách những ràng buộc của đạo đức. Quan trọng hơn và cũng gần gũi với văn học hơn, là lách những khuôn sáo, từ những khuôn sáo trong quan điểm mỹ học đến phương pháp sáng tác và ngôn ngữ văn học.

Harold Bloom, trong cuốn *The Anxiety of Influence: A Theory of Poetry* (1973) và *A Map of Misreading* (1975), xây dựng lý thuyết về thơ của mình trên quan niệm về ảnh hưởng, đúng hơn, ám ảnh về sự ảnh hưởng, hay nói theo chữ của ông, sự lo lắng về ảnh hưởng (anxiety of influence). Ông cho người cầm bút nào, tự thâm tâm, cũng mang mặc cảm Oedipus, nói theo ngôn ngữ của Freud, vừa thán phục lại vừa ghen tị với cha, những bậc thầy của mình trong quá khứ. Mỗi người cầm bút đều cố gắng viết lại (re-write) những gì tiền nhân đã viết. Viết lại, thật ra, là đọc nhầm (misreading) và diễn dịch nhầm (misinterpretation). Qua việc đọc nhầm và diễn dịch nhầm, người ta dọn quang những không gian tưởng tượng cho mình. Trong ý nghĩa đó, các bài thơ không viết về chính chúng hay một đề tài gì khác. Các bài thơ được viết về các bài thơ khác: "Một bài thơ là một phản hồi về một bài thơ, cũng như một thi sĩ là một phản hồi về một thi sĩ, một con người là một phản hồi về cha mẹ của hắn." (*A Map of Misreading*, tr. 18). Hệ quả là không có một bài thơ nào có thể được hiểu một mình, như một cái gì độc lập và biệt lập; hay nói theo Bloom, "ý nghĩa của một bài thơ chỉ có thể là một bài thơ khác" (The meaning of a poem can only be another poem); và lịch sử đích thực của thơ là "câu chuyện các nhà thơ, với tư cách là nhà thơ, chịu đựng các nhà thơ khác", cũng giống một bản tiểu sử đích thực là câu chuyện về những chịu đựng từ gia đình của một người nào đó" (*The Anxiety of Influence*, tr. 94).

Nói cách khác, lịch sử văn học, theo Harold Bloom, là lịch sử của những lo lắng về ảnh hưởng, là nỗ lực liên lỉ của từng thế hệ và từng người trong việc thoát khỏi quỹ đạo ảnh hưởng của những người đi trước.

Ở Tây phương, ít nhất trong thế giới nói tiếng Anh, cả mấy thế kỷ nay, mọi người cầm bút đều tìm cách thoát khỏi cái bóng của Shakespeare.

Ở Việt Nam, cũng vậy.

Không có những cái bóng khổng lồ, bao trùm cả lãnh thổ văn học như Shakespeare, nhưng cũng có những cái bóng trong từng khu vực. Làm thơ lục bát, chẳng hạn, không ai không cố gắng vùng vẫy ra ngoài cái bóng của Nguyễn Du, sau đó, của Nguyễn Bính và Huy Cận. Làm thơ tự do, người ta lại phải cố né tránh cái bóng của Thanh Tâm Tuyền. Viết truyện, né Nhất Linh hay Thạch Lam thì người ta lại đụng cái bóng của Vũ Trọng Phụng hay của Nam Cao.

Có thể nói, một cách tóm tắt, con đường viết văn và làm thơ nào cũng bao gồm việc học, ở đó, mình tự để các ảnh hưởng của những người đi trước tràn ngập lên mình, tạo thành thứ tư bản văn hoá cho mình, và việc lách các ảnh hưởng ấy để tạo thành một cái gì riêng biệt mang dấu ấn của chính mình.

Người ta, một mặt, dù muốn hay không, cũng học từ quá khứ. Không đọc kỹ và không học kỹ di sản văn học của tiền bối, người ta sẽ không có nền tảng văn học và văn hoá để sáng tác. Nhưng đó chỉ là một giai đoạn, giai đoạn đầu tiên và tự phát. Để sáng tạo, người ta cần vươn tới một giai đoạn khác: chống lại các bậc tiền bối của mình.

Chống, phần nhiều, là lách.

Ý tưởng này đã có người viết rồi ư? Thì mình lách đi. Cách viết này đã có người sử dụng rồi ư? Thì mình lách đi. Giọng điệu này đã thấp thoáng ở ai đó rồi ư? Thì mình lại lách đi.

274 | NGUYỄN HƯNG QUỐC

Quá trình làm thơ, viết văn, từ văn sáng tác đến văn phê bình lý luận, là một quá trình lạng lách liên tục. Đừng tin nếu có ai nói họ chỉ phóng bút ào ào và không thấy gợn trong đầu bất cứ nỗi lo lắng nào về ảnh hưởng cả. Hãy nhìn xuống dưới chân họ đi: chỉ có lối mòn. Toàn là lối mòn. Những cú lách ngoạn mục nhất là những cú lách ra khỏi lối mòn. Ra khỏi vùng ảnh hưởng của cả những người đi trước lẫn những người cùng thời.

Nhưng liệu người ta có thể lách được mọi ảnh hưởng không?

Không đâu.

Đừng có nhiều ảo tưởng. Nhất là trong thời đại ngày nay, khi bề dày văn học đã kéo dài đến cả mấy ngàn năm và bề rộng của văn học không chỉ giới hạn trong phạm vi một quốc gia mà mang kích thước toàn cầu, những cái gọi là ảnh hưởng lại càng trở nên trùng trùng điệp điệp. Mới thoát khỏi ảnh hưởng của Nam Cao hay Vũ Trọng Phụng lại đụng phải Tolstoy; thoát khỏi ông Tolstoy, lại đụng phải ông Dostoyevsky; thoát khỏi ông Dostoyevsky, lại đụng phải ông Kafka; thoát khỏi ông Kafka, lại đụng phải ông Marquez; thoát khỏi ông Marquez, lại đụng phải ông Borges. Viết phê bình cũng thế. Mới thoát khỏi ảnh hưởng của ông Hoài Thanh đã mừng húm, tưởng mình sẽ được tự do phơi phới một đời, ai ngờ lại đụng phải ông Roland Barthes; mới né ông Roland Barthes thì lại đụng ngay chân của ông Michel Foucault; đang lúc tưởng tượng thoát khỏi cả ông Barthes lẫn ông Foucault thì lại đụng cái móng của ông Jacques Derrida và ông Jacques Lacan. Ở đâu cũng đấy đại thụ phủ bóng rợp cả một góc trời.

Không có nhiều ảo tưởng, nhưng cũng không thể bỏ cuộc. Bỏ

cuộc là tự sát. Còn viết là còn phải lách. Lách được chút nào là mừng chút ấy.

Sự nghiệp văn học của một đời người, nghĩ cho cùng, được hình thành từ những cú lách như thế.

2. Tìm sở trường

Mới cầm bút, nhiều người dễ có ảo tưởng là mình có thể múa may trong mọi thể loại. Làm thơ hay. Viết truyện ngắn hay. Viết truyện dài hay. Viết bút ký hay. Viết phê bình, lý luận cũng hay nữa. Trên thực tế, hiếm người đa năng được như vậy lắm. Có. Nhưng hiếm. Cực hiếm. Còn lại, tuyệt đại đa số chỉ phát huy sở trường trong một sân chơi nhất định. Có người làm thơ hay nhưng viết văn xuôi lại kém. Làm thơ hay, nhưng chưa chắc làm theo thể loại nào cũng hay. Nhiều người chỉ thích hợp với một thể thơ nhất định: Họ tung hoành thoải mái trong một thể thơ cách luật nào đó nhưng lại lúng túng khi thử bút trong thơ tự do hay thơ văn xuôi. Hay ngược lại.

Sân chơi văn xuôi lại càng rộng rãi, thường vượt quá sức của một người. Không hiếm người sáng tác hay, tuyệt hay, nhưng lại vụng về khi viết loại văn phi hư cấu. Trong loại văn xuôi sáng tạo, người này thì viết truyện ngắn hay, người nọ lại viết truyện dài giỏi. Người viết truyện dài giỏi không phải viết cái gì cũng xuất sắc. Mỗi người dường như được an bài ở một loại đề tài và một phong cách nhất định. Đi lạc đề tài và phong cách, người ta dễ đâm ra lạng quạng.

Trong các thể văn phi hư cấu cũng vậy. Có người viết lý thuyết hay nhưng phê bình lại yếu. Có người viết phê bình một tác phẩm thì tài hoa nhưng viết phê bình về một tác giả hay một trào lưu, một thời đại văn học thì lại hay hớ hênh, không hụt chỗ này thì lại hẳng chỗ khác.

Mà thật ra, không phải chỉ trong văn chương. Hình như ở đâu cũng vậy. Như trong thể thao, chẳng hạn. Mức chuyên nghiệp hóa càng cao, mảnh đất để người ta có thể trổ tài càng hẹp. Cũng chạy nhanh, nhưng hầu như mọi người chỉ chạy nhanh nhất trong một cuộc chơi nhất định nào đó. Người thì chạy xa, người thì chạy gần. Chạy cự ly gần, có người chỉ vô địch ở hạng 100 mét nhưng lại thất bại ở hạng 200 mét hay 400 mét. Hay ngược lại. Trong các lãnh vực khác cũng vậy. Cũng chơi với quả bóng, nhưng mỗi người dường như chỉ hợp với một loại bóng: với người này, bóng rổ; với người kia, bóng chuyền; với người nọ, bóng đá. Trong bóng đá, ngay cả các cầu thủ thượng thặng cũng chỉ phát huy hết tài năng của mình ở một vị trí nhất định nào đó. Ra khỏi vị trí ấy, họ bị mờ nhạt ngay tức khắc.

Trong thể thao, các huấn luyện viên đóng vai trò quyết định trong việc phát hiện sở trường của từng người và sắp xếp họ vào vị trí tối ưu trong đội hình, nếu đó là trò chơi tập thể. Trong sân chơi văn học, không có những huấn luyện viên như thế. Việc phát hiện ấy là nhiệm vụ của chính người cầm bút. Chứ không có ai giúp được ai cả.

Nhưng phát hiện ra sở trường của mình không phải là điều dễ.

Có nhiều cái khó. Thứ nhất, những cái gọi là mặt mạnh hay mặt yếu khi cầm bút chỉ hiện hình rõ nét qua tác phẩm, nghĩa là sau khi các thử nghiệm đã hoàn tất. Thứ hai, trong việc đánh giá tác phẩm của mình, người ta rất dễ chủ quan, và thường không tránh khỏi ảo tưởng. Chuyện đó, ngày xưa, cha ông chúng ta đã biết rõ: "Thế gian có thói đa tình/Vợ người thì đẹp, văn mình thì hay". Nhưng khó nhất là, nỗ lực phát hiện sở trường trong văn chương, ở một phương diện nào đó, cũng là nỗ lực phát hiện chính con người của mình. Trong cái gọi là con người ấy, có những yếu tố chính như sở thích, tính cách và nhất là, năng lực.

Trong văn học, người ta hay khen người này, người nọ thông minh. Nhưng cái gọi là thông minh ấy cũng có năm bảy loại. Có người giỏi về nhớ, có người giỏi về lý luận. Nhớ, có người chỉ nhớ giỏi các sự kiện; có người lại nhớ giỏi các ý niệm. Nhớ các ý niệm, có người có khuynh hướng nhớ các chi tiết, các ý lẻ; có người có khuynh hướng nhớ cả hệ thống với các mạch lý luận đan xen chằng chịt với nhau. Trong cái gọi là khả năng lý luận cũng vậy. Có người thiên về phân tích, có người thiên về tổng hợp, lại có người thiên về khái quát hóa.

Mỗi năng lực phù hợp với một kiểu viết nhất định. Nhớ giỏi nhưng thiếu khả năng tổng hợp, người ta chỉ viết được các giai thoại hay từng ý nghĩ rời. Nhớ giỏi và tổng hợp giỏi, người ta dễ phát huy các mặt mạnh khi đi vào lãnh vực nghiên cứu. Nhớ giỏi và và khái quát hoá giỏi, người ta dễ thành công khi đi vào các lãnh vực ít nhiều mang hơi hướm lý thuyết.

Trong văn học Việt Nam cũng như thế giới, không hiếm người có trí nhớ trở thành giai thoại. Họ đọc và nhớ đủ thứ chuyện. Họ kể chuyện hay vô cùng. Có cảm tưởng cái gì họ cũng biết. Nhưng họ chỉ giỏi xuất bản miệng. Khi viết, họ chỉ biết đánh du kích. Có cả hàng chục ngàn quân mà cũng vẫn chỉ chơi trò bắn tỉa. Chứ không bao giờ bày ra được một thế trận địa chiến cho đàng hoàng, đừng nói gì là lẫm liệt. Đọc họ, không thể không thấy tiếc: hoặc họ thiếu một cái gì đó hoặc họ chưa tìm ra một cái gì đó vốn có ở họ.

Nhưng trong văn chương, nhớ và lý luận chưa đủ. Cần có một thứ năng lực khác nữa: có trực giác mạnh, nghĩa là, thực sự nhạy bén.

Nhạy bén có nhiều mức độ. Và cũng có nhiều loại. Có người nhạy bén về tâm lý. Có người nhạy bén về các vấn đề chính trị xã hội. Nhưng cần nhất, trong lãnh vực văn học nghệ thuật, là sự nhạy bén về thẩm mỹ: Biết phân biệt được cái đẹp và cái đèm đẹp; cái đẹp vừa mới chớm và cái đẹp đã bắt đầu già cỗi; cái đẹp của hoa và cái đẹp còn trong nụ.

Phát hiện những vẻ đẹp còn trong nụ bao giờ cũng ít nhiều có tính phiêu lưu. Ở đây người ta cần không phải chỉ sự nhạy bén mà còn cả sự dũng cảm nữa. Để dám thách thức lại tập quán và đám đông. Xin lưu ý: Cả tập quán lẫn đám đông đều là những thứ quyền lực: Chúng thường được/bị chính trị hóa, do đó, chúng trở thành những thứ quyền lực chính trị, nghĩa là có khả năng vùi dập con người.

Việc tìm kiếm sở trường trong viết lách, do đó, ngoài việc tự phân tích và tự đánh giá năng lực của chính mình, còn có nghĩa là việc xác định bản lĩnh khi cầm bút: Rất nhiều người đầu hàng trước khi khởi sự tìm kiếm hay thử nghiệm.

3. Cần nhất là biết gây ấn tượng

Khác với các loại hình nghệ thuật khác, hầu như người biết chữ nào cũng có thể viết văn được, hoặc ít nhất, cũng tưởng mình viết văn được. Nhưng chỉ có một số ít thực sự được xem là nhà văn. Trong số những người được xem là nhà văn, chỉ có một số ít, cực ít, những người thực sự nổi lên như một giọng điệu riêng, với một bản sắc riêng, trụ lại được với thời gian và lưu lại được một dấu ấn nào đó trong ký ức văn hoá của nhân loại hoặc một dân tộc.

Bí quyết nào làm cho những người ấy đạt được những thành tựu như thế?

Chắc chắn không phải là chữ. Chữ là tài sản chung của mọi người. Cũng không phải là chuyện. Chuyện, hoặc nảy sinh từ tưởng tượng hoặc được đúc kết từ kinh nghiệm, chỉ là những chất liệu ban đầu và có thể được sử dụng trong nhiều loại hình tự sự khác nhau, từ báo chí đến phim ảnh, không nhất thiết phải là văn chương. Cũng không phải là kiến thức. Kiến thức là những gì đã có sẵn, được tích luỹ từ nhiều ngàn năm, chỉ cần chút thông minh và cần cù, ai cũng có thể có được. Với kiến thức, ở mức độ kết tinh cũng như ở độ sâu và rộng nhất, chỉ tạo nên những học giả. Chứ không phải là nhà văn. Cũng không phải là tư tưởng. Tư tưởng, ngay cả khi được hệ thống hoá và có tầm khái quát cực cao, chỉ tạo nên những lý thuyết gia hoặc triết gia. Chứ không phải là nhà văn.

Văn chương không phải là những gì được viết ra. Văn chương là những gì còn lại. Chỉ có bài viết hay những câu văn nổi bật lên giữa vô số những bài viết hay những câu văn khác, có khả năng đánh động được vào tâm thức của người đọc và trở thành một ám ảnh thẩm mỹ trong một thời gian dài mới thực sự là văn chương.

Bởi vậy, tôi tin, nghệ thuật viết văn thực chất, hay, nếu không, trước hết, là nghệ thuật gây ấn tượng.

Trong loại văn phi hư cấu, người ta có thể gây ấn tượng bằng nhiều cách. Có ít nhất là ba cách chính: dùng từ, đặt câu và lập ý.

Văn chương chủ yếu là nghệ thuật ngôn ngữ. Cấp độ căn bản nhất của ngôn ngữ là từ vựng. Nhà văn nào cũng cần có vốn từ vựng dồi dào và cần có khả năng chọn được những từ ngữ thích hợp, chính xác và độc đáo nhất để diễn tả những gì mình muốn nói. Chuyện đó hầu như ai cũng biết. Dù không phải ai cũng có thể làm được.

Nếu chữ là yếu tố căn bản của ngôn ngữ thì câu mới là yếu tố căn bản của văn chương. Chữ, trong văn chương, bao giờ cũng nằm trong một ngữ cảnh nhất định. Bởi vậy, không có chữ hay hay chữ dở, chữ thanh hay chữ tục, chữ cũ hay chữ mới: Chỉ có những chữ dùng đắc thế hay không mà thôi. Được dùng đắc thế, chữ sẽ không còn là những cái xác nằm bẹp dí trên trang sách, như chúng vốn nằm vậy, trong các cuốn từ điển, mà chúng trở thành những sinh vật biết ngọ ngoậy hay biết nhảy múa, và nhờ sự hô ứng của những chữ trước và sau đó, có thể toả những hào quang hay những mùi hương kỳ lạ khiến người đọc nếu không ngạc nhiên một cách thích thú thì ít nhất cũng chú ý, từ đó, ghi nhớ.

Tài năng chính của một nhà văn, có thể nói, được thử thách, trước hết, ở khả năng kiến tạo câu văn. Trong cuốn *The Writing Life*, Annie Dillard cho một người chỉ có thể có hy vọng trở thành nhà văn nếu, trước hết, biết yêu câu. Như người họa sĩ biết yêu mùi sơn. Stanley Fish cũng đồng ý như thế khi tự nhận mình là người say mê thưởng thức những câu văn đẹp, khi đánh giá rất cao tầm quan trọng đặc biệt của câu trong văn chương: Đó là lý do khiến ông viết hẳn một cuốn sách về câu: *Làm thế nào để viết và đọc câu.*[2] Tôi cũng hoàn toàn đồng ý như thế. Theo tôi, tầm vóc của một nhà

---

[2] Stanley Fish (2011), *How to Write a Sentence and How to Read One*, New York: HarperCollins.

văn tùy thuộc vào nhiều yếu tố, trong đó, yếu tố đầu tiên nằm ở khả năng tạo câu. Người lười chỉ viết được những câu văn tuy đúng ngữ pháp nhưng câu nào cũng giống câu nào, tất cả đều đầy đặn và bằng phẳng, hàng nối hàng suông đuột, cứ trôi tuột qua mắt người đọc, không để lại một ấn tượng gì cả. Người chịu khó, ngược lại, không ngừng thay đổi cấu trúc câu để mỗi câu có một cái dáng và một cái thế riêng, như dáng và thế trong cây cảnh; hoặc nếu không, cũng có một cái vẻ riêng, tuy nằm cạnh nhưng lại không lẫn với những câu khác, khiến người đọc, dù không cố tâm, vẫn phải chú ý.

Nhưng một bài văn hay không phải chỉ hay ở câu. Hay, phải hay toàn bài. Bài hay có thể cứu được những câu dở, nhưng câu hay lại không cứu nổi bài dở. Bởi vậy cách tạo câu, tuy quan trọng, nhưng không quan trọng bằng cách lập ý, tức cấu trúc chung của cả bài.

Lập ý giống như bày trận. Mỗi câu, mỗi ý và mỗi chi tiết được phải được sắp xếp làm sao để chúng có thể hỗ trợ cho nhau, hô ứng với nhau, tăng cường sức mạnh cho nhau, cuối cùng, đạt được mục tiêu tối hậu: để lại một ấn tượng thật sâu trong lòng người đọc.

Trận đánh kết thúc ở câu/đoạn/ý cuối cùng. Theo tôi, người không biết kết thúc một bài văn cũng giống như một người chơi cờ mà không biết cách chiếu tướng.

4. Cần có hình tượng mạnh

Lúc mới bắt đầu viết văn, tôi thích sử dụng thật nhiều hình tượng nhẹ nhàng và đầy thơ mộng. Ví dụ một đoạn trong cuốn *Tìm hiểu nghệ thuật thơ Việt Nam* (Quê Mẹ xuất bản tại Paris năm 1988):

> Lê Hữu Trác viết: 'Thơ cốt ở ý, ý có sâu xa, thơ mới hay'. Có điều, trong thơ, ý không thể là trần trụi ý, là nguyên chất ý. Ý phải nhập thân vào cảm xúc. Nhà thơ có một ý tưởng. Chưa đủ. Hắn phải đợi ý tưởng ấy làm bồng lên trong lòng những luồng sóng vỗ. Cái nếp nhăn trên trán phải biến thành nếp nhăn trong tâm hồn. Cảm xúc phải dào lên song song với ý. Ý và cảm xúc. Vẫn chưa đủ. Ý và cảm xúc như là gió. Gió vốn vô thanh. Gió phải tìm đến lá cây để động tiếng rì rào. Ý và cảm xúc như là biển. Biển vốn vô ngôn. Biển phải tìm đến đá dựng để cất tiếng thì thầm. Để thành thơ, cần thêm điều kiện nữa: hình tượng. Ý, qua hình tượng, thành rõ ràng hơn. Cảm xúc, qua hình tượng, thành sâu sắc hơn. Ngược lại, nhờ ý và cảm xúc, hình tượng mới bay bổng vào cõi thơ, tạo nên khoảng cách xa lăng lắc giữa thơ và vè.[3]

Đây là một đoạn khác, cũng trích từ cuốn sách đầu tay ấy:

> Một hiện tượng rất phổ biến trong thơ: hoa giả. Có hằng hà những bài thơ cứ ngồn ngộn chữ, cứ lấp lánh màu sắc và trầm trầm bổng bổng hơi nhạc nhưng lại rỗng tuếch, không nói lên được điều gì cả. Nó ném xuống ào ạt lá vàng nhưng không làm cho người ta thấy được mùa thu. Nó khua động ầm ĩ nhưng không làm thành âm vang của tiếng hát. Nó dựng lên ùn ùn những khói nhưng không tượng hình nổi một làn mây. Nó có dáng dấp của hoa nhưng lại thiếu hẳn một làn hương. Nó có tất

---

[3] In lại trong cuốn *Thơ Con cóc và những vấn đề khác*, nxb Văn Mới, California, 2006, tr. 309-310.

cả, trừ một điều: cảm xúc. Làm thơ là một cách thổi một luồng gió. Gió đo mình ở ngoài gió: ở mức độ lá reo. Làm thơ là một cách tỏ tình. Nói lớn hay nhỏ, dài hay ngắn, bổng hay trầm, nào có quan trọng gì. Quan trọng là ở chỗ người mình yêu có chớp mắt xúc động hay không. Nhà thơ lớn nào cũng đều là những tâm hồn lớn có khả năng thu nhận và rung cảm trước những làn sóng vỗ từ xa, rất xa, ngoài bản thân họ. Nhà thơ lớn là những hạt muối. Hạt muối nhỏ nhưng chất chứa dồn nén trong mình tất cả những vị mặn chát của đại dương. Nhà thơ lớn là những chiếc lá ngô đồng. Chiếc lá nhỏ hanh hao, bay bay trong gió thoi thóp biết mấy nhưng lại mang trong mình tất cả tín hiệu của một mùa trời đất đang đi.[4]

Từ đầu đến cuối, cuốn *Tìm hiểu nghệ thuật thơ Việt Nam* được viết bằng một giọng văn đầy hình tượng như thế. Rất nhiều người khen, cho là giống thơ. Nhà thơ Hoàng Xuân Sơn, dưới bút hiệu Hoàng Hà Tĩnh, trên báo *Diễn Đàn Tự Do* tại Washington D. C. số 100 ra ngày 1.4.1989, trầm trồ: "Chưa bao giờ tôi được đọc một cuốn sách viết về thi ca hay đến như vậy." Báo *Saigon Times* ở California của nhà thơ Thái Tú Hạp, số xuân Kỷ Tỵ (1989, tr. 29), khen: "Tuyệt hảo". Tạp chí *Ý Thức* của nhà thơ Viên Linh, số 1 ra vào tháng 3, 1989, cũng dùng lại chữ ấy: "Tuyệt hảo" (tr. 59). Tôi sung sướng, nhủ thầm: cứ vậy mà viết đến... già!

Nhưng chỉ mấy năm sau, sang Úc, tôi bắt đầu đọc nhiều sách phê bình và lý thuyết văn học của các tác giả người Anh và Mỹ.

---

[4] Như trên, tr. 311.

Điều tôi ngạc nhiên nhất là giọng văn của họ. Hoàn toàn không có chút gì là đẩy đưa, bay bướm hay thơ mộng cả. Tất cả đều viết chính xác, gọn gàng và rất chặt chẽ. Chặt chẽ trong các chương. Chặt chẽ trong từng đoạn. Và chặt chẽ cả trong từng câu.

Tôi phân vân: Đó là do dân tộc tính chăng?

Nếu vậy, cũng chẳng có vấn đề gì: Người Anglo Saxon thích vậy; người Việt Nam mình thì khác. Khác, nên mình có thể tha hồ uốn éo.

Nhưng, không phải. Sau đó, đọc ngược lại các nhà lãng mạn chủ nghĩa ở Anh hồi đầu thế kỷ 19, như William Wordsworth, Samuel Taylor Coleridge, John Keats hay Percy Bysshe Shelley, tôi thấy họ cũng viết lách thật điệu đàng, với thật nhiều hình ảnh. Đọc lên, cũng nghe như thơ.

Với phát hiện ấy, tôi nhận ra một điều: Sự khác biệt trong cách viết của tôi và cách viết trong các cuốn sách lý thuyết và phê bình tôi đang đọc không phải là khác biệt giữa hai dân tộc hay hai nền văn hoá. Mà là sự khác biệt giữa hai thời đại. Trong sự khác biệt ấy, tôi gần với phong cách viết văn trong quá khứ hơn là trong hiện tại. Gần với quá khứ có nghĩa là gần với sự đào thải. Tôi tưởng tượng: sau này, nhịp sống càng ngày càng hối hả; đọc, người ta sẽ đọc thật nhanh, một lối viết văn nhẩn nha bay lượn như vậy hẳn sẽ rất dễ làm mệt mỏi và nản chí. Không thay đổi sớm, mình chỉ thiệt.

Chính vì thế, tôi quyết định thay đổi. Giảm bớt tính chất bay bướm để tăng cường tính chất chặt chẽ. Giảm bớt cái gọi là chất thơ để tăng cường chất khoa học. Giảm bớt hình tượng để tăng cường mật độ các khái niệm. Giảm bớt độ uốn éo và mềm mại để câu văn được cứng cáp. Càng ngày tôi càng tránh xa những chữ thừa và lỏng, chỉ cốt đẩy đưa. Và cố viết những câu văn thật giản dị mà cũng thật cô đọng. Tôi hình dung mỗi câu văn như một cú đấm. Cú đấm nào cũng là đấm thật. Nhanh, gọn, dứt khoát. Và mạnh. Nếu câu văn tạo ra tiếng kêu thì đó phải là những tiếng kêu chan chát chứ không phải là tiếng ầu ơ ví dầu quen thuộc và xưa cũ.

Tuy vậy, tôi vẫn không bỏ hẳn được đam mê đối với hình tượng. Theo tôi, ngay trong văn xuôi nghị luận, hình tượng, nếu đắc dụng, vẫn vô cùng cần thiết. Chúng không phải chỉ làm cho bài văn đẹp hơn mà còn mở rộng tầm liên tưởng của người đọc, qua đó, làm cho bài viết trở thành đa nghĩa và đa tầng hơn. Vấn đề chỉ là ở mức độ. Mỗi bài chỉ cần vài ba hình tượng chính. Ít. Nhưng cần sắc. Và thật ấn tượng.

Một số lần hình như tôi đạt được điều đó. Tôi hài lòng nhất là hình ảnh cuộc hành lạc đau đớn của những người bị bất lực ở cuối bài viết "Sống và viết như những người lưu vong", thoạt đầu đăng trên tạp chí *Việt* số 2 (1998), sau, in lại trong cuốn *Văn học Việt Nam từ điểm nhìn h(ậu h)iện đại* do Văn Nghệ xuất bản năm 2000:

Viết văn, ngày xưa, là một danh phận; sau này, vừa là một danh phận vừa là một nghề nghiệp. Ở hải ngoại, viết văn không thể là một nghề nghiệp mà trên thực tế, cũng không còn là một danh phận. Viết văn trở thành một cách hành lạc đau đớn của những người bị bất lực.[5]

Nhớ, khi bài viết ấy xuất hiện, nhiều người đã bàn tán khá sôi nổi, đây đó, trên nhiều diễn đàn khác nhau. Nhà văn Võ Đình, trong bài "Khiêm tốn hay buồn thảm"[6], khi nhắc đến hình ảnh ấy, chỉ buông một tiếng: "Khiếp".

Tôi rất thích cái tiếng "Khiếp" ấy.

5. Hơi văn

Khi viết, một trong những điều tôi quan tâm nhất là hơi văn. Theo tôi, một bài văn hay, ngoài các yếu tố khác, cần phải có một yếu tố này nữa, cực kỳ quan trọng: "nhất khí quán hạ". Nghĩa là từ đầu đến cuối phải liền mạch. Xin nói ngay, khái niệm "nhất khí quán hạ" đã có từ lâu. Tuy nhiên, phần lớn nó chỉ được dùng trong thơ: Nó là cơ sở để người xưa xây dựng bố cục gồm bốn phần Khai, Thừa, Chuyển và Hiệp trong thơ Đường luật truyền thống. Ở đây, tôi chỉ nói về văn xuôi, chủ yếu là văn xuôi nghị luận.

Tôi biết có nhiều người viết theo kiểu lắp ghép. Hôm này, rảnh, họ viết vài ba đoạn. Hôm khác, nhân đọc một cuốn sách nào đó, nổi hứng, họ viết thêm vài ba đoạn khác. Những đoạn ấy nhiều khi không có quan hệ gì mật thiết với nhau cả. Cuối cùng, họ ráp tất cả lại thành một bài. Thỉnh thoảng có những bài hay. Thật hay.

---

[5] Trang 234.

[6] http://tienve.org/home/literature/viewLiterature.do?action=viewArtwork&artworkId=226

Biết hay, nhưng tôi thì tôi chịu. Không cách gì tôi viết như vậy được. Viết, tôi thường viết một lèo từ đầu đến cuối. Bài ngắn thì viết trong vài ba giờ. Bài dài hơn, vài ba ngày. Dài hơn nữa, có thể vài ba tuần, thậm chí, vài ba tháng. Nhưng bao giờ cũng liên tục. Bị ngắt quãng lâu, mất trớn, tôi thường bỏ luôn. Muốn viết tiếp, cũng không viết tiếp được. Có lúc, viết xong, chợt loé lên một ý hay hay hoặc đọc sách, tìm ra thêm một tư liệu thật thú vị liên quan đến đề tài của bài viết, muốn thêm vào; nhưng sau khi thêm vào, thấy ý văn như bị lệch, nhịp văn như bị gãy, hơi văn như bị đứt, tôi luôn luôn lựa chọn: Thà mất đi một ý hay một tư liệu nhưng giữ được sự "nhất khí".

Tôi thích bài văn giống như một đường kiếm: Từ lúc rút ra khỏi vỏ đến lúc vung lên, hạ sát đối thủ, rồi đút lại vào vỏ, nó chỉ đi một đường. Loáng một cái là xong.

Muốn giữ được sự nhất khí, cần nhất là sự mạch lạc trong lập luận và sự thống nhất trong giọng điệu.

Về sự mạch lạc, giữa các câu trong đoạn và giữa các đoạn trong bài cần phải có quan hệ thật chặt chẽ với nhau. Mỗi câu hay mỗi đoạn phải vừa là sự tiếp tục vừa là sự khai triển của câu hay đoạn trước đó. Không có sự khai triển, hơi văn sẽ bị quẩn. Không có sự tiếp tục, hơi văn sẽ bị đứt. Một bài văn nhất khí là một bài văn, thứ nhất, không có câu hay đoạn nào thừa hay lệch; và thứ hai, tất cả đều được nối kết lại với nhau thành một chỉnh thể thống nhất. Bảo đảm sự chặt chẽ trong quan hệ giữa các câu và các đoạn, thật ra, không khó. Chỉ cần tính duy lý và sự thận trọng. Nói chung, có một nguyên tắc: Tư duy mạch lạc thì viết văn cũng mạch lạc; cái gì sáng trong trí thì cũng rõ trong câu chữ. Ở phương diện này, luyện viết văn thực chất là luyện khả năng lý luận.

Lập luận mạch lạc, giọng điệu trong bài cũng cần phải thống nhất. Đó phải là tiếng nói của một người trong một tình huống nhất định với một thái độ nhất định. Giọng, có khi ẩn, có khi hiện. Người thì thích nó ẩn để bài viết có vẻ trung tính, đáp ứng một trong những yêu cầu quen thuộc của loại văn nghị luận: khách quan. Người thì thích nó hiện để bài viết trở thành hoặc hùng hồn hoặc tha thiết, từ đó, tác động trực tiếp đến cảm xúc của người đọc. Riêng tôi, tôi không thích che giấu cái giọng của mình. Bởi vậy, tôi thích dùng những câu tu từ vốn, bình thường, tương đối ít được các cây bút chuyên về nghị luận sử dụng. Khác với các câu ngữ pháp vốn lúc nào cũng tròn trịa hay ngay ngắn với những chủ ngữ và vị ngữ, câu tu từ thường là câu đặc biệt hoặc được đảo ngữ hoặc cắt ngắn, chỉ có vị ngữ hoặc một phần của vị ngữ. Ví dụ, trong bài "Từ nhà phê bình đến một blogger" đăng trên blog của tôi trên VOA[7] vào ngày 17 tháng 7, 2009, tôi dùng nhiều câu đặc biệt (không có chủ từ, như "Ở Việt Nam, dạy học", "Như cái số, đành chấp nhận", "Ừ thì làm" hoặc nhiều ngữ khí từ, như "A!" hay trợ từ, như "vui chứ?"):

Chỉ có điều, sau khi nhận ra mình nói dở, tôi chỉ thích chọn những nghề... ít nói nhất. Vậy mà tôi lại sa vào nghề dạy học. Cả đời tôi dạy học. Ở Việt Nam, dạy học. Ra đến nước ngoài, cũng dạy học. Như cái số, đành chấp nhận. Nhưng nếu có cái nghề thứ hai nào cần làm và có thể làm, tôi dứt khoát chọn cái

[7]http://www.voatiengviet.com/section/nguyen-hung-quoc-blog-page/2682.html

nghề ít nói; thậm chí, không nói: càng tốt.

May, nó tới: lần này Ban Việt ngữ đài VOA không mời tôi làm phát thanh viên mà lại làm một... blogger!

A! Cái chuyện này mới thú vị đấy. Chữ blog mới đến độ chưa có trong tiếng Việt.

[...]

Được tham gia vào diễn đàn có tính tiên phong như thế, vui chứ?

Ở diễn đàn ấy, mình chỉ cần viết chứ không cần nói: càng vui nữa.

Thế thì tôi đâu có lý do gì để từ chối. Ừ thì làm. Từ nhà phê bình đến blogger, không chừng đó cũng sẽ là cuộc hành trình chung của nhiều người, sau này: một cuộc xuống đường của trí thức.[8]

Tự sự, viết thế; phê bình, tôi cũng viết thế. Ví dụ, phân tích chữ "nhuộm" trong câu "Lá xanh nhuộm đã thành cây lá vàng" trong bài "Tương tư" của Nguyễn Bính, tôi viết, cũng bao gồm nhiều câu tu từ:

Thử bỏ đi động từ 'nhuộm' hoặc thế động từ 'nhuộm' bằng một từ nào khác, ví dụ như chữ 'giờ', 'lá xanh giờ đã thành cây lá vàng', thì câu thơ sẽ ra sao? Nó sẽ nhẹ hẳn đi. Tức khắc. Không có chữ 'nhuộm', câu thơ chỉ có một nghĩa: hiện tượng

---

[8]Nguyễn Hưng Quốc (2011), *Phản tỉnh và phản biện*, California: Văn Mới, tr. 23-5.

chuyển mùa; trước là mùa xuân (hay mùa hạ?), nay là mùa thu. Thêm chữ 'nhuộm', một động từ, ngoài ý nghĩa trên, câu thơ còn có ý nghĩa khác: đó là quá trình chuyển mùa. Giữa hai thời điểm xuân và thu, xuất hiện đôi mắt người con trai không ngừng khắc khoải trông ngóng. Anh đếm từng ngày, từng ngày. Ròng rã. Anh quan sát mùa thu về, từ từ, từ từ. Một chiếc lá vàng. Hai chiếc lá vàng. Ba chiếc lá vàng. Rồi cả cây, điệp điệp lá, vàng hực lên. Cho nên, sau chữ "nhuộm" là tấm lòng của người con trai tương tư đang mòn mỏi. Bài thơ, như vậy, cứ xoáy sâu vào khoảng cách. Từ khoảng cách vời vợi của không gian đến khoảng cách đằng đẵng của thời gian. [9]

Viết văn có tính luận chiến, tôi càng hay sử dụng các câu tu từ. Ví dụ một đoạn trong bài "Chủ nghĩa mình-thì-khác":

Biểu hiện của chủ nghĩa mình-thì-khác rất dễ nhận thấy. Nó bàng bạc ở khắp nơi. Từ trong nước ra đến tận hải ngoại. Từ giới bình dân đến cả giới trí thức. Từ những giao tiếp hàng ngày đến những sinh hoạt chuyên môn. Ở đâu giọng điệu của nó cũng khá giống nhau. Về phương diện chính trị, nước người ta dân chủ và tôn trọng nhân quyền ư? Ừ, thì cũng hay, nhưng... mình-thì-khác. Về phương diện xã hội, mọi thứ ở người ta đều được tổ chức một cách duy lý và hợp lý ư? Ừ, thì cũng hay, nhưng... mình-thì-khác. Về phương diện nghệ thuật, người ta hết lao vào thử nghiệm này đến thử nghiệm khác khiến thế giới sáng tạo lúc nào cũng trăm hoa đua nở ư? Ừ, thì

---

[9] Nguyễn Hưng Quốc (2006), *Thơ Con cóc và những vấn đề khác*, California: Văn Mới, tr. 136.

cũng hay, nhưng... mình-thì-khác. Về phương diện văn học, từ lâu người ta đã bước vào giai đoạn hậu hiện đại chủ nghĩa với những quan niệm mới mẻ và vô cùng lý thú ư? Ừ, thì cũng hay, nhưng... mình-thì-khác. Thậm chí, cả đến thơ tự do vốn đã phổ biến khắp nơi trên thế giới, ở Việt Nam nó vẫn còn bị rất nhiều người, kể cả giới cầm bút, xem không phải là thơ. Lý do? Tại... mình-thì-khác. Cả đến những yêu cầu tối thiểu đối với văn chương nghị luận, từ tính chính xác trong tư liệu đến tính nhất quán trong lập luận và tính nghiêm túc trong cách thức diễn đạt, chúng ta cũng bất chấp. Lý do: mình-thì-khác.[10]

Trong cái gọi là các câu tu từ, tôi hay sử dụng nhất là cấu trúc câu bắt đầu bằng một liên từ. Thường, cho đến nay, liên từ (hay còn gọi là kết từ, quan hệ từ hoặc từ nối) thường được dùng để nối liền các từ hoặc ngữ hoặc mệnh để trong nội bộ một câu. Chỉ trong một câu mà thôi. Những liên từ quen thuộc gồm có: của (Trời xanh đây là của chúng ta), bởi/vì/do/tại/ (Bởi ông hay quá, ông không đỗ/Không đỗ ông càng tốt bộ ngông), để (Để làm trò lạ mắt, thứ đồ chơi), mà (Nắng Sài Gòn anh đi mà chợt mát), với (Với áo mơ phai dệt lá vàng), thì (Thì con người ấy ai cầu mà chi), v.v... Rất hiếm khi liên từ được dùng ngoài phạm vi một câu. Có. Nhưng hiếm. Thật hiếm. Riêng tôi, tôi sử dụng thật hào phóng. Những câu như "Mà thật.", "Thì cũng đúng.", "Chứ không phải sao?", v.v... xuất hiện khá nhiều. Thường thì chúng đứng để đầu một đoạn văn. Để cho hơi văn từ đoạn trên có thể

---

[10]Nguyễn Hưng Quốc (2002), *Văn hóa văn chương Việt Nam*, California: Văn Mới, tr. 21-2.

chảy tràn xuống đoạn dưới.

Ví dụ hai đoạn trong bài "Báo Tết và văn hoá Tết" in trong cuốn *Văn hoá văn chương Việt Nam*:

Nhưng đặc điểm nổi bật nhất ở các tờ báo Tết chính là nền văn hoá nhìn lại. Báo Tết, thực sự là báo Tết, trong cảm quan của cả người viết lẫn người đọc, bao giờ cũng là một sự nhìn lại, hoặc chủ yếu là một sự nhìn lại. Nhìn lại một năm. Nhìn lại một giáp. Nhìn lại một thế kỷ. Nhìn lại những thành công và những thất bại của một đất nước hoặc một lãnh vực nào đó. Nhìn lại những nếp cũ, những tục cũ. Nhìn lại những vang bóng một thời. Nhìn lại. Số báo Tết nào cũng thường nặng trĩu quá khứ và cũng man mác tâm sự u hoài.

Thì cũng hay thôi. Mỗi số Tết là một dịp ôn bài. Ôn tập thể. Và thú vị. Như nhắp một hớp trà hay nhâm nhi một miếng mứt. Có lẽ phần lớn những kiến thức của chúng ta về phong tục tập quán của dân tộc cũng như những dấu mốc quan trọng trong lịch sử đất nước nếu không đến từ, thì cũng được củng cố bởi, các dịp ôn bài như thế. [11]

Hoặc một đoạn trong bài "Tiến tới một nền cộng hoà văn chương":

Có thể nói số phận văn học Việt Nam gắn chặt với một chữ: chữ "làng". Làng văn và làng thơ. Chữ "làng" ấy, nghe thì rất thân thương, nhưng chính vì vẻ thân thương như thế, người ta dễ quên nó là một khái niệm cũ. Không những cũ, nó còn lỗi

---

[11]Nguyễn Hưng Quốc (2002), sđd., tr. 22.

thời. Không những lỗi thời, nó còn có hại: nó khiến chúng ta lẫn lộn giữa kỷ niệm và hiện thực, từ đó, buộc chặt tâm hồn của chúng ta vào những hình ảnh đã hoá thạch trong quá khứ, làm chúng ta mất hẳn khả năng thích nghi và thay đổi. Hậu quả là, bước sang thế kỷ 21, sinh hoạt văn học Việt Nam, từ trong lẫn ngoài nước, vẫn thấp thoáng hình ảnh của những sinh hoạt làng xã ngày xưa.

Thì cũng thói quen dị ứng với mọi cái mới. Thì cũng tâm lý chiếu trên chiếu dưới. Thì cũng những cung cách hào lý, ở những người ít nhiều thành công và thành danh; cung cách trương tuần, ở những kẻ bất tài và nhiều tham vọng; cung cách thằng mõ, ở tuyệt đại đa số những kẻ chỉ có một đam mê duy nhất: lặp lại không mệt mỏi những điều ai cũng biết. Thì cũng một thứ văn hoá: văn hoá làng.[12]

Cấu trúc câu bắt đầu với chữ "thì" như thế được lặp lại lần nữa trong bài "Vài ý nghĩ về phê bình văn học":

Dù đứng bên này hay bên kia 'chiến tuyến', dù ở trong nước hay ở ngoài nước, dù theo cộng hay chống cộng, giới cầm bút Việt Nam cũng thường có một số thói quen giống nhau, một số cách suy nghĩ và cảm xúc giống nhau, đều có một số ưu điểm khá giống nhau và đều gặp phải một số những trở ngại và những hạn chế giống nhau. Thì cũng khát vọng làm những chứng nhân của lịch sử. Thì cũng niềm tin là văn chương, muốn cao cả, phải phục vụ một cái gì; muốn trường cửu, phải

---

[12] Nguyễn Hưng Quốc (2000), *Văn học Việt Nam từ điểm nhìn h(ậu h)iện đại*, California: Văn Nghệ, tr. 366-7.

gần gũi với đại chúng và được đại chúng chấp nhận; muốn cảm động, phải xuất phát từ đáy lòng, nghĩa là phải thiết tha và thành thực; muốn đẹp, phải có thật nhiều... chất thơ; và muốn mới lạ, phải thêm chút ngổ ngáo trong ý tưởng, chút khinh bạc trong giọng điệu và chút gân guốc trong ngôn ngữ. Thì cũng lửng lơ giữa truyền thống và hiện đại: thích làm ra vẻ 'Tây' để che giấu một tâm hồn thật 'chân quê'.[13]

Khi viết những câu có cấu trúc lặp lại như vậy, bao giờ tôi cũng thích để các ý mạnh phía sau; càng về sau càng mạnh; ở câu chấm dứt là một ý mạnh nhất.

Thích thế nên viết thế. Còn hay hay dở lại là chuyện khác.

Tuỳ sự đánh giá của bạn đọc.

6. Viết và đọc

Viết văn để ai đọc cũng hiểu và cũng thích là một cái thú: Cái thú phục vụ. Viết văn để chỉ có một ít người đọc tương đối ưu tú hiểu và thích là một cái thú khác: Cái thú chinh phục. Viết văn, viết thật rõ ràng, trong sáng và mạch lạc, để ngay cả những người đọc nghiêm túc và được trang bị đầy đủ nhất cũng không hiểu và không thích là một cái thú khác nữa: Cái thú thách thức.

Đằng nào thì cũng là thú. Mỗi người có thể có cái thú khác nhau. Tuỳ tạng, tuỳ trình độ và tuỳ gu. Trong từng người, cái thú cũng có thể thay đổi tuỳ theo tuổi tác.

Cũng như cái thú đọc sách.

---

[13] Như trên, tr. 21-2.

Hồi nhỏ, đọc sách, tôi dễ dàng say mê tất cả những gì mới lạ. Những cái mới lạ ấy khiến việc đọc sách giống như việc tham gia những cuộc phiêu lưu bất tận. Nội dung cuốn sách càng lạ, cuộc phiêu lưu lại càng ly kỳ. Và càng hấp dẫn.

Sau, quan tâm nhiều đến kinh nghiệm và ý tưởng, nhắm đến việc củng cố lại vốn kiến thức mình đã gom góp, tôi sung sướng mỗi lần bắt gặp những tâm hồn đồng điệu từ các trang sách. Mỗi lần gặp được cái gì quen thuộc, tôi mừng húm: Nó làm cho tôi tự tin hơn. Và thấy thế giới gần gũi và ấm áp hơn.

Nhưng càng đọc nhiều sách, tôi càng tìm thấy cái thú ở chỗ khác: Những gì mình chưa biết. Cái chưa biết ấy có thể ở phạm vi kiến thức. Nhưng tôi thích nhất những cái chưa biết thuộc phạm trù thẩm mỹ, những tác phẩm thách thức lại kinh nghiệm thẩm mỹ của mình; những cuốn sách vượt ra ngoài cái định nghĩa về văn học mà tôi đã có cũng như đang có.

Cứ mỗi lần cầm cuốn sách nào lên mà đọc vài ba trang vẫn không hiểu gì cả, tôi bỗng mừng, nhủ thầm: Chưa biết nó hay hay dở thế nào, ít nhất nó cũng đáng đọc!

Đáng đọc vì chỉ những tác phẩm như thế mới làm cho mình giàu hơn mà thôi.

Tài liệu tham khảo chính

Anna Wierzbicka (1997), *Understanding Cultures Through Their Key Words*, New York: Oxford University Press.

Bernardo Bernardi (biên tập) (1977), *The Concept and Dynamics of Culture*, The Hague: Mouton Publishers.

Cao Xuân Hạo (1998), *Tiếng Việt, mấy vấn đề ngữ âm, ngữ pháp, ngữ nghĩa*, Hà Nội: nxb Giáo dục.

--- (2001), *Tiếng Việt Văn Việt Người Việt*, Thành phố HCM: Nxb Trẻ.

Đào Duy Anh& Phan Ngọc (1987), *Từ điển Truyện Kiều*, Hà Nội: nhà xuất bản Khoa học Xã hội.

Đỗ Hữu Châu (1981), *Từ vựng – ngữ nghĩa tiếng Việt*, Hà Nội: nxb Giáo dục.

Đỗ Lai Thuý (1999), *Hồ Xuân Hương, hoài niệm phồn thực*, Hà Nội: nxb Văn hoá Thông tin.

Dương Quảng Hàm (1968), *Việt Nam văn học sử yếu*, Sài Gòn: Trung Tâm Học Liệu (tái bản).

Guy Deutscher (2010), *Through the Language Glass: Why the World Looks Different in Other Language*, New York: Picador.

Harold Bloom (1997), *TheAnxiety of Influence: A Theory of Poetry* (second edition), New York: Oxford University Press.

Hoàng Văn Hành (chủ biên) (1998), *Từ tiếng Việt*, Hà Nội: nxb Khoa học Xã hội.

Huỳnh Sanh Thông, "The symbolism of water: Vietnamese *nác* is Thai *naak*", *The Vietnamese Review* số 4 (Spring-Summer 1998), tr. 218-285.

---, "Water, water everywhere", *The Vietnamese Review* số 2 (Spring-Summer 1997), tr. 16-97.

Karen Risager (2006), *Language and Culture: Global Flows and Local Complexity*, Clevedon: Multilingual Matters.

Kathryn Hume (1984), *Fantasy and Mimesis, Responses to Reality in Western Literature*, New York: Methuen.

Lê Trung Hoa, "Tìm nguồn gốc một số từ ngữ tiếng Việt qua các hiện tượng biến đổi ngữ âm", in trong cuốn *Những vấn đề văn hoá, văn học vàngôn ngữ học* (nhiều tác giả), Hà Nội: nxb Khoa Học Xã Hội, tr. 211-225.

Lưu Vân Lăng (1998), *Ngôn ngữ học và tiếng Việt*, Hà Nội: nxb Khoa học Xã hội.

Mai Thảo (1989), *Ta thấy hình ta những miếu đền*, California: Văn Khoa.

Marguerite Alexander (1990), *Flights from Realism: Themes and Strategies in Postmodernist British and American Fiction*, London: Edward Arnold.

Nguyễn Cung Thông (1998), *Tiếng Việt tuyệt vời: âm M trong tiếng Việt*, Melbourne: Tác giả tự xuất bản.

Nguyễn Đăng Mạnh (biên tập) (1981), *Tuyển tập Nguyễn Tuân*, tập 1, Hà Nội: Văn Học.

Nguyễn Đức Dân (1998), *Tiếng Việt (dùng cho đại học đại cương)*, Hà Nội: nxb Giáo dục.

Nguyễn Đức Dương (2003), *Tìm về linh hồn tiếng Việt*, Thành phố HCM: nxb Trẻ.

Nguyễn Hưng Quốc (2000), *Văn học Việt Nam từ điểm nhìn h(ậu h)iện đại*, California: Văn Nghệ, tr. 366-7.

--- (2002), *Văn hóa văn chương Việt Nam*, California: Văn Mới, tr. 21-2.

--- (2006), *Thơ Con cóc vànhững vấn đề khác*, California: nxb Văn Mới, California.

--- (2011), *Phản tỉnh và phản biện*, California: Văn Mới.

--- (2014), *Phương pháp giảng dạy tiếng Việt như một ngôn ngữ thứ hai*, California: Người Việt.

Nguyễn Lân (2000),*Từ Điển Từ vàngữ Việt Nam*, Thành phố HCM: nxb Thành phố HCM.

Nguyễn Minh Châu (2002),*Trang giấy trước đèn* (Tô Phương Lan sưu tầm, tuyển chọn và giới thiệu), Hà Nội: nxb Khoa học Xã hội.

Nguyễn Ngọc San (2003), *Tìm hiểu tiếng Việt lịch sử*, Thành phố HCM: nxb Đại học Sư phạm.

Nguyễn Như Ý (chủ biên) (1999), *Từ điển đối chiếu từ địa phương*, Hà Nội: nxb Giáo dục.

Nguyễn Phú Phong, "Vài chuyển biến trong phụ âm đầu tiếng Việt và các hiện tượng láy từ liên hệ", *Tập san Khoa Học Xã Hội* (Paris) số 3 năm 1977, tr. 73-80.

Nguyễn Tài Cẩn (1997), *Giáo Trình Lịch Sử Ngữ Âm Tiếng Việt (sơ thảo)*, Hà Nội: nxb Giáo Dục.

Nguyễn Thiện Giáp (1985), *Từ vựng học tiếng Việt*, Hà Nội: nxb Đại học và Trung học Chuyên nghiệp.

Nguyễn Văn Ái (chủ biên) (1994), *Từ điển phương ngữ Nam Bộ*, Thành phố HCM: nxb Tp HCM.

Nguyễn Văn Ái, Lê Văn Đức vànguyễn Công Khai (1994), *Từ Điển Phương Ngữ Nam Bộ*, Thành phố HCM: nxb Thành Phố HCM.

Nguyễn Văn Trung (1989), *Ngôn ngữ và thân xác*, California: Xuân Thu. (In lần đầu tiên tại Sài Gòn năm 1968.)

Nguyễn Xuân Kính (1992), *Thi pháp ca dao*, Hà Nội: nxb Khoa Học Xã Hội.

Nguyễn Xuân Thu (1995), *Unlocking Australia's Language Potential, Profiles of Languages in Australia: Vietnamese*, Canberra: The National Languages and Literacy Institute of Australia.

Nicholas Bornoff (1992), *Pink Samurai: The Pursuit and Politics of Sex in Japan*, London: Grafton.

Norah McWilliam (1998), *What's in a Word?* Oakhill (England): Trentham Books.

Phạm Công Thiện (1965), *Ý thức mới trong văn nghệ và triết học*, Sài Gòn: An Tiêm.

--- (1967), *Hố thẳm của tư tưởng*, Sài Gòn: Phạm Hoàng.

--- (1967), *Im lặng hố thẳm*, Sài Gòn: An Tiêm.

--- (1967), *Mặt trời không bao giờ có thực*, Sài Gòn: An Tiêm.

--- (1988), *Đi cho hết một đêm hoang vu trên mặt đất*, California: Trần Thi.

--- (1996), *Khơi mạch nguồn thơ thi sĩ Seamus Heaney, Giải Nobel Văn Chương 1995*, California: Viện Triết Lý Việt Nam và Triết Học Thế Giới.

--- (1996), *Nguyễn Du, đại thi hào dân tộc*, California: Viện Triết Lý

Việt Nam và Triết Học Thế Giới.

Phan Khôi (1955), *Việt ngữ nghiên cứu*, Hà Nội: nxb Văn Nghệ.

Phan Ngọc& Phạm Đức Dương (1983), *Tiếp xúc ngôn ngữ ở Đông Nam Á*, Hà Nội: Viện Đông Nam Á.

Stanley Fish (2011), *How to Write a Sentence and How to Read One*, New York: HarperCollins.

Terry Eagleton (2000), *The Idea of Culture*, Oxford: Blackwell.

Thanh Lãng (1973), *Phê bình văn học thế hệ 1932*, Sài Gòn: Phong trào văn hoá.

--- (1995), *13 năm tranh luận văn học*, tập 3, Thành phố HCM: nxb Văn Học và Hội Nghiên cứu và Giảng dạy Văn học thành phố Hồ Chí Minh.

Trần Dần (2001), *Ghi* (Phạm Thị Hoài biên tập và hiệu đính), Paris: td mémoire.

Trần Quốc Vượng (1993), *Trong Cõi*, Garden Grove: Trăm Hoa.

--- (2000), *Văn hóa Việt Nam: Tìm tòi và suy ngẫm*, Hà Nội: nxb Văn hóa Dân tộc.

Trần Thị Ngọc Lang (1995), *Phương ngữ Nam Bộ*, Hà Nội: nxb Khoa học Xã hội.

Triều Nguyên (2007), *Nghệ thuật chơi chữ trong văn chương người Việt* (tập 1), Huế: nxb Thuận Hoá.

Trường Đại học Khoa học Xã hội vànhân văn (2001), *Mấy vấn đề về tiếng Việt hiện đại*, Thành phố HCM: nxb Đại học Quốc gia tp HCM.

Umberto Eco (2004), *On Literature* (Martin McLaughlin dịch từ tiếng Ý), New York: A Harvest Book.

Viện ngôn ngữ học (1998), *Từ láy những vấn đề còn để ngỏ*, Hà Nội: nxb Khoa học Xã hội.

--- (biên soạn) (1988), *Tiếng Việt và các ngôn ngữ Đông Nam Á*, Hà Nội: nxb Khoa Học Xã Hội.

Viện Sử học (biên soạn) (1976), *Nguyễn Trãi toàn tập*, Hà Nội: nxb Khoa Học Xã Hội.

Võ Đình (1987), *Xứ Sấm Sét*, California: Văn Nghệ.

Võ Phiến (1973), *Tạp luận*, Sài Gòn: Trí Đăng.

--- (1979), *Lại Thư Gửi Bạn*, California: Người Việt.

--- (1986), *Tuỳ bút 1*, California: Văn Nghệ.

--- (1988), *Tiểu luận*, California: Văn Nghệ.

--- (1989), *Tạp bút*, California: Văn Nghệ.

--- (1996), *Sống và viết*, California: Văn Mới.

--- (1999), *Cảm nhận*, California: Văn Mới.

--- (2000), *Văn học miền Nam, tổng quan* (bản in lần thứ 3), California: Văn Nghệ.

--- (2003), *Đàm thoại*, California: Văn Nghệ.

Võ Xuân Trang (1997), *Phương ngữ Bình Trị Thiên*, Hà Nội: nxb Khoa học Xã hội.

Vương Hồng Sển (1998), *Phong lưu cũ mới*, Thành phố HCM: nxb Thành phố HCM.

Xuân Diệu (1987), *Các nhà thơ cổ điển Việt Nam*, tập 1, Hà Nội: nxb Văn Học.

Bảng Tra Cứu

Vài nhận xét về Nguyễn Hưng Quốc

"Bình luận về thơ ở ngoài nước hiện giờ, chúng ta có một tài viết thông minh và xuất sắc: đó là Nguyễn Hưng Quốc." (Mai Thảo, tạp chí *Văn* tháng 9. 1992)

"Nguyễn Hưng Quốc là một tay cự phách viết về thơ, ở ngoài cũng như ở trong nước Việt Nam." (Đỗ Quý Toàn, *Thế Kỷ 21* tháng 8, 1996)

"Nguyễn Hưng Quốc [...] tỏ ra am tường về thơ Đông Tây kim cổ nói chung và thơ Việt Nam nói riêng, đọc nhiều, biết rộng, nhận xét tinh tế, tài hoa, trình bày mạch lạc giản dị và sáng sủa ngay cả những vấn đề phức tạp trừu tượng nhất. Nguyễn Hưng Quốc là một tài năng trong lĩnh vực phê bình lý luận thơ, điều đó không còn phải nghi ngờ." (Đỗ Minh Tuấn, tuần báo *Văn Nghệ* 1. 3. 1997)

"Một số người ở hải ngoại đã nuôi ảo tưởng rằng nếu được tự do phổ biến thì văn học hải ngoại sẽ như một làn gió mới, gây nên những chấn động gì kinh khủng lắm. Có lẽ không như vậy. Gây chấn động bây giờ có phải dễ đâu. So với những sáng tác của hải ngoại thì có khi lối viết phê bình của Nguyễn Hưng Quốc lại gây tác động với trong nước nhiều hơn. Ông Quốc hội tụ được cả ba điểm: Một, tiếp thu được những lí thuyết mới; hai, nắm chắc văn học Việt Nam [...]; ba, có một lối viết vừa là khoa học vừa là văn chương." (Phạm Xuân Nguyên, Talawas 21. 4. 2005)

"[M]ột cây bút phê bình như anh [NHQ] tiếc thay đã không thể có ở Việt Nam." (Đinh Bá Anh, Talawas 18. 5. 2005)

"[B]ộ môn phê bình ở miền Nam trước kia và hải ngoại bây giờ rất yếu. Có thể đếm trên đầu ngón tay những người phê bình có uy tín. Bây giờ điểm lại người có uy tín nhất hiện nay là Nguyễn Hưng Quốc, tiếp theo là Đặng Tiến, Bùi Vĩnh Phúc, Thụy Khuê, Trần Hữu Thục, Nguyễn Vy Khanh... và một vài người khác nữa." (Nguyễn Mộng Giác, Talawas 14. 3. 2006)

"Chữ nghĩa đanh thép, lý luận sắc bén như Nguyễn Hưng Quốc không phải thời nào cũng có." (Nguyễn Xuân Hoàng, VOA blog ngày 2. 9. 2010)

CPSIA information can be obtained
at www.ICGtesting.com
Printed in the USA
LVHW020849070721
691973LV00004B/386